വിജ്ഞാനവർഷം

പുസ്തകം 105

എന്താണ് ജനാധിപത്യം

ഭാഗം 1

enthanu Janadhipathyam
bhagam-1

•

p p sathyan

•

first edition
march 2014

•

typesetting
chintha publishers, thiruvananthapuram

•

published
chintha publishers, thiruvananthapuram

•

•

cover
vinod

•

വിതരണം

ദേശാഭിമാനി ബുക്ക് ഹൗസ്

H O തിരുവനന്തപുരം–695 035
phone: 0471-2303026, 6063026
www.chinthapublishers.com
chinthapublishers@gmail.com

ബ്രാഞ്ചുകൾ

ഹെഡ്ഡാഫീസ് ബ്രാഞ്ച് കുന്നുകുഴി • സ്റ്റാച്ച്യു തിരുവനന്തപുരം • കെ എസ് ആർ ടി സി ബസ് സ്റ്റേഷൻ ആലപ്പുഴ • കെ എസ് ആർ ടി സി ബസ് സ്റ്റേഷൻ എറണാകുളം • മച്ചിങ്ങൽ ലെയ്ൻ തൃശൂർ • ഐ ജി റോഡ് കോഴിക്കോട് • മാവൂർ റോഡ് കോഴിക്കോട് • എൻ ജി ഒ യൂണിയൻ ബിൽഡിങ് കണ്ണൂർ • സെൻട്രൽ ബസ് ടെർമിനൽ കോംപ്ലക്സ് താവക്കര കണ്ണൂർ

CO - VV. 105 / 1991 / 3355

എന്താണ് ജനാധിപത്യം
ഭാഗം 1

പി പി സത്യൻ

ചിന്ത പബ്ലിഷേഴ്സ്
തിരുവനന്തപുരം-695 035
വില : ₹ 125

പി പി സത്യൻ

നിരൂപകനും സാംസ്കാരിക പ്രവർത്തകനും.

നാടകരംഗത്ത് സജീവമായി പ്രവർത്തിച്ചിരുന്നു.

പ്രധാനകൃതികൾ: *അൽത്തൂസറും മാർക്സിസത്തിന്റെ ഭാവിയും, പ്രകൃതിയെ സ്നേഹിച്ച മഹാരഥന്മാർ, ശ്രീനാരായണ ഗുരു: ആധുനിക കേരളത്തിന്റെ ശിൽപ്പി, ലോക ഇതിഹാസങ്ങൾ, പ്രഭാഷണകല, ലോകനാടക ക്ലാസിക്കുകൾ, ലോകത്തിലെ പ്രധാനപ്പെട്ട വിപ്ലവങ്ങൾ.*

പി ജി അഭിമുഖങ്ങൾ (ഡോ. പി കെ പോക്കർ, വിനോദ് വൈശാഖി എന്നിവരോടൊപ്പം), *അയോധ്യാവിധി: ഹിന്ദുത്വ ഫാസിസത്തിന്റെ ദൃശ്യസാന്നിധ്യം* (എഡിറ്റർ) *എം എഫ് ഹുസൈൻ എന്ന ഇതിഹാസം* (സമാഹരണം: രാജേഷ് ചിറപ്പാടിനൊപ്പം).

പരിഭാഷകൾ: വർഗീയ രാഷ്ട്രീയം (രാം പുനിയാനി), *സ്റ്റാലിൻ: ജീവിതവും ചരിത്രവും* (എം ആർ അപ്പൻ), *പ്രണയത്തിന്റെയും രതിയുടെയും മനഃശാസ്ത്രം* (സിഗ്മണ്ട് ഫ്രോയിഡ്), *യഥാർഥത്തിൽ നിലനിൽക്കുന്ന മാർക്സിസം* (ഫ്രെഡറിക് ജെയിംസൺ), *ഉത്തരാധുനികത മധ്യവർഗം ഹിന്ദുത്വം* (മീരാനന്ദ), *വേദങ്ങൾ, ഹിന്ദുദർശനം, ഹിന്ദുത്വം* (കുങ്കും റോയ്, കുനാൽ ചക്രബർത്തി, തനികാ സർക്കാർ), *ചരിത്രഗവേഷണ രീതിശാസ്ത്രം* (പ്രൊഫ. ഇ ശ്രീധരൻ), *ഫാസിസത്തെപ്പറ്റി* (അന്റോണിയോ ഗ്രാംഷി – ഷിജു ഏലിയാസിനൊപ്പം), *പ്രത്യയശാസ്ത്രം* (അൽത്തൂസർ).

'ഇസ്ലാം എന്റെ വീക്ഷണത്തിൽ' എന്ന പഠനത്തിന് 2000 ലെ ഇസ്ലാം സ്റ്റഡിസെന്ററിന്റെ സംസ്ഥാന അവാർഡ് നേടിയിട്ടുണ്ട്. ആനുകാലികങ്ങളിൽ എഴുതുന്നു.

ഭാര്യ : ഷീബ
മക്കൾ : പ്രൊമിത്യ, അർജുൻ
Email : ppsathyartha@gmail.com

ഉള്ളടക്കം

1

ജനാധിപത്യം- ഒരു മുഖവുര

ആധുനികലോകത്തിലെ ഏറ്റവും മഹത്തായ ആശയങ്ങളിലൊന്നാണ് ജനാധിപത്യം. ഓരോനിമിഷവും ലോകത്തിലെ കോടാനുകോടി ജനങ്ങൾ 'Democracy' എന്ന വാക്ക് ഉച്ചരിക്കുക മാത്രമല്ല അതിനുവേണ്ടി പോരാടുകയും ചെയ്യുന്നു. തൊഴിലാളികളും കർഷകരും അവരുടെ തൊഴിലിടങ്ങളിലും വിദ്യാർഥികൾ കലാലയങ്ങളിലും ജനപ്രതിനിധികൾ രാഷ്ട്രീയമേഖലയിലും എന്നുവേണ്ട എല്ലാവിഭാഗം ജനങ്ങളും അറിഞ്ഞും അറിയാതെയും നടത്തുന്ന പോരാട്ടങ്ങളും പ്രവർത്തനങ്ങളും ജനാധിപത്യത്തിനുവേണ്ടിയുള്ളതാണ്. നൂറ്റാണ്ടുകളായി ചരിത്രത്തിൽ ഈ പോരാട്ടങ്ങൾ തുടങ്ങിയിട്ട്. ലോകത്തിലെ മഹത്തായ വിപ്ലവങ്ങളും രക്തരൂഷിതമായ കലാപങ്ങളും യുദ്ധങ്ങളുമെല്ലാം ആഴത്തിൽ പഠിച്ചാൽ അവയിലെല്ലാം ജനാധിപത്യത്തിനുവേണ്ടിയുള്ള തീവ്രാഭിലാഷം അലയടിച്ചുയർന്നിരുന്നുവെന്നു മനസിലാക്കാൻ പ്രയാസമില്ല. 1789 ലെ ഫ്രഞ്ചുവിപ്ലവം, 1776 മുതൽ 1783 വരെ നടന്ന അമേരിക്കൻ സ്വാതന്ത്ര്യസമരം, 1688 ലെ ഇംഗ്ലണ്ടിലെ രക്തരഹിതവിപ്ലവം അഥവാ മഹത്തായവിപ്ലവം, 1917 ലെ റഷ്യൻവിപ്ലവം തുടങ്ങി ആധുനികലോകത്തിന്റെ മുഖഛായതന്നെ മാറ്റിമറിച്ച സംഭവങ്ങളെല്ലാം വിശാലമായ അർഥത്തിൽ ജനാധിപത്യത്തിനുവേണ്ടിയുള്ള മനുഷ്യസമൂഹത്തിന്റെ തീവ്രമായ സമരങ്ങളായിരുന്നുവെന്നു കാണാവുന്നതാണ്. പ്രകടമായ ഇത്തരം രാഷ്ട്രീയവിപ്ലവങ്ങളിൽ മാത്രമല്ല ആധുനിക ലോകത്തിന് ആരംഭം കുറിച്ച നവോത്ഥാനപ്രസ്ഥാനങ്ങൾ, മതപരിഷ്കരണപ്രസ്ഥാനങ്ങൾ, ദേശീയ സ്വയംനിർണയത്തിനും ദേശീയവിമോചനത്തിനും വേണ്ടിയുള്ള പ്രക്ഷോഭങ്ങൾ സാഹിത്യ-കലാ-സാംസ്കാരിക പ്രസ്ഥാനങ്ങൾ, സമാധാനത്തിനുവേണ്ടിയുള്ള

പ്രസ്ഥാനങ്ങൾ, നിയമവാഴ്ചയ്ക്കും നീതിക്കും മനുഷ്യാവകാശങ്ങൾക്കും വേണ്ടിയുള്ള പ്രസ്ഥാനങ്ങൾ, സ്വാതന്ത്ര്യത്തിനും സമത്വത്തിനും വേണ്ടിയുള്ള പോരാട്ടങ്ങൾ എന്നിവയെല്ലാംതന്നെ ജനാധിപത്യത്തിനുവേണ്ടിയുള്ള ചരിത്രപരമായ സമരങ്ങളാണെന്നും തിരിച്ചറിയാൻ പ്രയാസമില്ല.

എന്നാൽ പലപ്പോഴും ജനാധിപത്യത്തെ കേവലം ഒരു ഭരണവ്യവസ്ഥയായിട്ടാണ് നാം മനസിലാക്കുന്നത്. കേവലമായി ഇതു ശരിയാണെങ്കിലും വിശാലമായ അർഥത്തിൽ ജനാധിപത്യമെന്നത് ഒരു ഭരണക്രമമല്ല. ജീവിതത്തിന്റെ എല്ലാരംഗങ്ങളിലും സാക്ഷാൽക്കരിക്കപ്പെടേണ്ട, മാനുഷികമായ സംസ്കാരത്തിന്റെ ഏറ്റവും ഉയർന്നരൂപമായ ജീവിതരീതിയും നൈതികസങ്കൽപ്പവുമാണിത്. കുടുംബം, വിദ്യാഭ്യാസം, തൊഴിൽ, വ്യക്തിജീവിതം, സാമൂഹികജീവിതം, രാഷ്ട്രീയം, മതം, സാമ്പത്തിക ജീവിതം, എന്നുവേണ്ട സർവാശ്ലേഷിയായ മേഖലകളിലും നിറഞ്ഞുനിൽക്കേണ്ട, നീതിനിഷ്ഠമായ രീതിയും ജീവിതശൈലിയുമാണ് ജനാധിപത്യം. അത് ജീവിതശൈലി മാത്രമല്ല ജീവിതം തന്നെയാണ്. ആരും ആരെയും ചൂഷണം ചെയ്യാത്ത, ആരും ആരെയും കീഴ്പെടുത്താത്ത, മർദനമോ വിവേചനമോ തമസ്കരണമോ ഒറ്റപ്പെടുത്തലോ അന്യവൽക്കരണമോ ഇല്ലാത്തതും വർഗരഹിതവും സമാധാനപൂർണവുമായ ജീവിതാവസ്ഥയെയാണ് ജനാധിപത്യം എന്ന പദം അർഥമാക്കുന്നത്. മനുഷ്യൻ മനുഷ്യനെ സ്നേഹിക്കുകയും അപരന്റെ വാക്കുകൾ സംഗീതംപോലെ ആസ്വദിക്കപ്പെടുകയും ചെയ്യുന്ന ഒരു സാമൂഹികവ്യവസ്ഥയാണത് ലക്ഷ്യംവെക്കുന്നത്. ഓരോരുത്തരും എല്ലാവർക്കും വേണ്ടിയും എല്ലാവരും ഓരോരുത്തർക്കുംവേണ്ടി ജീവിക്കുന്ന കമ്യൂണിസമെന്നത് വിവക്ഷിക്കപ്പെടുന്ന ലോകത്തിൽ മാത്രമേ ജനാധിപത്യം അതിന്റെ പൂർണാർഥത്തിൽ സാക്ഷാൽക്കരിക്കപ്പെടുകയുള്ളൂ. എന്നാൽ ജനാധിപത്യത്തെ ഒരു സാങ്കേതിക ഭരണക്രമമായോ രാഷ്ട്രീയവ്യവസ്ഥയായോ ചുരുക്കിക്കാണാൻ പാടില്ല. മനുഷ്യസമൂഹത്തിന്റെ പ്രാരംഭഘട്ടം മുതൽ പരിമിതമായ രീതിയിൽ നിലനിന്ന രാഷ്ട്രീയ ക്രമവും ജീവിത-സാമൂഹിക സങ്കൽപ്പനവുമാണ് ജനാധിപത്യം.

ലോകത്തിലെ മഹത്തായ വിപ്ലവങ്ങളുടെയും കലാപങ്ങളുടെയും പ്രേരകശക്തിയായി ജനാധിപത്യമെന്ന ആശയം പ്രവർത്തിച്ചിട്ടുണ്ട് എന്നതിന് യാതൊരു സംശയവുമില്ല. ആയിരക്കണക്കിന് വിദ്യാർഥികളും യുവാക്കളും തൊഴിലാളികളും കർഷകരും എഴുത്തുകാരും ഉൾപ്പെട്ട ഒരു മഹാജനസഞ്ചയം ഒരൊറ്റയാളിനെപ്പോലെ ഉയർത്തെഴുന്നേറ്റ് കരുത്താർജിച്ച് കുതിക്കുന്ന ചിത്രമാണ് ഫ്രഞ്ച് വിപ്ലവകാലത്ത് ദൃശ്യമായത്. ഇത് ജനാധിപത്യത്തിന്റെ ഏറ്റവും മഹത്തായ ഉദാഹരണമായി വിശേഷിപ്പിക്കപ്പെടുന്നു. ലോകത്തിലെ ആദ്യത്തെ ജനാധിപത്യവിപ്ലവമായിരുന്നു ഫ്രഞ്ചു വിപ്ലവം. സ്വേച്ഛാധിപത്യവാഴ്ചയ്ക്ക് അറുതിവരുത്താൻ വേണ്ടിയുള്ള മഹ

ത്തായ കലാപമായിരുന്നു അത്. നൂറ്റാണ്ടുകളായി ഒരു രാജ്യത്ത് നില നിന്നിരുന്ന ഏകാധിപത്യഭരണത്തെ കടപുഴക്കിയെറിയാൻവേണ്ടിയുള്ള കലാപമായിരുന്നു അത്. എവിടെ സ്വേച്ഛാധിപത്യം അതിന്റെ തേർവാഴ്ച നടത്തുന്നുവോ അവിടെ ജനാധിപത്യം ചവിട്ടി അരയ്ക്കപ്പെടുന്നു. എവിടെ ജനകീയ അഭിലാഷങ്ങൾ ഏകാധിപത്യത്തിന്റെ ഹിംസയിൽ തകർന്നുവീഴുന്നുവോ അവിടെ ജനാധിപത്യം മരിക്കുന്നു. എവിടെ സ്വേച്ഛാധിപത്യവാഴ്ച അതിന്റെ ഭീകരാധികാരം ജനാധികാരത്തിനുമേൽ സ്ഥാപിക്കപ്പെടുന്നുവോ അവിടെ ജനാധിപത്യം കുഴിച്ചുമൂടപ്പെടുന്നു. ജനാധിപത്യത്തിന്റെ അടിസ്ഥാനശത്രു സ്വേച്ഛാധിപത്യമാണ്. സ്വേച്ഛാധിപത്യവാഴ്ച ജനാധിപത്യത്തിന്റെ നാശം ആഗ്രഹിക്കുന്നു. സ്വേച്ഛാധിപത്യവാഴ്ച ജനകീയ ഇച്ഛയുടെ ഉന്മൂലനം കൊതിക്കുന്നു. ജനാധിപത്യത്തെ നശിപ്പിച്ചുകൊണ്ടല്ലാതെ സ്വേച്ഛാധിപത്യത്തിന് അതിന്റെ പ്രൗഢി നിലനിർത്താൻ കഴിയുകയില്ല. ജയിലുകളും നിയമസംവിധാനങ്ങളും പട്ടാളവും മറ്റ് അധികാരശക്തികളുമുപയോഗിച്ച് സ്വേച്ഛാധിപത്യഭരണം ജനകീയ അധികാരത്തെ തകർക്കുന്നു.

നാളിന്നുവരെയുള്ള ചരിത്രം വർഗസമരത്തിന്റേതാണെന്ന് മാർക്സും എംഗൽസും പറയുന്നത് ശ്രദ്ധേയമാണ്. ചരിത്രത്തിന്റെ ഓരോ ഘട്ടത്തിലും സമ്പന്നവർഗവും ദരിദ്രനും തമ്മിൽ സംഘട്ടനങ്ങൾ ഉണ്ടായിട്ടുണ്ട്. ഇത്തരം സംഘട്ടനം ഉണ്ടാകുമ്പോൾ സമ്പന്നവർഗം അധികാരശക്തി ഉപയോഗിച്ച് ദരിദ്രവർഗത്തെ അടിച്ചമർത്തുന്നു. അവരുടെ അവകാശങ്ങളെ നിഷേധിക്കുന്നു. അവരിനിയും ഉയർന്നുവരാതിരിക്കാൻ വേണ്ടി അവരുടെമേൽ പുതിയനിയമങ്ങൾ പ്രയോഗിക്കുന്നു. എഴുതപ്പെട്ട നിയമങ്ങൾ മാത്രമല്ല എഴുതപ്പെടാത്ത നിയമങ്ങളും മൂല്യങ്ങളും അടിച്ചേൽപ്പിക്കുന്നു. അപ്പോൾ ഇത്തരം പ്രത്യക്ഷവും അപ്രത്യക്ഷവുമായ അടിച്ചമർത്തലുകൾക്കെതിരായി ലോകത്ത് പഴയകാലത്തുതന്നെ പോരാട്ടങ്ങളുയർന്നുവന്നിട്ടുണ്ട്. ഇന്ത്യയിൽ വർണവ്യവസ്ഥയ്ക്കും ജാതിവ്യവസ്ഥയ്ക്കും എതിരായ പോരാട്ടങ്ങൾ നടന്നിട്ടുണ്ട്. ഗ്രീസിലും റോമിലും അടിമത്തത്തിനെതിരായി പോരാട്ടങ്ങൾ നടന്നിട്ടുണ്ട്. ഇവയെല്ലാം തന്നെ വിപുലമായ അർഥത്തിൽ ജനാധിപത്യത്തിനുവേണ്ടിയുള്ള പോരാട്ടമായിരുന്നു എന്നു മനസിലാക്കാം. ഇന്ന് ലോകത്ത് ഉയർന്നുവന്നിട്ടുള്ള ജനാധിപത്യക്രമങ്ങളും ജനാധിപത്യബോധവും ജനാധിപത്യസംസ്കാരവും അവയ്ക്കെല്ലാം ഉള്ള പരിമിതികളോടു കൂടിത്തന്നെ ചരിത്രത്തിന്റെ വലിയൊരു ഫലശ്രുതിയായി കണക്കാക്കാവുന്നതാണ്. മനുഷ്യരാശിയിൽ പൊരുതിനേടിയെടുത്ത നേട്ടമാണത്. അത് ഒരു സുപ്രഭാതത്തിൽ നേടിയെടുത്തതല്ല. നൂറ്റാണ്ടുകളിലൂടെ രൂപപ്പെട്ടതാണ്. അതുപോലെതന്നെ അത് ഏതെങ്കിലും ഒരു വ്യക്തിയുടെയോ ഏതാനും വ്യക്തികളുടെയോ ശ്രമഫലമായി രൂപപ്പെട്ടതല്ല. മറിച്ച് സമൂഹങ്ങൾ പൊരുതിനേടിയെടു

ത്തതാണ്. ആ പോരാട്ടം പുഷ്പശയ്യയിലൂടെയുള്ള പോരാട്ടമായിരുന്നില്ല. അനേകായിരങ്ങളുടെ ജീവത്യാഗത്തിന്റെ ഫലമായിട്ടാണ് അതുവളർന്നു വന്നത്.

ലോകചരിത്രം മുഴുവൻ ഇത്തരം സംഘർഷങ്ങൾ കൊണ്ട് നിറഞ്ഞതാണ്. കാരണം ജനാധിപത്യം എന്നത് ജനങ്ങളുടെ ജീവവായുവാണ്. രാഷ്ട്രീയതലത്തിൽ മത്രമല്ല സാമൂഹികം മതപരം എന്നുവേണ്ട ജീവിതത്തിന്റെ എല്ലാമണ്ഡലങ്ങളിലും ഏകാധിപത്യവാഴ്ചയ്ക്കെതിരെയും സ്വാതന്ത്ര്യനിഷേധത്തിനെതിരെയും സമരങ്ങൾ നടന്നിട്ടുണ്ട്. അപ്പോൾ ജനാധിപത്യമെന്നത് കേവലമായ ഒരു രാഷ്ട്രീയാവശ്യമല്ലെന്ന് നമുക്ക് മനസിലാക്കാൻ കഴിയും. ജനാധിപത്യമെന്നത് ജീവിതത്തിന്റെ സമഗ്രമായ പുതുക്കിപ്പണിയലാണ്. ജീവിതത്തെ മുഴുവൻ ആശ്ലേഷിക്കുമ്പോഴേ ജനാധിപത്യം പൂർണമാവുകയുള്ളൂ. രാഷ്ട്രീയം ഭൗതികം സാംസ്കാരികം എന്നീ രംഗങ്ങളിലെല്ലാം സംജാതമാവുന്ന പുതിയ നവീകരണമാണ് ജനാധിപത്യം. അത് വ്യക്തിയും സമൂഹവും തമ്മിലുള്ള വൈരുധ്യങ്ങളും വർഗവൈരുധ്യങ്ങളും ഇല്ലാതാക്കാൻ അത്യന്താപേക്ഷിതമാണ്. ജനാധിപത്യത്തിനുവേണ്ടിയുള്ള സമരം അതുകൊണ്ടുതന്നെ അടുത്തകാലത്തൊന്നും അവസാനിക്കാൻ പോകുന്നില്ല. അത് അവിരാമം മുന്നോട്ടുപോകും.

ആധുനിക ലോകത്തിന്റെ ചരിത്രം തന്നെ ജനാധിപത്യത്തിനുവേണ്ടിയുള്ള പോരാട്ടങ്ങളുടെ ചരിത്രമാണ് എന്ന് മനസിലാക്കാൻ കഴിയും. ആധുനിക പാശ്ചാത്യ രാഷ്ട്രങ്ങളിലെല്ലാം ജനാധിപത്യ അവകാശങ്ങൾക്കുവേണ്ടി ശക്തമായ സമരം നടന്നിട്ടുണ്ട്. എന്നാൽ ഭരണകൂടം എപ്പോഴും എല്ലാക്കാലവും ചൂഷകവർഗത്തിന്റെ ഉപകരണമായിരിക്കുന്നതിനാൽ യഥാർഥജനാധിപത്യം എന്നത് ഒരു പ്രഹേളികയായി നിലകൊള്ളുന്നു. കാരണം ജനാധിപത്യമെന്നത് ഒരു ഒറ്റപ്പെട്ട തുരുത്തല്ല. സമൂഹത്തിലെ വർഗബന്ധങ്ങൾ, ഭരണകൂടാധികാരം, സാമ്പത്തികനില സാമൂഹിക നില എന്നിവയെല്ലാം പരസ്പരം ബന്ധപ്പെട്ടവയാണ്. ഇതിന്റെ ആകത്തുകയിൽനിന്നാണ് നമുക്ക് ജനാധിപത്യത്തെ വിശകലനം ചെയ്യേണ്ടത്.

ഇന്ന് ലോകത്ത് നിലനിൽക്കുന്ന ഭരണവ്യവസ്ഥകളിൽ വലിയൊരുഭാഗവും ജനാധിപത്യഭരണക്രമമാണ്. പാർലമെന്ററി വ്യവസ്ഥ ജനാധിപത്യവുമായി അഭേദ്യമായി ബന്ധപ്പെട്ടതാണ്. ഈ ബന്ധത്തെ സൂചിപ്പിക്കാൻവേണ്ടിയാണ് പാർലമെന്ററി ജനാധിപത്യം എന്ന പദം ഉപയോഗിക്കുന്നത്. എന്നാൽ ജനാധിപത്യമെന്നത് കേവലം പാർലമെന്ററി വ്യവസ്ഥയല്ല. അത് ജനാധിപത്യത്തിന്റെ നിരവധി രൂപങ്ങളിൽ ഒന്നുമാത്രമാണ്. ഭരണഘടന-നിയമവാഴ്ച, നീതിന്യായവ്യവസ്ഥ, നിയമനിർമാണം, ഇവയെല്ലാം പരസ്പരം സൗഹാർദത്തിൽ വർത്തിക്കുന്ന ഒരു സമൂഹ

ത്തിൽമാത്രമേ ജനാധിപത്യം വളരുകയുള്ളൂ. ജനാധിപത്യം അടിസ്ഥാനപരമായി ജനങ്ങളുടെ ആധിപത്യമാണ്. ജനങ്ങൾ മറ്റാരുടെയും മേൽ സ്ഥാപിക്കുന്ന ആധിപത്യമല്ല. മറിച്ച് ജനങ്ങൾ മറ്റൊരു ആധിപത്യത്തെയും അംഗീകരിക്കാത്ത മറ്റെല്ലാ ആധിപത്യത്തെയും അതിജീവിക്കുന്ന വ്യവസ്ഥയാണ് ജനാധിപത്യം. ഭരിക്കുന്നവരും ഭരിക്കപ്പെടുന്നവരും തമ്മിലുള്ള അന്തരം കുറയണമെങ്കിൽ അവിടെ ജനാധിപത്യമുണ്ടായിരിക്കണം. എന്നാൽ സമ്പന്നരും ദരിദ്രരും എന്ന നിലയിൽ അഥവാ മുതലാളിത്തവും തൊഴിലാളിവർഗവും എന്ന നിലയിൽ സമൂഹം വർഗങ്ങളായി വിഭജിക്കപ്പെടുന്ന ഒരു സമൂഹത്തിൽ ഭരിക്കുന്നവരും ഭരിക്കപ്പെടുന്നവരും തമ്മിലുള്ള അന്തരം കുറയ്ക്കുക എന്നത് എളുപ്പമല്ല. സാമ്പത്തികവും സാമൂഹികവും സാംസ്കാരികവും പ്രത്യയശാസ്ത്രപരവുമായ മർദനങ്ങൾ അവസാനിപ്പിക്കപ്പെടുമ്പോഴേ ഒരു സമൂഹം ജനാധിപത്യ സമൂഹമായി മാറുകയുള്ളൂ. യാതൊരുവിധത്തിലുള്ള ആധിപത്യവും നിലനിൽക്കാത്ത സമൂഹത്തെ മാത്രമേ അടിസ്ഥാനപരമായി ഒരു ജനാധിപത്യസമൂഹമെന്ന് വിശേഷിപ്പിക്കാൻ പറ്റുകയുള്ളൂ. ഇത്തരത്തിൽ ഒരു ജനാധിപത്യ സമൂഹം രൂപപ്പെടുത്തുക എന്നത് വളരെ എളുപ്പമല്ല. നിരവധി സങ്കീർണമായ അധികാരരൂപങ്ങൾ ശക്തിപ്രാപിക്കുന്ന ഒരു കാലഘട്ടമാണ് ഇത്. അധികാരം വിഭിന്നരൂപങ്ങളിലാണ് ലോകത്ത് പ്രവർത്തിക്കുന്നത്. ഭൗതികസമ്പത്ത് കവർന്നെടുക്കുന്നതോടൊപ്പംതന്നെ സാംസ്കാരികമായും മാനസികമായും ജനങ്ങളെ അടിച്ചമർത്തുന്ന ഒരു കാലഘട്ടമാണ് ആഗോളവൽക്കരണ കാലഘട്ടം. പലരീതിയിലുള്ള ചൂഷണ രൂപങ്ങളും മർദനമുറകളും ഇന്ന് സമൂഹത്തിൽ നിലനിൽക്കുന്നു. വംശീയവിവേചനം, മതപരമായ വിവേചനം, വർഗീയത, പുരുഷാധിപത്യം ജൈവചൂഷണം എന്നിവയെല്ലാംതന്നെ ഇന്നത്തെ കാലഘട്ടത്തിലെ ഏറ്റവും ഗുരുതരമായ പ്രശ്നങ്ങളാണ്.

ജനാധിപത്യത്തെക്കുറിച്ച് ആഴമാർന്നതും വിപുലവുമായ സംവാദങ്ങൾ ഉയർന്നുവരുന്ന കാലഘട്ടമാണിത്. ഇരുപതാം നൂറ്റണ്ട് ആഗോള തലത്തിൽ ജനാധിപത്യത്തിന്റെ ഉയിർപ്പിന്റെ കാലഘട്ടമാണെന്ന് വിലയിരുത്തപ്പെടുന്നു. സോഷ്യലിസ്റ്റ് രാഷ്ട്രങ്ങളുടെ തകർച്ചയെത്തുടർന്ന് ശക്തിപ്പെട്ട നവലിബറൽ ജനാധിപത്യസങ്കൽപ്പം ഈ ആശയത്തിന് ശക്തിപകർന്നു. കമ്യൂണിസ്റ്റ് രാഷ്ട്രങ്ങളിൽ ജനാധിപത്യത്തിനേറ്റ പ്രഹരത്തെപ്പറ്റി പല വിമർശനങ്ങളും ലോകതലത്തിൽത്തന്നെ രൂപംകൊള്ളുകയുണ്ടായി. കമ്യൂണിസ്റ്റുരാഷ്ട്രങ്ങളിൽ അഥവാ സോഷ്യലിസ്റ്റ് രാഷ്ട്രങ്ങളിൽ രാഷ്ട്രീയാധികാരം കേന്ദ്രീകരിക്കപ്പെടുകയും അതിന്റെ ഭാഗമായി ഏകാധിപത്യ പ്രവണതകൾ ബലപ്പെടുകയും ചെയ്യുന്നു. ഈ സാഹചര്യത്തിൽ സാമ്രാജ്യത്വശക്തികളും അവരുടെ രാഷ്ട്രീയ ജിഹ്വകളും കമ്യൂണിസ്റ്റ് ജനാധിപത്യത്തെപ്പറ്റി ഏറെ മുറവിളികൂട്ടുകയും

ചെയ്തു. ഇതിൽ സാമ്രാജ്യത്വശക്തികൾക്ക് അവരുടെതായ രാഷ്ട്രീയ താൽപ്പര്യമുണ്ടായിരുന്നു. ലോകമെങ്ങും ഉയർന്നുവന്ന ജനാധിപത്യഭരണകൂടങ്ങളെ തകർക്കുക എന്നതായിരുന്നു സാമ്രാജ്യത്വത്തിന്റെ അടിസ്ഥാനപരമായ രാഷ്ട്രീയലക്ഷ്യം. ഈ ലക്ഷ്യം സഫലമാക്കാൻവേണ്ടി അവർ അവരുടെ എല്ലാ ശക്തിയും ഉപയോഗിച്ചു. സോവിയറ്റ് യൂണിയന്റെ ഉദയം മുതൽ അമേരിക്കയുടെ നേതൃത്വത്തിൽ സാമ്രാജ്യത്വശക്തികൾ ഈയൊരു ലക്ഷ്യത്തിനുവേണ്ടി പ്രവർത്തിച്ചു. സൈനികശക്തിയും രാഷ്ട്രീയപിൻബലവും അവർ സമർഥമായി ഉപയോഗിച്ചു. ജനാധിപത്യപരമായി തിരഞ്ഞെടുക്കപ്പെട്ട സർക്കാറുകളെ ഏതുവിധേനയും തകർക്കുക എന്നതായിരുന്നു അവരുടെ പ്രഖ്യാപിത ലക്ഷ്യം. അതിനുവേണ്ടി ഓരോ രാജ്യത്തും പിന്തിരിപ്പൻശക്തികളെ അവർ വേണ്ടവിധം ഉപയോഗപ്പെടുത്തി. അത്തരം പ്രതിലോമശക്തികൾ പുറത്തുനിന്നും പ്രവർത്തിക്കുകയുണ്ടായി. ഇരുപതാം നൂറ്റാണ്ടിൽ അത്തരത്തിലുള്ള ഒട്ടേറെ സംഭവങ്ങൾക്ക് ലോകം സാക്ഷിയായി. സോവിയറ്റ് യൂണിയൻ, കിഴക്കൻ യൂറോപ്യൻരാജ്യങ്ങൾ തുടങ്ങിയ സോഷ്യലിസ്റ്റ് രാജ്യങ്ങളും അമേരിക്കയും തമ്മിലുണ്ടായ രാഷ്ട്രീയ ശത്രുതയുടെ അടിസ്ഥാനം ഇതായിരുന്നു. എന്നാൽ അതേഅവസരത്തിൽത്തന്നെ ഈ സോഷ്യലിസ്റ്റ് രാഷ്ട്രങ്ങളിലും ജനാധിപത്യത്തെ നിഷേധിക്കുന്ന പ്രവണതകൾ ഉണ്ടായി എന്നത് നിഷേധിക്കാൻ പറ്റുന്നതല്ല.

സോഷ്യലിസ്റ്റ് രാഷ്ട്രങ്ങൾ കൂടാതെ ആഫ്രിക്ക, ലാറ്റിനമേരിക്ക, തുടങ്ങിയ ഭൂവിഭാഗങ്ങളിലും ജനാധിപത്യത്തിനുവേണ്ടിയുള്ള രക്തച്ചൊരിച്ചിലുകൾ നടന്നു. അമേരിക്ക ലോകപൊലീസിന്റെ യൂണിഫോം അണിഞ്ഞ് ജനാധിപത്യ സർക്കാറുകളെ അട്ടിമറിച്ചു. പൊരുതുന്ന ജനാധിപത്യ പ്രസ്ഥാനങ്ങളെ ചോരയിൽമുക്കിക്കൊന്നു. അനേകായിരം ജനങ്ങളെ ഭൂമുഖത്തുനിന്നും ഇല്ലാതാക്കി. അവരുടെ വിലപ്പെട്ട സ്വത്തുക്കൾ കവർന്നെടുത്തു. വിലമതിക്കാനാവാത്ത പ്രകൃതിവിഭവങ്ങളും മറ്റും കൊള്ളചെയ്തു. സ്വാതന്ത്ര്യസമരപ്രസ്ഥാനങ്ങൾക്കെതിരെ ഹീനമായ നടപടികൾ സ്വീകരിച്ചു. അറേബ്യൻ രാജ്യങ്ങൾക്കെതിരെ ന്യായീകരിക്കാൻ കഴിയാത്ത രീതിയിൽ ആക്രമണങ്ങൾ നടത്തി. രാഷ്ട്രങ്ങളെ ഭിന്നിപ്പിച്ചു. രാഷ്ട്രങ്ങൾതമ്മിൽ നിതാന്തമായ വൈരം സൃഷ്ടിച്ചു. അങ്ങനെ ഇരുപതാം നൂറ്റാണ്ട് ജനാധിപത്യത്തിന്റെ ശ്മശാനലോകമായി മാറി. എന്നാൽ അതേസമയംതന്നെ അമേരിക്കൻസാമ്രാജ്യത്വത്തിന്റെ ഇത്തരത്തിലുള്ള ശ്രമങ്ങൾക്കെതിരെ ലോകതലത്തിൽ ഉജ്ജ്വലമായ പ്രക്ഷോഭങ്ങൾ രൂപം കൊണ്ടു.

അങ്ങനെ ഫ്യൂഡലിസത്തിനും കൊളോണിയലിസത്തിനും സാമ്രാജ്യത്വത്തിനും ഫാസിസത്തിനുമെതിരെ ലോകമാസകലം ജനാധിപത്യത്തിനുവേണ്ടിയുള്ള പ്രക്ഷോഭങ്ങൾ പൊട്ടിപ്പുറപ്പെട്ട കാലഘട്ടമാണ് ഇരു

പതാം നൂറ്റാണ്ട്. ഫാസിസത്തിന്റെ ഭീകരതയ്ക്കെതിരെ സാമ്രാജ്യത്വശക്തികളടക്കം അണിചേർന്ന രാഷ്ട്രീയശക്തി ഇരുപതാം നൂറ്റാണ്ടിൽ രൂപപ്പെട്ടിരുന്നു. ഫാസിസമെന്നത് അങ്ങനെ ജനാധിപത്യത്തിന്റെ നേർവിപരീത പ്രതിഭാസമായി അടയാളപ്പെടുത്തപ്പെട്ടു. എല്ലാത്തരം മാനുഷിക നന്മകളും മൂല്യങ്ങളും നേട്ടങ്ങളും കുഴിച്ചുമൂടപ്പെടുന്ന രാഷ്ട്രീയ കാലാവസ്ഥയാണ് ഫാസിസം. അതൊരു രാഷ്ട്രീയപ്രതിഭാസമാണ്. അതിനെതിരായ പോരാട്ടത്തിലൂടെയാണ് ഇരുപതാം നൂറ്റാണ്ടിൽ ലോകം മുന്നോട്ടുനീങ്ങിയത്. ഫാസിസം ഒരു പ്രവണതയാണ്. ജനാധിപത്യത്തെ സമ്പൂർണമായി കശാപ്പ് ചെയ്യുന്ന ഒരു രാഷ്ട്രീയപ്രതിഭാസമാണത്. ഹിറ്റ്ലറുടെയും മുസോളിനിയുടെയും നേതൃത്വത്തിൽ രൂപംകൊണ്ട് ലോകരാഷ്ട്രങ്ങളെ തകർച്ചയിലേക്ക് നയിച്ച ഫാസിസ്റ്റ് അധിനിവേശം പരാജയപ്പെടുന്നത് സോവിയറ്റ് യൂണിയന്റെ നേതൃത്വത്തിലുള്ള സോഷ്യലിസ്റ്റ് ശക്തികളുടെ മുന്നേറ്റത്തിന്റെ ഫലമായിട്ടാണ്.

അങ്ങനെ ഇരുപതാം നൂറ്റാണ്ട് ജനാധിപത്യത്തിന്റെ പരീക്ഷണയുഗമായിരുന്നു എന്നുപറയാം. ഇരുപത്തൊന്നാം നൂറ്റാണ്ടോടുകൂടി ലോകമെങ്ങും ജനാധിപത്യത്തിനുവേണ്ടിയുള്ള പുത്തൻ ഉണർവുകൾ സൃഷ്ടിക്കപ്പെടുകയായി. അമേരിക്ക, അറേബ്യൻ രാജ്യങ്ങൾ എന്നിവിടങ്ങളിലെല്ലാം മുതലാളിത്ത സാമ്പത്തിക പ്രതിസന്ധിയുടെ ഫലമായി അധിശക്തമായ ജനകീയമുന്നേറ്റങ്ങൾ ഉണ്ടായി എന്നത് വളരെ ശ്രദ്ധേയമായ ഒന്നാണ്. മാർക്സിസം കൂടുതൽ ചർച്ചചെയ്യപ്പെടുകയും മുതലാളിത്ത പ്രതിസന്ധിയെപ്പറ്റി ബുദ്ധിജീവികൾക്കിടയിൽ കൂടുതൽ ചർച്ചകൾ ഉയർന്നുവരികയും ഉണ്ടായി. മുതലാളിത്തത്തിന്റെ പ്രതിസന്ധി നൈസർഗികമാണെന്നും മുതലാളിത്തത്തിന് ശാശ്വതമായി നിലനിൽക്കാൻ കഴിയുകയില്ലെന്നുമുള്ള ചിന്തകൾ ഇന്ന് ശക്തിപ്രാപിച്ചുവരികയാണ്.

ഈയൊരു ചരിത്രഘട്ടത്തിൽ നിന്നുകൊണ്ട് ജനാധിപത്യത്തെപ്പറ്റി ചർച്ചചെയ്യുമ്പോൾ മറ്റുപല വിഷയങ്ങൾകൂടി പരിഗണിക്കേണ്ടതായിവരുന്നു. അതായത് ജനാധിപത്യത്തെ സംബന്ധിച്ചിടത്തോളം അതിനെ സ്ഥൂലമായ ഒരു രാഷ്ട്രീയവ്യവസ്ഥയായി പരിഗണിക്കാൻ കഴിയുകയില്ല. ആന്തരികമായ ഉള്ളറകൾ ജനാധിപത്യത്തിനുണ്ട്. അതായത് കേവലമായ ഒരു രാഷ്ട്രീയവ്യവസ്ഥയല്ല ജനാധിപത്യം. അധികാരം കേന്ദ്രീകരിക്കപ്പെടാതിരിക്കുക എന്നുള്ളത് ജനാധിപത്യത്തിന്റെ അടിസ്ഥാന ആശയമാണ്. കുടുംബത്തിലായാലും മതജീവിതത്തിലായാലും സാമൂഹ്യജീവിതത്തിലായാലും അധികാരങ്ങൾ വികേന്ദ്രീകരിക്കപ്പെടുകയും എല്ലാത്തരം ആധിപത്യങ്ങളും അവസാനിക്കുകയും ചെയ്യുന്ന ഒരു ജീവിതക്രമത്തെയാണ് ജനാധിപത്യം ലക്ഷ്യമാക്കുന്നത്. അതുകൊണ്ടുതന്നെ കഴിഞ്ഞ നൂറ്റൂണ്ടുമുതൽ പുതിയ ജനാധിപത്യപ്രസ്ഥാനങ്ങൾ ഉയർന്നുവന്നു. പുരുഷാധിപത്യത്തിനും വംശീയമേധാവിത്വത്തിനും ദേശീയമർദ

നത്തിനും പുത്തൻ കൊളോണിയൽ അധിനിവേശത്തിനും കമ്പോളസംസ്കാരത്തിനും മൂലധനത്തിന്റെ എല്ലാവിധ ആധിപത്യങ്ങൾക്കുമെതിരായി വ്യത്യസ്തമായ സമരങ്ങൾ ഇക്കാലത്ത് രൂപംകൊള്ളുകയുണ്ടായി. ജനകീയപരമാധികാരം, ജൈവരാഷ്ട്രീയം തുടങ്ങിയ ആശയങ്ങൾ ഇന്ന് ഉയർന്നുവന്നിരിക്കുകയാണ്. ചുരുക്കിപ്പറഞ്ഞാൽ ജനാധിപത്യത്തെപ്പറ്റിയുള്ള സങ്കൽപ്പങ്ങൾ മറ്റെന്നത്തേക്കാൾ കൂടുതൽ ഇന്ന് പ്രസക്തമായി വന്നിരിക്കുന്നു. ജനാധിപത്യം ഒരു നൈതിക സങ്കൽപ്പമായി തിരിച്ചറിയപ്പെടാൻ തുടങ്ങിയിരിക്കുന്നു. മനുഷ്യരാശി നേരിടുന്ന എല്ലാ പ്രശ്നങ്ങളും അടിസ്ഥാനപരമായി ഒരു ജനാധിപത്യപ്രശ്നമായി ചർച്ചചെയ്യപ്പെടാൻ തുടങ്ങിയിരിക്കുന്നു. ജനാധിപത്യത്തെക്കുറിച്ചുള്ള ചർച്ചകളെ അഭിമുഖീകരിക്കാതെ മനുഷ്യരാശിക്ക് ഒരിഞ്ചുപോലും മുന്നോട്ടുപോകുവാൻ കഴിയാത്ത സാഹചര്യം സംജാതമായിരിക്കുകയാണ്.

ഈ സന്ദർഭത്തിൽ വളരെ ഗൗരവപൂർവം ഇത്തരം വിഷയങ്ങളെ അഭിമുഖീകരിക്കുക എന്നുള്ളതാണ് നമ്മുടെ മുമ്പിലുള്ള ഒരേയൊരു പോംവഴി. നാളിതുവരെ മനുഷ്യസമൂഹം പിന്തുടർന്നുപോന്ന കീഴ്വഴക്കങ്ങളെയും സങ്കൽപ്പനങ്ങളെയും രാഷ്ട്രീയ മാതൃകകളെയും പുനർനിർവചിക്കേണ്ടിവരും. ചിലപ്പോൾ പൊളിച്ചെഴുതേണ്ടിവരും. അതായത് ജനാധിപത്യമെന്നത് മുകളിൽനിന്നും അടിച്ചേൽപ്പിക്കുന്നതോ ആരുടെയെങ്കിലും ഔദാര്യമായി ലഭിക്കുന്നതോ ആയ ഒന്നല്ല എന്ന് തിരിച്ചറിയേണ്ടിവരും. ജനങ്ങളുടെ സമ്പൂർണമായ അധികാരം നിലനിർത്തുകയും പ്രയോഗിക്കുകയും ചെയ്യുന്ന ഒരു ജീവവ്യവസ്ഥയായി ജനാധിപത്യത്തെ പുനർനിർവചിക്കേണ്ട അവസ്ഥ നിലവിൽ വന്നിരിക്കുകയാണ്. തിരഞ്ഞെടുക്കപ്പെടുന്ന ഒരു സർക്കാറിന്റെ ഭരണം എന്നതിൽക്കവിഞ്ഞ് ജനകീയ അധികാരം സഫലമാവുന്ന ഒരു സാമൂഹികവ്യവസ്ഥിതി എന്ന് ജനാധിപത്യത്തെ തിരിച്ചറിയേണ്ട ഒരു കാലഘട്ടം സംജാതമായിരിക്കുകയാണ്. രാഷ്ട്രീയമായ ഒരു പുനർവിചിന്തനം തന്നെ ആവശ്യമായി വന്നിരിക്കുകയാണ്. സമൂഹവും ഭരണകൂടവും തമ്മിലുള്ള ബന്ധത്തെ നിർവചിക്കുന്ന ഒരു രാഷ്ട്രീയ വ്യവസ്ഥ മാത്രമല്ല ജനാധിപത്യം. മറിച്ച് സമൂഹവും വ്യക്തിയും തമ്മിൽ വ്യക്തിയും കുടുംബവും തമ്മിൽ നിലനിൽക്കുന്ന ബന്ധത്തിന്റെ നൈതികസങ്കൽപ്പമാണത്. സാമൂഹിക ബന്ധത്തെത്തന്നെ പുനർനിർവചിക്കുന്ന ആശയമാണത്. കുടുംബം, മതം, സമൂഹം എന്നിവയെല്ലാം തന്നെ പ്രശ്നവൽക്കരിക്കപ്പെടുന്ന വിഷയമാണിത്. അതെ, ജനാധിപത്യമെന്നാൽ എല്ലായിടത്തും ജനാധിപത്യം എന്നാണ് അർഥം. സമൂഹത്തിൽ, രാഷ്ട്രീയത്തിൽ, കുടുംബത്തിൽ, ക്ലാസ് മുറിയിൽ, തൊഴിലിടങ്ങളിൽ എല്ലാംതന്നെ. ഭരിക്കുന്നവരും ഭരിക്കപ്പെടുന്നവരും എന്ന ഒരവസ്ഥയില്ലാത്ത ജീവിതവ്യവസ്ഥ. ഇവിടങ്ങളിലെല്ലാം നിയന്ത്രിക്കപ്പെടുന്നവരും നിയന്ത്രിക്കുന്നവരും എന്ന ഒരവസ്ഥ

യില്ലാത്ത വ്യവസ്ഥ. ആരും ആരെയും നിയന്ത്രിക്കുകയോ അച്ചടക്കം അടിച്ചേൽപ്പിക്കുകയോ ആരും ആരുടെയുംമേൽ ആധിപത്യംസ്ഥാപിക്കുകയോ ചെയ്യാത്ത എന്നാൽ ആന്തരികമായി എല്ലാവരും സ്വയമേവ പരമാധികാരം സ്ഥാപിക്കുകയും അത് ഒരിക്കലും അന്യന്റെമേൽ അടിച്ചേൽപ്പിക്കുകയും ചെയ്യാത്ത ഒരു ജീവിതരീതി. അതാണ് ജനാധിപത്യം. അതിനുവേണ്ടിയുള്ള അത്തരമൊരു ജീവിത രീതിയും നീതിസങ്കൽപ്പവും പടുത്തുയർത്താൻവേണ്ടിയുള്ള തീവ്ര അന്വേഷണമാണ് ജനാധിപത്യത്തെക്കുറിച്ചുള്ള ചിന്തയെ ദീപ്തമാക്കുന്നത്.

2

ജനാധിപത്യം-നിർവചനം

ജനാധിപത്യത്തെക്കുറിച്ച് ധാരാളം നിർവചനങ്ങളുണ്ട്. ജനാധിപത്യത്തിന്റെ മൗലികമായ അർഥം 'ജനങ്ങളുടെ ശക്തി' എന്നാണ്. ഡെമോക്രാറ്റിയ (demokratia) എന്ന ഗ്രീക്ക് പദത്തിൽനിന്നാണ് ഡെമോക്രസി എന്ന പദം രൂപപ്പെട്ടത്. ഡെമോസ് (demos)എന്ന പദത്തിന്റെ അർഥം ജനങ്ങളെന്നാണ്. ക്രാറ്റിയ (kratia)എന്ന പദത്തിനർഥം ശക്തിയെന്നാണ്. ജനങ്ങളുടെ ശക്തിയെന്നാണ് ജനാധിപത്യം എന്ന പദത്തിന്റെ അർഥം. അതായത് ജനങ്ങളുടെ അധികാരശക്തി. ജനങ്ങളുടെ അധികാരമാണ് രാഷ്ട്രത്തിന്റ അധികാരം. ജനങ്ങൾക്ക് എല്ലാ അധികാരവും ഉള്ള ഒരു സാമൂഹ്യാവസ്ഥ. പ്രാചീനഗ്രീസിലാണ് ഇത്തരത്തിൽ ജനാധിപത്യത്തെക്കുറിച്ചുള്ള ഒരാശയം ശക്തിപ്പെട്ടത്.

ജനാധിപത്യത്തെക്കുറിച്ച് പലരീതിയിലുള്ള നിർവചനങ്ങളുമുണ്ടായിട്ടുണ്ട്. "സമൂഹത്തിലെ എല്ലാവർക്കും പങ്കാളിത്തമുള്ള ഒരു ഭരണമാണ് ജനാധിപത്യം" എന്നാണ് പ്രൊഫസർ സീലി ജനാധിപത്യത്തെ നിർവചിച്ചിട്ടുള്ളത്.

"ജനങ്ങൾക്കുവേണ്ടി ജനങ്ങളാൽ നടത്തപ്പെടുന്ന ജനങ്ങളുടെ ഭരണമാണ് ജനാധിപത്യം" എന്നാണ് എബ്രഹാം ലിങ്കൺ ജനാധിപത്യത്തെ നിർവചിച്ചിട്ടുള്ളത്.

എബ്രഹാംലിങ്കൺ നടത്തിയ നിർവചനം ജനാധിപത്യത്തെ അതിന്റെ പൂർണമായ അർഥത്തിൽ മനസിലാക്കാൻ സഹായകമാണ്. ജനാധിപത്യത്തെ ഒരു ജീവിതരീതി എന്നനിലയിൽ ലിങ്കൺ നിർവചിക്കുന്നില്ലെങ്കിൽക്കൂടി രാഷ്ട്രീയമായി വളരെ പ്രാധാന്യമുള്ള ഒരാശയമാണ് അദ്ദേഹം ആവിഷ്കരിക്കുന്നത്. ആധുനിക പാർലമെന്ററി ജനാധിപത്യം നിലനിൽക്കുന്നത് പ്രാതിനിധ്യ സമ്പ്രദായത്തിലാണ്. പ്രാതിനിധ്യജനാ

എബ്രഹാം ലിങ്കൺ

ധിപത്യമനുസരിച്ച് ജനങ്ങളുടെ പ്രതിനിധിയാണ് ഭരണം നടത്തുന്നത്. ജനങ്ങളുടെ ഇച്ഛയും താൽപ്പര്യങ്ങളും പ്രതിനിധികൾ സത്യസന്ധതയോടെയും ശരിയായും പ്രതിഫലിപ്പിക്കും എന്ന വിശ്വസമാണ് പ്രാതിനിധ്യ ജനാധിപത്യത്തിന്റെ അടിസ്ഥാനം. എന്നാൽ പലപ്പോഴും ജനപ്രതിനിധികൾ ജനങ്ങളുടെ താൽപ്പര്യങ്ങളെ വിസ്മരിക്കുകയും അവർ സ്വന്തം താൽപ്പര്യങ്ങൾക്കും മറ്റും പ്രാധാന്യം കൊടുക്കുകയും ചെയ്യുന്നു. നിക്ഷിപ്ത താൽപ്പര്യക്കാരായ ആളുകൾ ജനപ്രതിനിധികളെ തങ്ങളുടെ വരുതിയിൽ കൊണ്ടുവരാൻ ശ്രമിക്കുകയും അതിൽ അവർ വിജയംവരിക്കുകയും ചെയ്യുന്നത് നാം കാണുന്നു. ജനാധിപത്യവ്യവസ്ഥയിൽ സമ്പന്നവർഗവും മറ്റും ഇങ്ങനെ ജനപ്രതിനിധികളെ വിലയ്ക്കെടുക്കാൻ ശ്രമിക്കുന്നത് ജനാധിപത്യത്തെ സംബന്ധിച്ചിടത്തോളം വളരെ അപകടകരമായ ഒരവസ്ഥയാണ്. ഇതിന്റെ ഭാഗമായി അഴിമതി, സ്വജനപക്ഷപാതം തുടങ്ങിയ പ്രവണതകൾ ശക്തിപ്പെടുകയും അത് ജനാധിപത്യ ശരീരത്തെ അപകടപ്പെടുത്തുകയും ജനങ്ങൾക്ക് ജനാധിപത്യത്തിൽ വിശ്വാസം നഷ്ടപ്പെടാൻ ഇടയാക്കുകയും ചെയ്യുന്നു. ഈ അവസരം ഉപയോഗപ്പെടുത്തി ഏകാധിപത്യശക്തികൾ രാഷ്ട്രീയത്തിൽ സ്വാധീനമുറപ്പിക്കാൻ ശ്രമിക്കുന്നു. ഇങ്ങനെ ജനാധിപത്യത്തെക്കാൾ മികച്ചത് ഏകാധിപത്യഭരണമാണ് എന്ന തെറ്റായ ധാരണപരക്കുന്നു. ഇത്തരത്തിൽ തെറ്റായ ധാരണയുടെ അടിസ്ഥാനത്തിലുള്ള പൊതുസമ്മതി നേടിയെടുത്തുകൊണ്ടാണ് സ്വേച്ഛാധിപത്യശക്തികളും ഫാസിസ്റ്റുകളും അധികാരത്തിൽ വരുന്നത്. ഇവിടെയാണ് "ജനങ്ങളാൽ നടത്തപ്പെടുന്ന ജനങ്ങളുടെ ഭരണ"മാണ് ജനാധിപത്യം എന്ന ലിങ്കന്റെ നിർവചനത്തിന്റെ പ്രസക്തി. അദ്ദേഹത്തിന്റെ നിർവചനത്തിലെ ആദ്യഭാഗത്ത് 'ജനങ്ങൾക്കുവേണ്ടി' എന്നാണ് പറയുന്നത്. എന്നാൽ അത് ജനങ്ങളാൽ നടത്തപ്പെടുന്ന ജനങ്ങളുടെ ഭരണമാണ്. പ്രാതിനിധ്യ ജനാധിപത്യത്തിൽ അധിഷ്ഠിതമായ പാർലമെന്ററി ജനാധിപത്യം ജനങ്ങൾക്കുവേണ്ടി ഭരിക്കുന്ന വ്യവസ്ഥയാണ്. അത് ജനങ്ങളാൽ നടത്തപ്പെടുന്ന ജനങ്ങളുടെ ഭരണമാകുമ്പോൾ മാത്രമേ യഥാർഥ ജനാധിപത്യം ആകുന്നുള്ളൂ.

ജൂവാഴ്സ് എന്ന പണ്ഡിതൻ ജനാധിപത്യത്തെ നിർവചിക്കുന്നത് ഇങ്ങനെയാണ്; "കന്നുകാലികൾക്കുവേണ്ടി കന്നുകാലികളാൽ നടത്തപ്പെടുന്ന കന്നുകാലികളുടെ ഭരണമാണ് ജനാധിപത്യം." ജനാധിപത്യത്തിന്റെ പരിമിതികളെ ഹാസ്യാത്മകമായി വിമർശിക്കുകയായിരുന്നു അദ്ദേഹം.

ജനാധിപത്യത്തെക്കുറിച്ചുള്ള ഇത്തരം നിർവചനങ്ങളിലെല്ലാം ജനങ്ങളുടെ പരമാധികാരത്തിന് വളരെയധികം പ്രാധാന്യംകൊടുക്കുന്നു. ജനങ്ങളാണ് രാഷ്ട്രം എന്ന സങ്കൽപ്പമാണിത്. ജനങ്ങൾക്ക് സമ്പൂർണമായ അധികാരം ഉണ്ടാവുമ്പോൾമാത്രമേ രാഷ്ട്രത്തിന്റെ അടിത്തറ ഭദ്രമാകുകയുള്ളൂ. ജനാധിപത്യവ്യവസ്ഥയിൽ പ്രധാനപ്പെട്ട പൊതുതീരുമാനങ്ങളെല്ലാം എടുക്കുന്നത് പൗരന്മാരാണ്. തുല്യമായ രാഷ്ട്രീയ അവകാശങ്ങളുള്ള വിപുലമായ പൗരസമൂഹ സഞ്ചയത്താൽ ഔപചാരികമായി പ്രകാശിപ്പിക്കപ്പെടുന്ന പൊതു തീരുമാനത്തിന്റെ അടിസ്ഥാനത്തിൽ പ്രത്യക്ഷമായോ പരോക്ഷമായോ നിലകൊള്ളുന്ന വ്യവസ്ഥയാണിത്. ഈ വ്യവസ്ഥയിൽ നിയമവാഴ്ചയ്ക്ക് വളരെയധികം പ്രാധാന്യമുണ്ട്. അതുപോലെതന്നെ ജനാധിപത്യവ്യവസ്ഥയുടെ അടിത്തറ എന്നുപറയുന്നത് ഭരണഘടനയും നിയമവാഴ്ചയുമാണ്. എഴുതപ്പെട്ടതോ എഴുതപ്പെടാത്തതോ ആയ ഭരണഘടനയുടെ അടിത്തറയിലാണ് ആധുനിക ജനാധിപത്യസമ്പ്രദായം നിലനിൽക്കുന്നത്.

പ്ലേറ്റോ

അതുപോലെതന്നെ പൗരസമൂഹത്തിന് ജനാധിപത്യവ്യവസ്ഥയിൽ വളരെയധികം പ്രാധാന്യമുണ്ട്. ആധുനിക പൗരസമൂഹത്തിന്റെ പൊതുതാൽപ്പര്യം നിലനിർത്തിയാണ് ജനാധിപത്യസമൂഹത്തിൽ സർക്കാരിന്റെ നയങ്ങൾ രൂപീകരിക്കുന്നത്. പ്രസിദ്ധ ഗ്രീക്ക് ചിന്തകനായ പ്ലേറ്റോ തന്റെ *ദ റിപ്പബ്ലിക്* എന്ന കൃതിയിൽ ഏഥൻസിലെ ജനാധിപത്യത്തെ നിശിതമായി വിമർശിച്ചു. അദ്ദേഹത്തിന്റെ അഭിപ്രായത്തിൽ, അഭിപ്രായമല്ല അറിവായിരിക്കണം രാഷ്ട്രമാകുന്ന കപ്പലിനെ നിയന്ത്രിക്കേണ്ടത്. പൊതുതാൽപ്പര്യം അല്ലെങ്കിൽ പൊതു അഭിപ്രായം പലപ്പോഴും പ്രകാശിപ്പിക്കപ്പെടുന്നത് പ്രത്യക്ഷമായോ പരോക്ഷമായോ ആയി

രിക്കും. വോട്ടെടുപ്പിലൂടെ ആണ് പലപ്പോഴും ഔപചാരികമായി പൊതു അഭിപ്രായം പ്രകാശിപ്പിക്കപ്പെടുന്നത്.

പ്രത്യക്ഷജനാധിപത്യവും പ്രാതിനിധ്യജനാധിപത്യവും

രണ്ടുപ്രധാനപ്പെട്ട ജനാധിപത്യരീതികളാണ് പ്രത്യക്ഷജനാധിപത്യവും പ്രാതിനിധ്യജനാധിപത്യവും. പരോക്ഷജനാധിപത്യം എന്നപേരിലറിയപ്പെടുന്നത് പ്രാതിനിധ്യജനാധിപത്യംതന്നെയാണ്. പ്രാചീനഗ്രീസാണ് ജനാധിപത്യത്തിന്റെ കളിത്തൊട്ടിലായി അറിയപ്പെടുന്നത്. പ്രാചീനഗ്രീക്കുകാർ ധാരാളം ഭരണസമ്പ്രദായങ്ങൾ പരീക്ഷിക്കുകയുണ്ടായി. മറ്റു ഭരണസമ്പ്രദായങ്ങളെക്കാൾ അതായത് രാജവാഴ്ച, സ്വേഛാധിപത്യം, പ്രഭുവാഴ്ച എന്നിവയെക്കാൾ മികച്ചത് ജനാധിപത്യഭരണമാണെന്ന് ഗ്രീക്കുകാർ മനസിലാക്കി. പ്രാചീന ഗ്രീസിലെ നഗരരാഷ്ട്രങ്ങളിൽ ഈ സമ്പ്രദായം അവർ നടപ്പാക്കി. അരിസ്റ്റോട്ടിലിന്റെ അഭിപ്രായത്തിൽ മിതത്വം നിലനിർത്തുന്ന ജനാധിപത്യമാണ് ഏറ്റവും ശ്രേഷ്ഠമായ ജനാധിപത്യം.

പ്രത്യക്ഷജനാധിപത്യം എന്നത് പൗരന്മാർ നേരിട്ട് പങ്കെടുക്കുന്ന അഥവാ പങ്കാളിത്തം വഹിക്കുന്ന ഭരണമാണ്. എല്ലാ പൗരന്മാരും ഒന്നിച്ചിരുന്നുകൊണ്ട് തങ്ങളുടെ രാജ്യത്തിനുവേണ്ടുന്ന നിയമങ്ങൾ നിർമിക്കുക, നടപ്പിലാക്കുക, ശിക്ഷകൾ നടപ്പാക്കുക എന്നിവയെല്ലം ഗ്രീസിൽ പതിവായിരുന്നു. ഇതിനെയാണ് പ്രത്യക്ഷജനാധിപത്യം എന്നുപറയുന്നത്. പ്രാചീന ഗ്രീസിലെ ഭരണാധികാരിയായിരുന്ന പെരിക്ലിസ് ആണ് പ്രത്യക്ഷജനാധിപത്യം നടപ്പിലാക്കിയത്. അദ്ദേഹത്തിന്റെ കാലത്ത് ഗ്രീക്ക് നഗരരാഷ്ട്രമായ ഏഥൻസിൽ പ്രത്യക്ഷജനാധിപത്യം നിലനിന്നിരുന്നു. ഫ്രഞ്ച് വിപ്ലവത്തിന്റെ ആചാര്യനായിരുന്ന റൂസ്സോ പ്രത്യക്ഷജനാധിപത്യത്തെ അംഗീകരിച്ചിരുന്നു. പ്രത്യക്ഷജനാധിപത്യത്തിന്റെ അടിസ്ഥാന തത്വങ്ങൾ താഴെപ്പറയുന്നവയാണ്.

1. ചെറിയ രാഷ്ട്രം
2. എണ്ണത്തിൽ കുറവായ പൗരന്മാർ
3. പൗരന്മാർക്ക് സമ്മേളിക്കാനുള്ള സൗകര്യം
4. ലളിതമായ ജീവിതരീതി
5. സാമ്പത്തികവും സാമൂഹികവുമായ സമത്വം
6. പരസ്പരവിശ്വാസവും സഹകരണവും

പ്രത്യക്ഷജനാധിപത്യവ്യവസ്ഥയിൽ പ്രാതിനിധ്യസമ്പ്രദായമില്ല. ജനങ്ങൾ നേരിട്ട് അധികാരം നിയന്ത്രിക്കുന്ന രീതിയാണിത്. പൊതു താൽപ്പര്യം സംരക്ഷിക്കുക എന്നതാണ് പ്രത്യക്ഷജനാധിപത്യത്തിന്റെ അടിസ്ഥാനം. ആധുനിക സമൂഹത്തിൽ ഈ രീതി പ്രായോഗികമല്ല. കാരണം പ്രധാനമായും ജനസംഖ്യാവർധനവ് തന്നെ. കോടിക്കണക്കിന് വരുന്ന ജനങ്ങൾക്ക് നേരിട്ട് സമ്മേളിച്ചുകൊണ്ട് ഭരണം നടത്തുക എന്നത് തികച്ചും അപ്രായോഗികമാണ്. അതുകൊണ്ടാണ് ആധുനിക സമൂഹം

പ്രാതിനിധ്യജനാധിപത്യസമ്പ്രദായത്തെ ആശ്രയിക്കുന്നത്. എന്നാൽ പ്രാചീന ഗ്രീസിൽ ജനസംഖ്യ വളരെ കുറവായിരുന്നതുകൊണ്ട് അവിടെ പ്രത്യക്ഷജനാധിപത്യം പ്രായോഗികമായിരുന്നു. പ്രത്യക്ഷ ജനാധിപത്യ വ്യവസ്ഥയിൽ ജനങ്ങളുടെ ഉത്തരവാദിത്വങ്ങൾ താഴെപ്പറയുന്നവയാണ്.

1. നിയമനിർമാണം
2. ഭരണഘടനാ ഭേദഗതി
3. നിയമങ്ങൾ പാസാക്കുക
4. ചർച്ചകളിലൂടെ പൊതുവായ നയം രൂപീകരിക്കുക.

ആധുനിക സമൂഹത്തിൽ ഏറെ പ്രചാരമുള്ള ജനാധിപത്യഭരണമാണ് പരോക്ഷജനാധിപത്യം അഥവാ പ്രാതിനിധ്യജനാധിപത്യം. ജനസംഖ്യ വളരെയേറെ വർധിക്കുകയും അതിനനുസരിച്ച് ജനങ്ങളുടെ ആവശ്യങ്ങൾ പെരുകുകയും ചെയ്യുന്ന ആധുനികസമൂഹങ്ങളിൽ പ്രത്യക്ഷ ജനാധിപത്യം ഒരിക്കലും തന്നെ പ്രായോഗികമല്ല. അതുകൊണ്ട് ആധുനിക ജനാധിപത്യരാഷ്ട്രങ്ങളിലെല്ലാംതന്നെ ഏറ്റവും പ്രായോഗികമായ രീതി എന്നനിലയിൽ പ്രാതിനിധ്യജനാധിപത്യസമ്പ്രദായം തെരഞ്ഞെടുത്തിരിക്കുകയാണ്. പ്രാതിനിധ്യജനാധിപത്യസമ്പ്രദായത്തിൽ ജനങ്ങൾ നേരിട്ട് ഭരണനിർവഹണത്തിൽ പങ്കെടുക്കുന്നില്ല. മറിച്ച് അവർ തങ്ങളുടെ പ്രതിനിധികളെ വോട്ടെടുപ്പിലൂടെയോ മറ്റുമാർഗങ്ങൾ മുഖേനയോ തിരഞ്ഞെടുക്കുന്നു. അങ്ങനെ തിരഞ്ഞെടുക്കപ്പെട്ട പ്രതിനിധികൾ ജനങ്ങളുടെ പൊതുതാൽപ്പര്യം മുൻനിർത്തി ഭരണനിർവഹണം നടത്തുന്നു. പ്രതിനിധികൾ ജനങ്ങളുടെ ഇച്ഛയും താൽപ്പര്യങ്ങളും സംരക്ഷിക്കും എന്ന വിശ്വാസമാണ് പ്രാതിനിധ്യജനാധിപത്യത്തിന്റെ അടിത്തറ. പൗരസമൂഹത്തിന്റെ താൽപ്പര്യങ്ങളെ ആത്മാർഥമായി പരിരക്ഷിക്കുന്ന പ്രതിനിധികളായിരിക്കണം തെരഞ്ഞെടുക്കപ്പെടേണ്ടത്. പ്രത്യക്ഷജനാധിപത്യത്തിന്റെയും പരോക്ഷജനാധിപത്യത്തിന്റെയും അടിസ്ഥാന സങ്കൽപ്പം ജനങ്ങളാണ് പരമാധികാരികൾ എന്നതാണ്. ജനകീയ പരമാധികാര സിദ്ധാന്തമനുസരിച്ച് ജനപ്രതിനിധികൾ ജനങ്ങളുടെ താൽപ്പര്യത്തിന് പരമപ്രാധാന്യം നൽകണം. പ്രതിനിധികൾ മധ്യവർത്തികൾ മാത്രമാണ്.

ആധുനിക പ്രാതിനിധ്യജനാധിപത്യ സമ്പ്രദായം ഉടലെടുത്തത് ഇംഗ്ലണ്ടിലാണ്. അതിൽപ്പിന്നീട് പാർലമെന്ററി സ്ഥാപനങ്ങൾ നിലവിൽവരികയും അങ്ങനെ 1830 ൽ ബെൽജിയത്തിൽ ഈ വ്യവസ്ഥ ഔപചാരികമായി അംഗീകരിക്കപ്പെടുകയും ചെയ്തു.

ജനാധിപത്യ വ്യവസ്ഥയ്ക്കു മുമ്പ് രാജവാഴ്ചയായിരുന്നു ലോകത്ത് നിലവിലിരുന്നത്. ഇന്ത്യയിൽ സ്വാതന്ത്ര്യലബ്ധിവരെ രാജവാഴ്ച നിലനിന്നിരുന്നു. രാജവാഴ്ചയിൻ കീഴിൽ രാജാവ് എന്ന ഏകാധിപതിയാണ് ഭരണം നടത്തുന്നത്. രാജാവിന് ദൈവദത്താധികാരം (Divine Right)ഉണ്ടെന്നാണ് വിശ്വാസം. കോടതിയും ഭരണനിർവഹണ സമിതികളും രാജവാഴ്ചയിൻകീഴിൽ നാമമാത്രമായ അധികാരം നിലനിർത്തുന്നു. മാത്രമല്ല രാജാവിന് കീഴ്പെട്ടുകൊണ്ടാണ് ഇതെല്ലാം പ്രവർത്തിക്കുന്നത്.

രാജാവ് തന്നെയാണ് സുപ്രീം കോടതിയും പട്ടാളമേധാവിയും ഭരണ നിർവഹണാധികാരിയും എല്ലാം. രാജവാഴ്ചയിൻ കീഴിൽ രാജാവ് പറയുന്നതാണ് നിയമം. എന്നാൽ ജനാധിപത്യത്തിൽ നിയമവാഴ്ചയാണ് രാജാവ്.

പ്രാചീന ഇന്ത്യയിൽ നിലനിന്ന രാജവാഴ്ചയെ നിയന്ത്രിച്ചിരുന്നത് അന്നത്തെ വർണാശ്രമ ധർമങ്ങളായിരുന്നു. രാജാവ് ദൈവത്തിന്റെ പ്രതിനിധിയായി ആരാധിക്കപ്പെട്ടിരുന്നു. മതവിശ്വാസമനുസരിച്ചാണ് രാജവ്യവസ്ഥയിൽ നിയമങ്ങൾ രൂപീകരിക്കപ്പെടുന്നത്. അതനുസരിച്ച് സമൂഹത്തിലെ സമ്പന്നരുടെ താൽപ്പര്യങ്ങളാണ് കൂടുതലായും പരിരക്ഷിക്കപ്പെടുന്നത്. താഴ്ന്ന ജാതിയിൽപ്പെട്ട ജനവിഭാഗങ്ങളുടെ താൽപ്പര്യങ്ങൾ ബലികൊടുക്കപ്പെടുകയായിരുന്നു രാജവാഴ്ചയിൻ കീഴിൽ.

മധ്യകാലഘട്ടത്തിൽ യൂറോപ്പിൽ കത്തോലിക്കാ മതത്തിനും ഇന്ത്യയിൽ ഫ്യൂഡലിസത്തിനും പ്രാധാന്യം കൈവന്നു. അങ്ങനെ രാജാവ് ഔപചാരികമായി ഭരണം നടത്തുക എന്ന നില കൈവന്നു. രാജവാഴ്ചയ്ക്കെതിരായ പോരാട്ടങ്ങൾ ശക്തിപ്പെടാൻ തുടങ്ങിയത് ആധുനിക കാലഘട്ടത്തിലാണ്. അതോടെ ജനകീയപരമാധികാരം എന്ന ആശയത്തിന് മുൻഗണന കൈവന്നു.

സാർവത്രികമായ വോട്ടവകാശം അഥവാ സമ്മതിദാനാവകാശം ജനാധിപത്യവ്യവസ്ഥയുടെ സവിശേഷതയാണ്. അതായത് പൗരത്വം ഒരു സമൂഹം ജനാധിപത്യത്തിൽ പങ്കാളിത്തം വഹിക്കുന്നത് അതിന് സമ്മതിദാനാവകാശം ലഭിക്കുന്നതിലൂടെയാണ്. സമ്മതിദാനാവകാശം ഉപയോഗപ്പെടുത്തിയാണ് ജനങ്ങൾ തങ്ങളുടെ പൗരന്മാരെ തിരഞ്ഞെടുക്കുന്നത്. ജാതി, മതം, വർണം, സ്ത്രീപുരുഷ വ്യത്യാസം എന്നിവകൂടാതെ എല്ലാ പൗരന്മാർക്കും പ്രായപൂർത്തിയുടെ അടിസ്ഥാനത്തിൽ വോട്ടവകാശം ലഭിക്കുക എന്നത് ജനാധിപത്യത്തെ സംബന്ധിച്ചിടത്തോളം ഒഴിച്ചുകൂടാനാവാത്ത ഒന്നാണ്. പ്രായപൂർത്തിയുടെ അടിസ്ഥാനത്തിലുള്ള വോട്ടവകാശം ജനങ്ങൾക്ക് ആത്മബോധം നൽകുന്നു. അവർ രാഷ്ട്രത്തിന്റെ ഭാഗമാണെന്നും അഥവാ അവരാണ് രാഷ്ട്രത്തിന്റെ അടിത്തറ എന്നും ഉള്ള ബോധം ജനങ്ങൾക്ക് ആത്മവിശ്വാസം നൽകുന്നു. സാമൂഹികജീവി എന്ന നിലയിൽനിന്നും രാഷ്ട്രശരീരത്തിന്റെ അവിഭാജ്യഭാഗമെന്ന നിലയിലേക്കുള്ള മനുഷ്യന്റെ വളർച്ചയെയാണ് ഇത് അടയാളപ്പെടുത്തുന്നത്.

ജനാധിപത്യത്തിന്റെ മറ്റൊരു പ്രധാനസവിശേഷത അനുരഞ്ജനവും യോജിപ്പുമാണ്. പ്രശ്നങ്ങളെ സമചിത്തതയോടെ കാണാനും പൊതുതാൽപ്പര്യത്തിനനുസൃതമായി അത് പരിഹരിക്കാനും സാധിക്കുക എന്നതാണ് ജനാധിപത്യത്തിന്റെ ഏറ്റവും മഹത്തായ മേന്മകളിലൊന്ന്. ജനങ്ങൾക്ക് ഭരണനിർവഹണത്തിൽ ഉത്തരവാദിത്വം ലഭിക്കുന്നതോടുകൂടി അനുരഞ്ജനമനോഭാവം ശക്തിപ്പെടുന്നു. ഏതുവിഷയങ്ങളെയും അതിന്റെ ഗൗരവത്തോടെ കാണാനും പൊതുതാൽപ്പര്യത്തിനനുസൃത

മായി നടപ്പിലാക്കാനും കഴിയുക എന്നത് ജനാധിപത്യസംസ്കാരത്തിന്റെ ഭാഗമാണ്. വിവിധ സമൂഹങ്ങളും മതങ്ങളും ജാതികളും രാഷ്ട്രീയപ്പാർട്ടികളും നിലനിൽക്കുന്ന ജനാധിപത്യഭരണത്തിൻകീഴിൽ പൊതുതാൽപ്പര്യങ്ങൾ അനുരഞ്ജനത്തോടെ സംരക്ഷിക്കുക എന്നത് വളരെ പ്രധാനപ്പെട്ട ഒന്നാണ്. വിഭാഗീയതയും തീവ്രവാദവും ഭീകരവാദവും ജനാധിപത്യത്തിന് അങ്ങേയറ്റം ഹാനിവരുത്തുന്നു. ജനങ്ങളിൽ രാജ്യസ്നേഹവും ദേശീയബോധവും പൊതുതാൽപ്പര്യവും വളർത്തുക എന്നതാണ് ജനാധിപത്യത്തിന്റെ അന്തഃസത്ത എന്നത്. ജനങ്ങളുടെ താൽപ്പര്യത്തിനുവേണ്ടി ഭരണം നടത്തുക എന്ന തത്വം ജനങ്ങളിൽ ആത്മബോധം വളർത്തുന്നു. സർക്കാർ ജനതാൽപ്പര്യങ്ങൾക്ക് വിരുദ്ധമായി പ്രവർത്തിക്കുമ്പോൾ അത്തരം സർക്കാരുകളെ പുറത്താക്കാൻ ജനങ്ങൾക്ക് അധികാരമുണ്ട് എന്നതാണ് ജനാധിപത്യത്തിന്റെ അടിസ്ഥാനസങ്കൽപ്പങ്ങളിൽ ഒന്ന്. അതനുസരിച്ചാണ് ഫ്രഞ്ച് വിപ്ലവകാലത്ത് ജനങ്ങൾ രാജവാഴ്ചയ്ക്കെതിരെ അണിനിരന്നത്. ജനങ്ങളെ സ്നേഹിക്കുന്ന ഒരു രാഷ്ട്രത്തെമാത്രമേ ജനങ്ങൾ സ്നേഹിക്കുകയുള്ളൂ.

ജനകീയമായ ഇച്ഛയും ജനകീയപരമാധികാരവും ജനാധിപത്യത്തിന്റെ രണ്ടുപ്രധാന സ്തംഭങ്ങളാണ്. ബലപ്രയോഗത്തിലൂടെയല്ല മറിച്ച് പൊതുതാൽപ്പര്യത്തിനനുസരിച്ചായിരിക്കണം ഭരണം നടത്തേണ്ടുന്നത് എന്ന ആശയം ജനാധിപത്യത്തിന്റെ വിജയത്തിന് ഒഴിച്ചുകൂടാനാവാത്ത ഒന്നാണ്. ജനാധിപത്യപരമായ ചർച്ചകൾ, കൂടിയാലോചനകൾ എന്നിവയിലൂടെ എല്ലാ പ്രശ്നങ്ങളെയും പൊതുതാൽപ്പര്യത്തിന് ഹിതമായ രീതിയിൽ കൈകാര്യം ചെയ്യുക എന്നതാണിത്. ജനങ്ങളുടെമേൽ അധികാരം സ്ഥാപിക്കാനോ ബലപ്രയോഗം നടത്താനോ സർക്കാരിന് അവകാശമില്ല. കാര്യങ്ങളെത്രമാത്രം ശരിയായിരുന്നാലും അത് നടപ്പാക്കണമെങ്കിൽ ജനങ്ങളുടെ പങ്കാളിത്തവും അവരുടെ സമ്മതിയും ആവശ്യമാണ്. അതിന് പലപ്പോഴും കൂടുതൽ ഉൽബോധനങ്ങളും പഠനങ്ങളും പ്രചാരണങ്ങളും കൂടിയാലോചനകളും വേണ്ടിവരും. ജനങ്ങളുടെമേൽ ഒന്നും തന്നെ അടിച്ചേൽപ്പിക്കാതിരിക്കുക, ജനങ്ങളിൽനിന്നും ഒന്നും മറച്ചുവെക്കാതിരിക്കുക, ഇതുരണ്ടും വളരെ പ്രധാനങ്ങളാണ്. സുതാര്യതയാണ് ജനാധിപത്യത്തിന്റെ മാർഗം. മറവില്ലാത്ത, ഒളിച്ചുകളിയില്ലാത്ത സുഗമമായ അഥവാ തുറന്ന ലോകമാണ് ജനാധിപത്യത്തിന്റേത്. ഈ സുതാര്യത അപകടപ്പെടുമ്പോൾ ഭരണാധികാരികളും ജനങ്ങളും തമ്മിലുള്ള അകലം വർധിക്കുന്നു. അരാജകത്വത്തിനും സാമൂഹ്യസംഘർഷങ്ങൾക്കും കലാപങ്ങൾക്കും ഇത് വഴിവെക്കുന്നു.

ജനാധിപത്യത്തെ സംബന്ധിച്ചിടത്തോളം ഏറ്റവും മഹത്തായ മറ്റൊരു മുന്നുപാധി സാമൂഹിക സമത്വത്തിന്റേതാണ്. എല്ലാ മനുഷ്യരും സമന്മാരാണ് എന്നതാണ് ആധുനിക ജനാധിപത്യത്തിന്റെ അടിസ്ഥാന ആശയം. ജാതി, വർഗം, വർണം, സ്ത്രീ-പുരുഷവ്യത്യാസം എന്നിവയൊന്നുമില്ലാതെ എല്ലാ പൗരന്മാർക്കും സമന്മാരായി സമഭാവനയോടെ

ഡോ. അംബേദ്കർ

ജീവിക്കാനുള്ള സാഹചര്യം സൃഷ്ടിക്കുക എന്നതാണ് ജനാധിപത്യത്തിന്റെ അന്തഃസത്ത. സാമൂഹിക സമത്വമില്ലെങ്കിൽ ജനാധിപത്യം എന്നത് കേവലമായ പുറംപൂച്ച് മാത്രമാവും. നൂറ്റാണ്ടുകളായി അടിച്ചമർത്തപ്പെട്ട ജനങ്ങൾക്ക് സാമൂഹിക സുരക്ഷയും സാമ്പത്തിക സാമൂഹിക സമത്വവും പ്രദാനം ചെയ്യുക എന്നത് ജനാധിപത്യത്തിന്റെ സുഗമമായ വളർച്ചയ്ക്ക് അത്യന്താപേക്ഷിതമാണ്. ഇന്ത്യയുടെ ഭരണഘടനാ ശിൽപ്പിയായ ഡോ. ബാബാസാഹേബ് അംബേദ്കർ ഇങ്ങനെ പറയുന്നു:

1950 ജനുവരി 26 ന് ഇന്ത്യ ഒരു ജനാധിപത്യ രാഷ്ട്രമാകുമെന്നതിന്റെ അർഥം അന്നുമുതൽ ജനങ്ങളുടെ, ജനങ്ങൾ നിർമിച്ച, ജനങ്ങൾക്കുവേണ്ടിയുള്ള, സർക്കാർ പ്രാപ്തമാവും എന്നാണ്. ഈ ജനാധിപത്യ സംവിധാനത്തിന്റെ അവസ്ഥ എന്താകുമെന്ന ചിന്തയും എന്റെ മനസിലുണ്ട്. ഈ രാഷ്ട്രം അത് കാത്തുരക്ഷിക്കുമോ നഷ്ടപ്പെടുത്തുമോ? ആദ്യത്തെ പ്രശ്നമെന്നപോലെ ഇതും എന്നെ ചിന്താധീനനാക്കുന്നുണ്ട്.

ഇന്ത്യയ്ക്ക് ജനാധിപത്യമെന്നാൽ എന്താണെന്ന് അറിവില്ല എന്നൊന്നുമില്ല. ഇന്ത്യ ഗണരാജ്യങ്ങളുടെ റിപ്പബ്ലിക്കുകളാൽ നിറഞ്ഞിരുന്ന ഒരു കാലമുണ്ടായിരുന്നു. രാജാക്കന്മാർ ഉണ്ടായിരുന്നത് ഒന്നുകിൽ തിരഞ്ഞെടുക്കപ്പെട്ടവരോ അല്ലെങ്കിൽ അധികാരത്തിൽ പരിധികൾ ഉള്ളവരോ ആയിരുന്നു. ആ സമ്പ്രദായം ഒരിക്കലും നിബന്ധനകൾ ഇല്ലാത്തതായിരുന്നില്ല. ഇന്ത്യയ്ക്ക് നിയമസഭയും നിയമസഭാസമ്പ്രദായങ്ങളും അറിവില്ലായിരുന്നെന്നില്ല. ബുദ്ധസംഘടനകളുടെ പഠനത്തിൽനിന്നും വ്യക്തമാവുന്നത് അക്കാലത്ത് നിയമസഭകൾ ഉണ്ടായിരുന്നു എന്നാണ്. മാത്രമല്ല, സംഘങ്ങൾ മറ്റൊന്നുമല്ല, നിയമസഭകളായിരുന്നു. ആധുനികകാലത്ത് പരിചയപ്പെട്ട നിയമസഭാസമ്പ്രദായങ്ങളുടെ എല്ലാ നിയമങ്ങളും സംഘങ്ങൾക്ക് അറിയാമായിരുന്നുവെന്നും അവരത് കാത്തുരക്ഷിക്കുമായിരുന്നെന്നുമാണ്. ഇരിപ്പട വ്യവസ്ഥ, പ്രസ്താവങ്ങൾ അവതരിപ്പിക്കേണ്ട

നിയമം, പ്രമേയങ്ങൾ, കാര്യങ്ങളുടെ നടത്തിപ്പിന് ആവശ്യമായ കുറഞ്ഞ സംഖ്യ, പാർട്ടിയുടെ പ്രതോദൻ (whip), കൽപ്പന പുറപ്പെടുവിക്കൽ, വോട്ടെണ്ണൽ, ബാലറ്റുവഴി വോട്ടുചെയ്യുന്നത്, കുറുക്കുവഴി സൂചന(cut motion) നിയാമകത, ന്യായവ്യവസ്ഥ എന്നിവയെക്കുറിച്ചെല്ലാം അവർക്ക് നിയമങ്ങൾ ഉണ്ടായിരുന്നു. സഭകളുടെ നടത്തിപ്പിനുള്ള ഈ നിയമങ്ങൾ ബുദ്ധൻ സംഘസഭയ്ക്കുവേണ്ടി ഉപയോഗത്തിൽ കൊണ്ടുവന്നെങ്കിലും രാജ്യത്ത് അക്കാലത്ത് നിലവിലുണ്ടായിരുന്ന നിയമസഭകളിൽനിന്നും പകർത്തിയതാവാനാണ് സാധ്യത.

ഈ ജനാധിപത്യപദ്ധതി ഇന്ത്യക്ക് നഷ്ടമായി. വീണ്ടും അത് നഷ്ടപ്പെടുമോ? എനിക്കറിയില്ല, പക്ഷേ ഇന്ത്യയെപ്പോലുള്ള ഒരു രാജ്യത്ത് ഇത് സ്വാഭാവികമാണ്. വളരെക്കാലം ജനാധിപത്യം അനുഭവിച്ചിട്ടില്ലാത്തതിനാൽ അത് പുതുമയുള്ളതായി തോന്നാൻ സാധ്യതയുണ്ട്. പുതുതായി ജന്മമെടുത്ത ജനാധിപത്യം അതിന്റെ ബാഹ്യരൂപം നിലനിർത്തിക്കൊണ്ട് പ്രയോഗത്തിൽ സ്വേച്ഛാധിപത്യം കൊണ്ടുവരാനും സാധ്യതയുണ്ട്. ഭൂരിപക്ഷം വളരെ വലുതാണെങ്കിൽ രണ്ടാമത്തെ സാധ്യത വാസ്തവമാകുമോ എന്ന് ഭയപ്പെടണം.

ബാഹ്യസ്വരൂപത്തിൽ മാത്രമല്ല പ്രായോഗികമായും ജനാധിപത്യം കൊണ്ടു വരണമെങ്കിൽ നാം എന്തുചെയ്യണം? എന്റെ അഭിപ്രായത്തിൽ നമ്മൾ ആദ്യമായി ചെയ്യേണ്ടത് നമ്മുടെ സാമൂഹികവും സാമ്പത്തികവുമായ ലക്ഷ്യങ്ങൾ പൂർത്തിയാക്കാൻ നമ്മൾ ഭരണഘടനാപരമായ മാർഗങ്ങൾ തേടണം. ഇതിന്റെ അർഥമെന്തെന്നാൽ വിപ്ലവത്തിന്റെ രക്തപങ്കിലമായ മാർഗം നമ്മൾ പൂർണമായും ദൂരെ നിർത്തണം. നിയമലംഘനം, നിസ്സഹകരണം, സത്യഗ്രഹം എന്നീ മാർഗങ്ങൾ നമ്മൾ ദൂരെ നിർത്തുമെന്നും ഇതിനർഥമുണ്ട്. സാമ്പത്തികവും സാമൂഹികവുമായ ലക്ഷ്യങ്ങൾ പൂർത്തീകരിക്കാൻ ഭരണഘടനാപരമായ മാർഗങ്ങളൊന്നും ബാക്കിയില്ലെങ്കിൽ ഭരണഘടനാപരമല്ലാത്ത മാർഗങ്ങൾ അവലംബിക്കുന്നത് വലിയതോതിൽ നീതികരിക്കപ്പെടുന്നുണ്ട്. പക്ഷേ, ഭരണഘടനാപരമായ മാർഗങ്ങൾ ഉള്ളിടത്ത് ഇപ്രകാരമുള്ള നീതീകരണം ശരിയല്ല. ഭരണഘടനാബാഹ്യമായ മാർഗം അരാജകത്വമല്ലാതെ മറ്റൊന്നുമല്ല; നമ്മളത് എത്രയും വേഗം ദൂരെ കളയുമോ അത്രയും നന്ന്.

രണ്ടാമത്തെ പ്രധാന കാര്യമിതാണ്; ജനാധിപത്യത്തിന്റെ വളർച്ചയിൽ ആശയുള്ളവരെല്ലാം ജോൺ സ്റ്റുവർട്ട് മിൽ നൽകിയിട്ടുള്ള മുന്നറിയിപ്പ് ഓർമിക്കേണ്ടതുണ്ട്. അദ്ദേഹത്തിന്റെ അഭിപ്രായത്തിൽ, “ജനങ്ങൾ അവരുടെ സ്വാതന്ത്ര്യം ഏതൊരുവലിയ മനുഷ്യന്റെയും കാൽക്കൽ വച്ചുകൊടുക്കരുത്. അതുപോലെ, കിട്ടിയ

> അധികാരമുപയോഗിച്ച് ജനങ്ങളുടെ സ്ഥാപനങ്ങൾ തകർക്കാൻ വേണ്ട വിശ്വാസവും അയാളിൽ വച്ചുപുലർത്തരുത്." ജീവിതം മുഴുവൻ രാജ്യസേവയ്ക്കുവേണ്ടി ഉഴിഞ്ഞുവച്ചവരോടു കൃതജ്ഞത വ്യക്തമാക്കുന്നതിൽ തെറ്റൊന്നുമില്ല. പക്ഷേ, കൃതജ്ഞത വ്യക്തമാക്കുന്നതിനും ഒരു പരിധിവേണം. ഐറിഷ് ദേശഭക്തൻ ഡാനിയൽ ഒ കൊനൽ ശരിയായവിധം പറഞ്ഞതുപോലെ, "ഏതൊരു മനുഷ്യനും സ്വാഭിമാനം ത്യജിച്ച് കൃതജ്ഞത വ്യക്തമാക്കരുത്. ഏതൊരു സ്ത്രീയും സ്വന്തം ചാരിത്ര്യം കളഞ്ഞ് കൃതജ്ഞത വ്യക്തമാക്കരുത്. ഏതൊരു ദേശവും സ്വന്തം സ്വാതന്ത്ര്യം ബലികൊടുത്ത് കൃതജ്ഞത വ്യക്തമാക്കരുത്." മറ്റുരാജ്യങ്ങളെ അപേക്ഷിച്ച് ഇന്ത്യയ്ക്ക് ഈ മുന്നറിയിപ്പ് ശ്രദ്ധിക്കേണ്ട ആവശ്യമുണ്ട്. കാരണം ഭക്തി അല്ലെങ്കിൽ ഭക്തിമാർഗം എന്നുപറയാവുന്നതെന്തോ അതും അല്ലെങ്കിൽ വീരാരാധന മറ്റു രാജ്യങ്ങളിലെ രാഷ്ട്രീയത്തിലൊന്നും കാണാത്തവിധം വലിയതോതിൽ ഇന്ത്യൻ രാഷ്ട്രീയത്തിൽ കാണുന്നുണ്ട്. മതത്തിലെ ഭക്തി ആത്മാവിന്റെ മുക്തിയിലേക്കുള്ള മാർഗമായിരിക്കാം. പക്ഷേ, രാഷ്ട്രീയത്തിൽ ഭക്തിയും വ്യക്തിപൂജയും അധഃപതനമാണ്; അവസാനം അത് സ്വേച്ഛാധിപത്യത്തിലേക്കുള്ള പിഴയ്ക്കാത്ത വഴിയുമാവും (ഡോ. അംബേദ്കർ, *സമ്പൂർണകൃതികൾ,* വാല്യം 40).

ഡോ. അംബേദ്കർ ജനാധിപത്യത്തിന്റെ അവിഭാജ്യഭാഗമായി സാമൂഹികസമത്വത്തെക്കാണുന്നു. രാഷ്ട്രീയജനാധിപത്യത്തെ സാമൂഹിക ജനാധിപത്യമായി വികസിപ്പിക്കണം എന്നാണ് അദ്ദേഹം പറയുന്നത്. സാമൂഹിക ജനാധിപത്യമെന്നാൽ എന്താണ്? സ്വാതന്ത്ര്യം, സമത്വം, സാഹോദര്യം, എന്നിവയിൽ അധിഷ്ഠിതമാണത്. ഈ മൂന്നെണ്ണത്തിൽ ഏതെങ്കിലും ഒന്ന് അവഗണിക്കപ്പെട്ടാൽ ജനാധിപത്യം പരാജയപ്പെടും എന്നാണ് അദ്ദേഹം പറയുന്നത്. സമത്വവും സ്വാതന്ത്ര്യവും സാഹോദര്യവും പരസ്പര ബന്ധിതമാണ് എന്നർഥം. സമത്വമില്ലാത്ത സ്വാതന്ത്ര്യം ഭൂരിപക്ഷത്തിന്റെ മേൽക്കോയ്മയിലാണ് അവസാനിക്കുക. അതുപോലെ സ്വാതന്ത്ര്യമില്ലാത്ത സമത്വം സാമൂഹിക വികസത്തെ തടസ്സപ്പെടുത്തുന്നു. ഇന്ത്യൻ സമൂഹം അസമത്വത്തിലധിഷ്ഠിതമാണ്. ദാരിദ്ര്യവും നിരക്ഷരതയും തൊഴിലില്ലായ്മയും ഇന്ത്യയുടെ സാമൂഹ്യവ്യവസ്ഥയുടെ അഭേദ്യഭാഗമാണ്. ജാതിവ്യവസ്ഥ ഇന്ത്യയുടെ തീരാശാപമായി നിലനിൽക്കുന്നു. ഡോ. അംബേദ്കർ തുടരുന്നു;

> നമ്മുടെ മുമ്പിലുള്ള കുഴപ്പംപിടിച്ചതും സങ്കീർണവുമായ ജോലിയെക്കുറിച്ച് എന്റെ പ്രതികരണമിതാണ്. ചിലർക്ക് ഇതൊരുപക്ഷേ, വളരെ സന്തോഷകരമായി തോന്നുകയില്ല. ഈ രാജ്യത്തിൽ രാഷ്ട്രീയാധികാരം ചിലരുടെമാത്രം കുത്തകയായിത്തീർന്നിരിക്കുകയാണ്. ഭൂരിപക്ഷം ജനങ്ങളും വെറും ചുമട്ടുകോരോ, ഭക്ഷ്യമൃ

ഗങ്ങളോ ആയിത്തീർന്നിരിക്കുന്നു ഇത് ആർക്കും നിഷേധിക്കാൻ കഴിയുകയില്ല. ഈ കുത്തകക്കാർ മറ്റുള്ളവരുടെ വികസനത്തിനുള്ള അവസരം നിഷേധിക്കുക മാത്രമല്ല, അവരെ മനുഷ്യജീവിതത്തിന്റെ മഹത്വം അറിയിക്കാത്തവിധം അവതരിപ്പിക്കുകയും ചെയ്തിരിക്കുന്നു. ഈ പരമ അധഃസ്ഥിതവർഗത്തിന് അവരുടെ മേൽ ഉണ്ടായിക്കൊണ്ടിരിക്കുന്ന ആജ്ഞാശക്തിയോട് വെറുപ്പുണ്ട്. സ്വയം രാജ്യം ഭരിക്കാൻ അവർ അക്ഷമരാണ്. പരമ അധഃസ്ഥിതരിൽ ഉണ്ടായിട്ടുള്ള ഈ തീവ്രമായ ആകാംക്ഷ വർഗസംഘർഷവും വർഗയുദ്ധവുമായി വളരരുത്. വളർന്നാൽ അതിന്റെ ഫലം വീട് പങ്കുവെക്കലായിരിക്കും. അത് തീർച്ചയായും ഒരു വിനാശദിവസമായിരിക്കും. എബ്രഹാം ലിങ്കൺ വ്യക്തമായി പറഞ്ഞിട്ടുള്ളതുപോലെ, വിഭജിക്കപ്പെട്ട വീട് അധികകാലം നിലനിൽക്കുകയില്ല. അവരുടെ ആകാംക്ഷയുടെ പൂർത്തീകരണം എത്രയും വേഗം നടത്തുമോ അത്രയും നന്ന്. അത് അധികാരവർഗത്തിന്റെ ഹിതത്തിനും രാജ്യത്തിന്റെ ഹിതത്തിനും അതിന്റെ സ്വാതന്ത്ര്യത്തിന്റെ രക്ഷയ്ക്കും ജനാധിപത്യത്തിനും ജനാധിപത്യം തുടർന്നുപോകാൻ വേണ്ടിയും ഇന്ന് യുക്തമായിരിക്കും. ജീവിതത്തിലെ എല്ലാ രംഗങ്ങളിലും സമത്വവും സാഹോദര്യവും സ്ഥാപിക്കുന്നതുവഴിയാണ് ഇത് സാധ്യമാവുക. അതുകൊണ്ടാണ് ഞാനത് ഇത്രമാത്രം ഊന്നിപ്പറഞ്ഞത് (*അതേ കൃതി*, പേജ് 180).

3

ജനാധിപത്യത്തിന്റെ മുന്നുപാധികൾ

ജനാധിപത്യവ്യവസ്ഥ ആധുനിക സമൂഹത്തിന്റെ നിലനിൽപ്പിന് അത്യന്താപേക്ഷിതമായ ഒന്നാണ് എന്നതിൽ യാതൊരു സംശയവുമില്ല. ജനാധിപത്യത്തിന്റെ സുഗമമായ വളർച്ചയ്ക്ക് പല ഘടകങ്ങളും ഒത്തു ചേരേണ്ടതുണ്ട്. അവ താഴെക്കൊടുക്കുന്നു.

1. പാർലമെന്ററി സമ്പ്രദായം
2. പ്രാതിനിധ്യവ്യവസ്ഥ
3. സാർവത്രിക വോട്ടവകാശം
4. പൗരസമൂഹം
5. തിരഞ്ഞെടുപ്പ് സമ്പ്രദായം
6. ഭരണഘടനാദത്തമായ ഭരണം
7. നിയമവാഴ്ച
8. നിയമനിർമാണ സഭകൾ
9. നീതിന്യായവ്യവസ്ഥ
10. എക്സിക്യൂട്ടീവ്
11. ദേശീയ ബോധം
12. പൗരബോധം
13. നിയമത്തോടുള്ള ബഹുമാനം
14. ഭരണഘടനയോടുള്ള ബഹുമാനം
15. ജനാധിപത്യത്തിലുള്ള വിശ്വാസം
16. ജനകീയ പരമാധികാരം
17. ജനങ്ങളുടെ പങ്കാളിത്തം
18. അധികാര വികേന്ദ്രീകരണം

19. സാമൂഹിക സമത്വം
20. നീതിബോധം
21. സാമൂഹിക സമാധാനം
22. രാഷ്ട്രീയ സുസ്ഥിരത
23. സാമ്പത്തിക സമത്വം
24. സാമ്പത്തിക പുരോഗതി
25. വികസനം
26. ആധുനീകരണം
27. ദാരിദ്ര്യനിർമാർജനം
28. വിദ്യാഭ്യാസം
29. ഉത്തരവാദിത്വബോധം
30. സുതാര്യത
31. ആശയവിനിമയം
32. ജനകീയ വിദ്യാഭ്യാസം
33. അനുരഞ്ജന മനോഭാവം
34. സാർവദേശീയ ബോധം
35. മതസഹിഷ്ണുത
36. മതേതരത്വം
37. വിശ്വാസ സ്വാതന്ത്ര്യം
38. മൗലികാവകാശ സംരക്ഷണം
39. ജാഗ്രതാബോധം
40. ശാസ്ത്രീയബോധം
41. വിവേകപൂർണമായ തീരുമാനങ്ങൾ
42. രാഷ്ട്രീയ പ്രവർത്തനസ്വാതന്ത്ര്യം
43. സാംസ്കാരിക വികാസം
44. ഏകത്വബോധം
45. സംഘടനാശക്തി
46. സാമൂഹികവൽക്കരണം
47. രാഷ്ട്രീയ സംസ്കാരം
48. കാര്യക്ഷമമായ ഭരണനിർവഹണം
49. സ്ത്രീപുരുഷ സമത്വം
50. ന്യൂനപക്ഷസംരക്ഷണം
51. അഴിമതി നിർമാർജനം
52. നിഷ്പക്ഷത
53. നിയമസംരക്ഷണം
54. നിയമങ്ങളുടെ നവീകരണം
55. വകുപ്പുവിഭജനം
56. സ്വതന്ത്രഭരണം

57. അന്താരാഷ്ട്ര ബന്ധങ്ങൾ
58. അന്തർദേശീയ സമാധാനം
59. സമാധാനപരമായ സഹവർത്തിത്വം
60. സ്വയംഭരണ സംരക്ഷണം

ജനാധിപത്യ വ്യവസ്ഥയുടെ അടിത്തറ എന്നുപറയുന്നത് ജനകീയ പരമാധികാരമാണ്. ജനാധിപത്യവ്യവസ്ഥയിൽ ആജ്ഞാശക്തിക്ക് പ്രാധാന്യമില്ല. ആജ്ഞാശക്തി ഏകാധിപത്യത്തിന്റെ ഭാഷയാണ്. ജനങ്ങൾ പരമാധികാരിയാവുമ്പോൾ ജനങ്ങൾക്കുമേൽ മറ്റാരുമില്ല എന്ന അവസ്ഥയുണ്ടാകുന്നു. ജനപ്രതിനിധികൾ ജനങ്ങളുടെമേൽ ആജ്ഞാശക്തി ചെലുത്തേണ്ടവരല്ല. ജനപ്രതിനിധികളുടെ സ്ഥാനം ജനങ്ങൾക്ക് മുകളിലല്ല, മറിച്ച് ജനങ്ങൾക്ക് താഴെയാണ്. ജനപ്രതിനിധികൾ ജനങ്ങളുടെ യജമാന്മാരല്ല മറിച്ച് അവരുടെ സേവകരാണ്. ഈ യാഥാർഥ്യം മറന്നുപോകുന്നതുകൊണ്ടാണ് ജനാധിപത്യം ദുഷിക്കുന്നത്. എന്നാലിത് ജനാധിപത്യത്തിന്റെ തകർച്ചയല്ല. പ്രാതിനിധ്യ ജനാധിപത്യത്തിലധിഷ്ഠിതമായ രാഷ്ട്രീയസംസ്കാരത്തിന്റെ തകർച്ചയാണ്. ഏകാധിപത്യവ്യവസ്ഥയിൽ ഭരണാധികാരിയുടെ സ്ഥാനം ജനങ്ങൾക്കുമുകളിലാണ്. എന്നാൽ ജനാധിപത്യത്തിൽ ജനങ്ങൾക്കുമുകളിൽ ആരുമില്ല. ജനങ്ങൾക്കു താഴെയും ആരുമില്ല.

പ്രാതിനിധ്യജനാധിപത്യ സമ്പ്രദായത്തിൽ ഭൂരിപക്ഷത്തിന്റെ അഭിപ്രായങ്ങൾക്കനുസരിച്ചാണ് തീരുമാനങ്ങൾ എടുക്കുന്നത്. ജനാധിപത്യത്തിൽ ജനങ്ങളുടെ തൂക്കംനോക്കിയല്ല എണ്ണം നോക്കിയാണ് തീരുമാനങ്ങൾ എടുക്കാറ്. ഇത് ജനധിപത്യത്തിന്റെ മേന്മയും അതേസമയം ന്യൂനതയുമാണ്. ഭൂരിപക്ഷത്തിന്റെ അഭിപ്രായത്തെ മാനിക്കുക എന്നതാണ് ജനാധിപത്യത്തിന്റെ അടിസ്ഥാന സങ്കൽപ്പങ്ങളിൽ ഒന്ന്. പക്ഷേ അതിനർഥം ഭൂരിപക്ഷത്തിന്റെ അധികാരം ന്യൂനപക്ഷത്തിനുമേൽ സ്ഥാപിക്കണമെന്നല്ല. പലപ്പോഴും ഭൂരിപക്ഷാഭിപ്രായം തെറ്റാകാറുണ്ട്. അതുകൊണ്ട് ഇത് പരിഹരിക്കാനുള്ള മാർഗം തീരുമാനങ്ങൾ ഭൂരിപക്ഷാഭിപ്രായപ്രകാരം എടുക്കുമ്പോഴും ന്യൂനപക്ഷത്തിന്റെ വികാരങ്ങളെ മാനിക്കുകയും ന്യൂനപക്ഷ താൽപ്പര്യങ്ങൾ പരിരക്ഷിക്കാൻ മൂർത്തമായ സംവിധാനങ്ങൾ രൂപപ്പെടുത്തുക എന്നതുമാണ്. ജനാധിപത്യവ്യവസ്ഥയുടെ വിജയത്തിന് എപ്പോഴും അത്യന്താപേക്ഷിതമായിട്ടുള്ളത് ഒരു സർഗാത്മക ന്യൂനപക്ഷ(Creative minority)ത്തിന്റെ സാന്നിധ്യമാണ്. അതുപോലെതന്നെ ജനാധിപത്യത്തിന്റെ വിജയത്തിന് ഏറ്റവും അത്യന്താപേക്ഷിതമാണ് പ്രതിപക്ഷബഹുമാനം. ഭൂരിപക്ഷപ്രകാരമാണ് ജനപ്രതിനിധികൾ തിരഞ്ഞെടുക്കപ്പെടുന്നതെങ്കിലും തങ്ങൾ പ്രതിപക്ഷത്തിന്റെ കൂടി പ്രതിനിധികളാണ് എന്ന് നേതാക്കൾ മനസിലാക്കേണ്ടതുണ്ട്. അങ്ങനെ വരുന്നില്ലെങ്കിൽ ജനാധിപത്യമെന്നത് വെറും ഔപചാരികം മാത്രമാവും.

പ്രതിപക്ഷകക്ഷികളുമായുള്ള സഹവർത്തിത്വം, ആശയവിനിമയം, പ്രതിപക്ഷ ബഹുമാനം എന്നിവ ആധുനിക പാർലമെന്ററി ജനാധിപത്യത്തിന്റെ വിജയത്തിന് ഒഴിച്ചുകൂടാൻ പറ്റാത്തതാണ്.

കക്ഷിരാഷ്ട്രീയം

ആധുനിക ജനാധിപത്യത്തിന്റെ സുഗമമായ വളർച്ചയ്ക്ക് അത്യന്താപേക്ഷിതമാണ് കക്ഷിരാഷ്ട്രീയവ്യവസ്ഥ. രാഷ്ട്രീയ കക്ഷികൾ രാഷ്ട്രവുമായും സമൂഹവുമായും നിലനിർത്തുന്ന ബന്ധമാണ് ജനാധിപത്യത്തെ ആത്യന്തികമായി നിർണയിക്കുന്നത്. ബഹുകക്ഷി വ്യവസ്ഥയാണ് ഇന്ന് ലോകത്തിൽ കൂടുതലായും നിലനിൽക്കുന്നത്. വ്യത്യസ്തമായ തത്വശാസ്ത്രങ്ങളും പ്രത്യയശാസ്ത്രങ്ങളും നിലനിർത്തുന്ന രാഷ്ട്രീയകക്ഷികൾ തമ്മിൽ രൂപപ്പെടുന്ന ബന്ധമാണ് ഒരു രാഷ്ട്രത്തിന്റെ പുരോഗതിയെ നിർണയിക്കുന്നത്. വ്യത്യസ്ത സംസ്കാരങ്ങളും വിശ്വാസങ്ങളും ജീവിതരീതികളും നിലനിൽക്കുന്ന ഒരു സമൂഹത്തിൽ ഏകകക്ഷിഭരണം പലപ്പോഴും സുസ്ഥിരമായി നിലനിൽക്കുന്നില്ല. അതുകൊണ്ടുതന്നെ ബഹുകക്ഷി ഭരണസമ്പ്രദായം കൂടുതൽ സ്വീകാര്യമായി വരുന്നു.

എന്നാൽ ബഹുകക്ഷി രാഷ്ട്രീയവ്യവസ്ഥയും കുറ്റമറ്റതാണെന്ന് പറയാൻ പറ്റില്ല. അധികാരത്തിന്റെ സൗജന്യങ്ങളും ആനുകൂല്യങ്ങളും അനുഭവിക്കുക എന്ന സ്വാർഥചിന്താഗതി രാഷ്ട്രീയകക്ഷികളെ ഗുരുതരമായി പിടികൂടിയിരിക്കുന്നു. രാഷ്ട്രീയസംസ്കാരവും ധാർമികനിലവാരവും നീതിസങ്കൽപ്പവും തകരുന്നു. പലപ്പോഴും രാഷ്ട്രീയപ്പാർട്ടികൾ പല സമ്മർദഗ്രൂപ്പുകളുടെയും സ്വാധീനവലയത്തിലാകുന്നു. അർഥമില്ലാത്ത വിവാദങ്ങളും ആരോപണങ്ങളും രാഷ്ട്രീയ കാലാവസ്ഥയെ മലിനമാക്കുന്നു. പലപ്പോഴും ജനങ്ങളുടെ അഭിലാഷങ്ങളും താൽപ്പര്യങ്ങളും അവഗണിക്കപ്പെടുന്നു. ജനങ്ങൾക്ക് അവരുടെ ഇച്ഛ പ്രകടിപ്പിക്കാൻ കഴിയാതെ വരുന്നു. ജനങ്ങളുമായി യാതൊരുബന്ധവുമില്ലാത്ത അവരുടെ താൽപ്പര്യങ്ങളെ ബാധിക്കാത്ത നിസ്സാരവിഷയങ്ങളെ ആസ്പദമാക്കി നടക്കുന്ന കക്ഷിവഴക്കുകളും വിവാദങ്ങളും ജനാധിപത്യവ്യവസ്ഥയെ ദുർബലപ്പെടുത്തുന്നു. എന്നിരിക്കിലും രാഷ്ട്രീയകക്ഷികളുടെ സാന്നിധ്യത്തെ ഒഴിച്ചുനിർത്തിക്കൊണ്ട് നമുക്ക് ജനാധിപത്യത്തെപ്പറ്റി ചിന്തിക്കുവാൻ കഴിയുകയില്ല.

സർക്കാറിന്റെ നയങ്ങളെയും പ്രവർത്തനങ്ങളെയും വിവിധ ജനാധിപത്യസ്ഥാപനങ്ങളിലെ ഉദ്യോഗസ്ഥരെയും അവരുടെ പ്രവർത്തനങ്ങളെയും ഏകോപിപ്പിക്കുക എന്നതാണ് രാഷ്ട്രീയകക്ഷികളുടെ പ്രാഥമികമായ ഉത്തരവാദിത്വം. അതോടൊപ്പംതന്നെ ജനങ്ങളുടെ പരമാധികാരത്തെ മാനിക്കുക, അവരുടെ അഭിലാഷങ്ങളെയും താൽപ്പര്യങ്ങളെയും

സാക്ഷാൽക്കരിക്കുക എന്ന അടിസ്ഥാനപരമായ ധർമവും രാഷ്ട്രീയകക്ഷികൾക്ക് നിറവേറ്റേണ്ടതുണ്ട്. രാഷ്ട്രീയകക്ഷികൾ എന്ന പ്രതിഭാസം ഒരു ആധുനികസംഭവമാണ്. ഫാസിസ്റ്റ് പാർട്ടികളെ രാഷ്ട്രീയകക്ഷികളായി അംഗീകരിക്കാൻ പ്രയാസമുണ്ട്. ജനാധിപത്യത്തിന്റെ അടിസ്ഥാനതത്വങ്ങൾ സ്വയം അംഗീകരിക്കാത്ത പാർട്ടികളെ രാഷ്ട്രീയപ്പാർട്ടികളായി അംഗീകരിക്കാൻ കഴിയുകയില്ല. രാഷ്ട്രീയകക്ഷികൾ അഥവാ രാഷ്ട്രീയ പാർട്ടികൾ ജനാധിപത്യത്തെ അംഗീകരിക്കുന്നവരായിരിക്കണം. അതുകൊണ്ട് ഏതൊരു രാഷ്ട്രീയകക്ഷിയും ജനാധിപത്യകക്ഷിയാണ്. ജനധിപത്യത്തിന്റെ അടിസ്ഥാനസങ്കൽപ്പങ്ങളായ ജനകീയ പരമാധികാരം, ഭരണഘടന, നിയമവാഴ്ച, പ്രാതിനിധ്യജനാധിപത്യം, പ്രതിപക്ഷബഹുമാനം, സഹവർത്തിത്വം, സമവായം എന്നിവയെയെല്ലാം മാനിക്കുന്ന രാഷ്ട്രീയ പാർട്ടികളെ മാത്രമേ ജനാധിപത്യപ്പാർട്ടികളായി അംഗീകരിക്കാൻ നിർവാഹമുള്ളൂ. ചുരുക്കിപ്പറിഞ്ഞാൽ ജനാധിപത്യത്തെ മാനിക്കാത്ത പാർട്ടികളെ രാഷ്ട്രീയപ്പാർട്ടിയായി അംഗീകരിക്കാൻ കഴിയുകയില്ല. നിയമവാഴ്ചയെ അംഗീകരിക്കുക, ഭരണഘടനയെ അനുസരിക്കുക എന്നിവയെല്ലാം രാഷ്ട്രീയകക്ഷികളുടെ അടിസ്ഥാനപരമായ ഉത്തരവാദിത്വമാണ്. സ്വാതന്ത്ര്യം ലഭിച്ചതോടുകൂടി ഗാന്ധിജി കോൺഗ്രസ് പിരിച്ചുവിടണമെന്ന് നിർദേശിച്ചു. അതിന് ഒരു പ്രധാനകാരണമുണ്ടായിരുന്നു. സ്വാതന്ത്ര്യം ലഭിക്കുന്നതുവരെ കോൺഗ്രസിന്റെ പ്രധാന പ്രവർത്തനരീതി നിലവിലുള്ള നിയമത്തെ ലംഘിക്കുക എന്നതായിരുന്നു. അതുകൊണ്ടുതന്നെ പുതിയ സാഹചര്യത്തിൽ നിയമത്തെ അനുസരിച്ച് പ്രവർത്തിക്കാനുള്ള ധാർമികമായ അർഹത കോൺഗ്രസിനില്ലെന്ന് ഗാന്ധിജി മനസിലാക്കിയതുകൊണ്ടാണ് കോൺഗ്രസ് പിരിച്ചുവിടാൻ നിർദേശിച്ചത്.

രാഷ്ട്രീയപ്പാർട്ടിയില്ലാതെ ജനാധിപത്യത്തെപ്പറ്റി ചിന്തിക്കാൻ കഴിയുകയില്ല. ജനങ്ങളെയും സർക്കാറിനെയും ബന്ധിപ്പിക്കുന്ന ചങ്ങലയാണ് രാഷ്ട്രീയകക്ഷി. ജനങ്ങളുടെ താൽപ്പര്യങ്ങളെ സർക്കാറിന്റെ നയങ്ങളായി പരിവർത്തിപ്പിക്കുക, രാഷ്ട്രീയകക്ഷികളുടെ ഉത്തരവാദിത്വമാണ്. അതുപോലെതന്നെ സാമൂഹ്യജീവിതത്തിന്റെ പ്രധാനപ്പെട്ട വശങ്ങൾ രാഷ്ട്രശ്രദ്ധയിൽ കൊണ്ടുവരിക എന്നതും പ്രധാനമാണ്. പൊതുജനനന്മയ്ക്കുവേണ്ടി പ്രവർത്തിക്കുക എന്നതാണ് പാർട്ടികളുടെ ഉത്തരവാദിത്വം. അസമത്വങ്ങൾ അവസാനിപ്പിക്കുക, ദാരിദ്ര്യം ഇല്ലാതാക്കുക, വിദ്യാഭ്യാസം നടപ്പാക്കുക, രാഷ്ട്രപുരോഗതിക്കുവേണ്ടി പ്രവർത്തിക്കുക തുടങ്ങി അനേകം ഉത്തരവാദിത്വങ്ങൾ രാഷ്ട്രീയകക്ഷികൾക്ക് നിറവേറ്റേണ്ടതുണ്ട്. ഫാസിസവും പട്ടാളഭരണവും ജനാധിപത്യ നിഷേധത്തിന്റെ രൂപങ്ങളാണ്. അതുകൊണ്ട് ഫാസിസ്റ്റ് കക്ഷികളെയും പട്ടാളഗ്രൂപ്പുകളെയും രാഷ്ട്രീയകക്ഷികളായി അംഗീകരിക്കാൻ കഴിയുകയില്ല. ഇവ

യെല്ലാം സമഗ്രാധിപത്യ ഭരണത്തിന്റെ രൂപങ്ങളാണ്. ഈ സമഗ്രാധിപത്യ ഭരണത്തിൻകീഴിൽ ജനാധിപത്യസ്വാതന്ത്ര്യം നിഷേധിക്കപ്പെടുന്നു. രാഷ്ട്രീയകക്ഷികൾ നിരോധിക്കപ്പെടുന്നു. വ്യക്തിസ്വാതന്ത്ര്യവും സമൂഹത്തിന്റെ സ്വാതന്ത്ര്യവും മൗലികാവകാശങ്ങളും നിഷേധിക്കപ്പെടുന്നു. അതുപോലെ മതമേധാവിത്വഭരണങ്ങളെയും ജനാധിപത്യ ഭരണമായി കണക്കാക്കാൻ കഴിയില്ല. മതാധിപത്യത്തിൻകീഴിൽ മേൽപ്പറഞ്ഞ അവകാശങ്ങളെല്ലാം ചവിട്ടിമെതിക്കപ്പെടുന്നു.

പൗരന്മാരുടെ താൽപ്പര്യങ്ങളെ സർക്കാറിന്റെ ശ്രദ്ധയിൽ കൊണ്ടുവരിക എന്നത് രാഷ്ട്രീയകക്ഷികളുടെ ഉത്തരവാദിത്വമാണ്. അതുപോലെതന്നെ തിരഞ്ഞെടുപ്പുകാലത്ത് ആർക്ക് വോട്ടുചെയ്യണം എന്ന കാര്യത്തിൽ ആശയപ്രചാരണങ്ങൾ നടത്തുക എന്നതും രാഷ്ട്രീയകക്ഷികളുടെ ചുമതലയാണ്. ഇവ ഇങ്ങനെ സംഗ്രഹിക്കാം;

1. തിരഞ്ഞെടുപ്പ് കാലത്ത് രാഷ്ട്രീയപ്രചാരണ പ്രവർത്തനങ്ങൾ നടത്തുക.
2. സമൂഹത്തിന്റെ പ്രശ്നങ്ങൾ പഠിക്കുക.
3. സമൂഹത്തിന്റെ പ്രശ്നങ്ങൾ രാഷ്ട്രശ്രദ്ധയിൽ കൊണ്ടുവരിക.
4. ഉദ്യോഗസ്ഥ സംവിധാനത്തെയും സർക്കാറിന്റെ നയങ്ങളെയും ഏകോപിപ്പിക്കുക.
5. ഉത്തരവാദിത്വമുള്ള സർക്കാർ രൂപീകരിക്കുക.
6. സർക്കാരിൽ പങ്കാളിത്തം വഹിക്കുക.
7. ക്രിയാത്മക പ്രതിപക്ഷമായി പ്രവർത്തിക്കുക.
8. ജനങ്ങൾക്ക് വിദ്യാഭ്യാസം നൽകുക.
9. പൊതുജനങ്ങളുടെ താൽപ്പര്യങ്ങളെയും അഭിപ്രായങ്ങളെയും ഏകോപിപ്പിക്കുക.
10. കാര്യനിർവഹണത്തെയും നിയമനിർമാണത്തെയും സംയോജിപ്പിക്കുക.
11. ഭരണഘടനാപരമായ മാർഗങ്ങളിലൂടെ തിരഞ്ഞെടുപ്പ് പ്രവർത്തനം സുഗമമാക്കുക.
12. പൊതുജന നന്മയ്ക്കുവേണ്ടി പ്രവർത്തിക്കുക.
13. സ്വന്തം നിലപാടുകൾ വ്യക്തമാക്കുക.
14. പൊതുജനാഭിപ്രായത്തിന് സംഘടിതരൂപം നൽകുക.
15. രാഷ്ട്രത്തിന്റെ യഥാർഥപ്രശ്നങ്ങളെ പൊതുജനശ്രദ്ധയിൽ കൊണ്ടുവരിക.
16. പുരോഗമനപരമായ നടപടികൾ ആവിഷ്കരിക്കുക.
17. പുതിയ നിയമങ്ങൾ നടപ്പാക്കുക.
18. സമവായം വളർത്തുക.
19. സാർവദേശീയ ബന്ധം നിലനിർത്തുക.

20. ആശയവിനിമയം നിലനിർത്തുക.
21. പ്രതിപക്ഷത്തെ ബഹുമാനിക്കുക.
22. സ്വജനപക്ഷപാതം, അഴിമതി എന്നിവയ്ക്കെതിരെ പ്രവർത്തിക്കുക.
23. ദേശീയ ഐക്യവും ദേശീയ ബോധവും ഊട്ടിഉറപ്പിക്കുക.
24. മതസൗഹാർദം വളർത്തുക.
25. മതേതരത്വം സംരക്ഷിക്കുക.
26. രാഷ്ട്രീയബോധം വളർത്തുക.
27. സ്വേച്ഛാധിപത്യത്തെ എതിർക്കുക.

ആധുനിക ജനാധിപത്യവ്യവസ്ഥയുടെ അഭേദ്യഭാഗമായ കക്ഷിസമ്പ്രദായത്തിന് പലപ്പോഴും അതിന്റേതായ തകരാറുകൾ ഉണ്ട്. രാഷ്ട്രീയകക്ഷികൾ ജനകീയതാൽപ്പര്യങ്ങളെ ബലികഴിക്കുകയും അവർ ചില സമ്മർദഗ്രൂപ്പുകളുടെ സ്വാധീനവലയത്തിൽ പെടുകയും ചെയ്യുന്നു എന്നത് ഗുരുതരമായ ഒരു രാഷ്ട്രീയപ്രശ്നമാണ്. ദേശസ്നേഹത്തിനു പകരം ഇടുങ്ങിയ കക്ഷിതാൽപ്പര്യങ്ങളും മറ്റു സങ്കുചിത താൽപ്പര്യങ്ങളും സംരക്ഷിക്കാനാണ് രാഷ്ട്രീയപ്പാർട്ടികൾ പൊതുവിൽ താൽപ്പര്യം കാണിക്കുന്നത്. കൈക്കൂലി, അഴിമതി, സ്വജനപക്ഷപാതം എന്നിവ രാഷ്ട്രീയ കക്ഷികളെ ഗ്രസിച്ചുതുടങ്ങിയിരിക്കുന്നു. മുതലാളിത്ത വ്യവസ്ഥയിൽ ഇത്തരം സാമൂഹികതിന്മകൾ രാഷ്ട്രീയകക്ഷികളിലേക്ക് പ്രസരിക്കുക എന്നത് സ്വാഭാവികമാണ്. അഴിമതിയുടെ കേന്ദ്രം രാഷ്ട്രീയപ്പാർട്ടികളല്ല. മുതലാളിത്തമാണ് അഴിമതിയുടെ പ്രഭവകേന്ദ്രം. എന്നാൽ രാഷ്ട്രീയ നേതാക്കളും ഉദ്യോഗസ്ഥവൃന്ദവും നവമുതലാളിത്ത ഏജന്റുമാരും കൂടിച്ചേർന്ന ക്രോണി ക്യാപിറ്റലിസം എന്ന പുതിയൊരു രാഷ്ട്രീയപ്രതിഭാസം ഇന്ന് ഉദയം ചെയ്തിരിക്കുന്നു. ഭരണസംവിധാനങ്ങൾ നിയമനിർമാണ സഭകൾ, നീതിന്യായ സ്ഥാപനങ്ങൾ, പൊതുമണ്ഡലങ്ങൾ എന്നിവയെയെല്ലാം അഴിമതി മുച്ചൂടം ഗ്രസിച്ചിരിക്കുകയാണ്. ഇന്ത്യയിൽത്തന്നെ ദേശീയപ്പാർട്ടികളിൽ പലതും അഴിമതിയിൽ മുങ്ങിക്കുളിച്ചിരിക്കുകയാണ്. ഉയർന്ന ജഡ്ജിമാരെ വരെ കൈക്കൂലികൊടുത്ത് വശപ്പെടുത്താൻ മുതലാളിത്തത്തിന് കഴിയുന്നു. പാർലമെന്ററി ജനാധിപത്യവ്യവസ്ഥയുടെ ആദ്യഘട്ടംമുതൽ ഇത്തരം അഴിമതികൾ ഉണ്ടായിട്ടുണ്ട്. ബ്രിട്ടീഷ് ഗവർണർജനറലായിരുന്ന റോബർട്ട് ക്ലൈവിനെ 'പെരുംകള്ളനായ ക്ലൈവ്' എന്നാണ് കാൾ മാർക്സ് വിശേഷിപ്പിച്ചത്. അളവറ്റ സമ്പത്തുകൾ ഇന്ത്യയിൽനിന്നും മറ്റും കൊള്ളയടിച്ചതിന്റെ ഭാഗമായി അദ്ദേഹത്തിന് ബ്രിട്ടീഷ് പാർലമെന്റിൽനിന്നും ശിക്ഷ ഏറ്റുവാങ്ങേണ്ടിവന്നിട്ടുണ്ട്.

രാഷ്ട്രീയകക്ഷികൾ പലപ്പോഴും ജനാധിപത്യപരമായ സംസ്കാരം ഉയർത്തിപ്പിടിക്കുന്നതിന് പകരം ഇടുങ്ങിയ കക്ഷിതാൽപ്പര്യങ്ങൾ നിലനിർത്തുന്നതായിട്ടാണ് കാണപ്പെടുന്നത്. പാർട്ടി അംഗങ്ങളിൽ കർശനമായ അച്ചടക്കം അടിച്ചേൽപ്പിക്കുമ്പോൾ അത് വ്യക്തികളുടെ അഭിപ്രായസ്വാതന്ത്ര്യത്തെ നിഹനിക്കുന്നു. അഭിപ്രായസ്വാതന്ത്ര്യത്തെ പരിരക്ഷി

ക്കാത്ത രാഷ്ട്രീയകക്ഷികൾക്ക് ജനാധിപത്യത്തെ സംരക്ഷിക്കാനാവില്ല. വ്യക്തിസ്വാതന്ത്ര്യനിഷേധം ജനാധിപത്യ ധ്വംസനമാണ്. അഭിപ്രായസ്വാതന്ത്ര്യം നിലനിൽക്കുമ്പോൾമാത്രമേ സമൂഹത്തിന്റെ ചിന്താശക്തി വർധിക്കുകയുള്ളൂ.

രാഷ്ട്രീയകക്ഷിവ്യവസ്ഥയ്ക്ക് പലതരത്തിലുള്ള ന്യൂനതകൾ ഉണ്ടെങ്കിൽപ്പോലും ബഹുകക്ഷി വ്യവസ്ഥ എന്നത് ജനാധിപത്യത്തെ സംബന്ധിച്ചിടത്തോളം ഒഴിച്ചുകൂടാൻ വയ്യാത്ത ഒന്നാണ്. ദേശീയബോധം സാംസ്കാരിക പാരമ്പര്യം എന്നിവയെല്ലാം കണക്കിലെടുത്തുകൊണ്ടു മാത്രമേ ജനാധിപത്യവ്യവസ്ഥ ശക്തിപ്പെടുകയുള്ളൂ. സങ്കുചിത ദേശീയത്വമല്ല മറിച്ച് സാർവദേശീയ വീക്ഷണത്തിൽ അധിഷ്ഠിതമായ ദേശീയതയാണ് ജനാധിപത്യവ്യവസ്ഥയെ ശക്തിപ്പെടുത്തുക. ഇതിനെക്കുറിച്ച് മഹാകവി രബീന്ദ്രനാഥ ടാഗോർ പറയുന്നത് ശ്രദ്ധിക്കുക;

> ഏതെങ്കിലും ഒരു രാഷ്ട്രത്തിന് ഞാൻ എതിരല്ല, എല്ലാ രാഷ്ട്രങ്ങളും ചേരുന്ന 'രാഷ്ട്ര' മെന്ന പൊതു ആശയത്തിനെതിരാണു ഞാൻ. എന്താണ് രാഷ്ട്രം?
>
> ഒരു സംഘടിതശക്തിയെന്ന നിലയിൽ ഒരു മുഴുവൻ ജനതയുടെയും വീക്ഷണമാണത്. ഒരു ജനതയെ കരുത്തും കാര്യശേഷിയും കൈവരിക്കുന്നതിനായി ഈ സംഘടിതശക്തി അനവരതം നിർബന്ധിച്ചുകൊണ്ടിരിക്കുന്നു. കരുത്തിനും കാര്യശേഷിക്കും പിന്നാലെ ഈ സാഹസവൃത്തി, മനുഷ്യന്റെ ആത്മാർപ്പണവും സർഗാത്മകതയുമുള്ള ഉന്നതപ്രകൃതിയിൽനിന്നും അവന്റെ ഊർജത്തെ ചോർത്തിക്കളയുന്നു. അങ്ങനെ മനുഷ്യന്റെ ത്യാഗശേഷി ധാർമികമായ അവന്റെ ആത്യന്തികലക്ഷ്യത്തിൽനിന്നും, ഈ സംഘടനയുടെ യാന്ത്രികമായ, സംരക്ഷണത്തിലേക്ക് വഴിതിരിയുന്നു. എങ്കിലും അവൻ ധാർമികമായ അഭ്യുദയത്തിന്റെ സകല സംതൃപ്തിയും അനുഭവിക്കുകയും അങ്ങനെ മാനവികതയ്ക്ക് അങ്ങേയറ്റം അപകടകാരിയായിത്തീരുകയും ചെയ്യുന്നു. തന്റെ ബുദ്ധിയുടെ സൃഷ്ടിയായ, മറിച്ച് പൂർണമായ ധാർമികവ്യക്തിത്വത്തിന്റെ സൃഷ്ടിയല്ലാത്ത, ഈ യന്ത്രത്തിലേക്ക് തന്റെ ഉത്തരവാദിത്വം മുഴുവൻ കൈമാറാനാവുമ്പോൾ അയാൾക്ക് മനസ്സാക്ഷിയുടെ പ്രേരണയിൽനിന്നും ആശ്വാസം തോന്നുന്നു. സ്വാതന്ത്ര്യപ്രേമികളായ ജനങ്ങൾ ഈ നയോപായത്തിലൂടെ, കടമ നിർവഹിച്ചു എന്ന അഭിമാനത്തിന്റെ സ്വാസ്ഥ്യവിചാരത്തോടെ ലോകത്തിന്റെ വലിയൊരു ഭാഗത്ത് അടിമത്തത്തെ ശാശ്വതീകരിക്കുന്നു; പ്രകൃത്യാ നീതിജ്ഞരായിട്ടുള്ളവർ അവരുടെ ചിന്തയിലും പ്രവൃത്തിയിലും ക്രൂരമാംവിധം അനീതിമാന്മാരായിത്തീരാം—അ

വർ ലോകത്തെ സഹായിക്കുന്നത് അതിന്റെ മരുഭൂമികളെ സ്വീകരിക്കുന്നതിലാണ് എന്ന തോന്നലും ഒപ്പമുണ്ടാവും; സത്യസന്ധരായ ആളുകൾ സ്വന്തം അഭ്യുദയത്തിനായി യാതൊന്നും ചിന്തിക്കാതെ മറ്റുള്ളവരുടെ മാനുഷികാവകാശങ്ങൾ കവർന്നെടുക്കുന്നു. അതേസമയംതന്നെ ഭേദപ്പെട്ട പരിചരണം അർഹിക്കാത്തതിന് നിസ്വരെ ശകാരിക്കുകയും ചെയ്യുന്നു. വ്യാവസായിക തൊഴിൽമേഖലകളിലെ ചെറുസംഘടനകൾപോലും, പ്രകൃത്യാ ദുഷിച്ചവരല്ലാത്ത ആളുകളോട് അവരുടെ വിചാരവികാരങ്ങൾ മാനിക്കാതെ പെരുമാറുന്നത് നാം നിത്യജീവിതത്തിൽ കണ്ടിട്ടുണ്ട്; ജനങ്ങൾ ധനവും അധികാരവും നേടിയെടുക്കാനായി സ്വയം ദേഷ്യത്തോടെ സംഘടിക്കുന്ന ഒരു ലോകത്തിൽ അത് എത്തരത്തിലുള്ള ഒരു ധാർമികാധഃപതനത്തിനാണു കാരണമാകുക എന്നു നമുക്കു സങ്കൽപ്പിക്കാൻ സാധിക്കുമല്ലോ.

ദേശീയത ഒരു മഹാഭീഷണിയാണ്. ഭാരതത്തിന്റെ കുഴപ്പങ്ങളുടെ അടിത്തട്ടിൽ വർഷങ്ങളായി നിലകൊള്ളുന്ന ഒരു സവിശേഷസംഗതിയാണത്. കർശനമായ രാഷ്ട്രീയസമീപനമുള്ള ഒരു രാഷ്ട്രത്തിന്റെ ഭരണത്തിനും ആധിപത്യത്തിനും വിധേയരാക്കപ്പെട്ടിരിക്കുന്നിടത്തോളം നാം നമ്മുടെയുള്ളിൽത്തന്നെ, ഭൂതകാലത്തുനിന്നുള്ള പൂർവാർജിതങ്ങൾക്കും പകരം, ശാശ്വതമായ രാഷ്ട്രീയ ഭാഗധേയത്തിന്റെ ഒരു വിശ്വാസം വളർത്തിയെടുക്കാൻ ശ്രമിച്ചു.

വ്യത്യസ്ത ആശയവാദങ്ങളുള്ള വെവ്വേറെ പാർട്ടികളുണ്ട് ഭാരതത്തിൽ. ഇവയിൽ ചിലത് രാഷ്ട്രീയസ്വാതന്ത്ര്യത്തിനായി കഠിനാധ്വാനം ചെയ്യുന്നു. എന്നാൽ അതിനുള്ള സമയം വന്നുചേർന്നിട്ടില്ലെന്ന് മറ്റുള്ള പാർട്ടികൾ കരുതുകയും ഭാരതത്തിന് ഇംഗ്ലീഷ് കോളനികൾക്കുള്ള അവകാശങ്ങൾ ലഭിക്കണമെന്ന് അവർ വിശ്വസിക്കുകയും ചെയ്യുന്നു. കഴിയുന്നിടത്തോളം സ്വയംഭരണാവകാശം നേടണമെന്ന് അവർ ആശിക്കുന്നു.

ഭാരതത്തിലെ രാഷ്ട്രീയപ്രക്ഷോഭങ്ങളുടെ ചരിത്രത്തിന്റെ പ്രാരംഭത്തിൽ രാഷ്ട്രീയപ്പാർട്ടികൾ തമ്മിൽ ഇന്നുള്ളതുപോലത്തെ സംഘർഷമായിരുന്നില്ല. അക്കാലത്ത് ഇന്ത്യൻ കോൺഗ്രസ് എന്നൊരു പാർട്ടിയാണുണ്ടായിരുന്നത്; അതിന് യഥാർഥത്തിലുള്ള വ്യക്തമായ പരിപാടിയുണ്ടായിരുന്നില്ല. അധികാരികൾ പരിഹരിക്കേണ്ടതായിട്ടുള്ള ഏതാനും ചില ക്ലേശങ്ങളും പരാതികളുമേ അവർക്കുണ്ടായിരുന്നുള്ളൂ. നിയമനിർമാണസഭയിൽ കൂടുതൽ പ്രാതിനിധ്യം, മുനിസിപ്പൽ ഭരണസമിതിയിൽ കൂടുതൽ

സ്വാതന്ത്ര്യം എന്നിവയായിരുന്നു അവരാവശ്യപ്പെട്ടിരുന്നത്. എല്ലാത്തിലും പങ്കാളിത്തം അവരാവശ്യപ്പെട്ടു. എന്നാൽ അവർക്ക് സൃഷ്ടിപരമായ ഒരു പ്രത്യയശാസ്ത്രം ഉണ്ടായിരുന്നുമില്ല. അതിനാൽ ഈ രീതിയോട് എനിക്ക് താൽപ്പര്യം നഷ്ടപ്പെട്ടിരുന്നു. ഇന്ത്യയുടെ ഉള്ളിൽനിന്നുവരുന്ന ക്രിയാത്മകപ്രവർത്തനമാണ് ഇന്ത്യയ്ക്ക് ഏറ്റവും ആവശ്യമുള്ളത് എന്നത് എന്റെ പ്രതിബദ്ധതയായിരുന്നു. ഈ പ്രവർത്തനത്തിൽ അനന്തരഫലത്തെക്കുറിച്ച് ചിന്തിക്കാതെ നാം നമ്മുടെ അവകാശമെന്നനിലയ്ക്ക് പീഡനങ്ങളനുഭവിച്ചുകൊണ്ടായാൽപ്പോലും നമ്മുടെ കടമകൾ നിർവഹിക്കുന്നത് തുടരുകയും ഓരോ ഘട്ടത്തിലും പരാജയത്താലും യാതനകളാലും ധാർമികവിജയം നേടുകയും ചെയ്തേ മതിയാവൂ. നമ്മിൽ ധാർമികശക്തിയുടെ ബലം നിലനിൽക്കുന്നുണ്ടെന്ന്, സത്യത്തിനുവേണ്ടിയുള്ള സഹനശക്തിയുണ്ടെന്നും നമ്മുടെമേൽ ആധിപത്യമുള്ളവർക്ക് നാം കാണിച്ചുകൊടുക്കണം. കാണിച്ചുകൊടുക്കുവാനായി നമ്മുടെ ഭാഗത്ത് ഒന്നുമില്ലാത്ത പക്ഷം നമുക്ക് ചെയ്യാനാവുക യാചിക്കുക മാത്രമാണ്. നാം ആഗ്രഹിക്കുന്ന വരങ്ങളെല്ലാം ഇപ്പോൾത്തന്നെ കൽപ്പിച്ച് നൽകപ്പെടുമെങ്കിൽ അത് നാശത്തിലേക്ക് വഴിയൊരുക്കുന്നതായിരിക്കും.

(*ടാഗോർ കൃതികൾ*, ഡി സി ബുക്സ്)

ബഹുകക്ഷി ജനാധിപത്യവ്യവസ്ഥ ഓരോ രാജ്യത്തിന്റേയും സാംസ്കാരിക സവിശേഷതകളും ദേശീയ ഘടകങ്ങളും കണക്കിലെടുത്തുകൊണ്ടായിരിക്കണം പ്രവർത്തിക്കേണ്ടത്. ഓരോ രാജ്യത്തിന്റെയും സാംസ്കാരിക സവിശേഷതകൾക്കും ചരിത്രപശ്ചാത്തലത്തിനും അനുസൃതമായി മാത്രമേ അവിടത്തെ ജനാധിപത്യവ്യവസ്ഥ മുന്നോട്ടുപോവുകയുള്ളൂ. ഇന്ത്യയിലെ ജനാധിപത്യവ്യവസ്ഥയല്ല അമേരിക്കയുടേത്. ഭരണഘടനാരീതിയിലും വ്യത്യാസമുണ്ട്.

വ്യത്യസ്ത രാഷ്ട്രീയപ്പാർട്ടികൾ ഒരുമിച്ചു പ്രവർത്തിക്കുന്ന സമ്പ്രദായത്തെയാണ് ബഹുകക്ഷി ജനാധിപത്യവ്യവസ്ഥ എന്നുപറയുന്നത്. തിരഞ്ഞെടുക്കപ്പെട്ട ഒരു പാർട്ടി അധികാരത്തിൽവന്നതിനുശേഷം ഏതെങ്കിലും കാരണവശാൽ സർക്കാറിന്റെ പ്രവർത്തനം മുന്നോട്ടുകൊണ്ടുപോകാൻ അവർക്ക് കഴിയാതെ വന്നാൽ പ്രതിപക്ഷപ്പാർട്ടികൾക്ക് ഒരു ബദൽ ഗവൺമെന്റ് രൂപീകരിക്കാനുള്ള അവസരം ഉണ്ടായിരിക്കും. പലപ്പോഴും രാഷ്ട്രീയപ്പാർട്ടികൾ തമ്മിലുള്ള കൂട്ടുകെട്ടിലൂടെ രൂപപ്പെടുന്ന മുന്നണി സർക്കാരുകളായിരിക്കും സർക്കാരുകൾ രൂപീകരിക്കുന്നത്. ദേശീയാടിസ്ഥാനത്തിൽ പ്രവർത്തിക്കുന്ന പാർട്ടികളായിരിക്കും ഇത്തരം മുന്നണി സംവിധാനത്തിന്റെ നേതൃത്വം വഹിക്കുന്നത്.

ഇംഗ്ലണ്ടിൽ ദ്വികക്ഷി സമ്പ്രദായമാണ് ഉണ്ടായിരുന്നത്. ആദ്യമായി

അത് ഉടലെടുത്തതും അവിടെയാണ്. വിഗ്സും ടോറിയും ആയിരുന്നു ഇംഗ്ലണ്ടിലെ ആദ്യത്തെ രാഷ്ട്രീയകക്ഷികൾ. പിന്നീട് ലിബറൽ പാർട്ടിയും കൺസർവേറ്റീവ് പാർട്ടിയും ആവിർഭവിച്ചു. അമേരിക്കയിലെ ദ്വികക്ഷി വ്യവസ്ഥയിൽനിന്നും വ്യത്യസ്തമാണ് ബ്രിട്ടന്റേത്. അമേരിക്കയിൽ റിപ്പബ്ലിക്കൻ പാർട്ടിയും ഡെമോക്രാറ്റിക് പാർട്ടിയുമാണ് പ്രധാനപ്പെട്ട രാഷ്ട്രീയകക്ഷികൾ. ബ്രിട്ടീഷ് പാർലമെന്റ് അംഗത്തിന് രാഷ്ട്രീയ നേതൃത്വത്തിന്റെ നിർദേശത്തിനനുസരിച്ച് മാത്രമേ വോട്ടുചെയ്യാനാവൂ. എന്നാൽ അമേരിക്കയിൽ ഏത് പാർട്ടി അംഗത്തിനും കോൺഗ്രസിൽ അഥവാ നിയമനിർമാണ സഭയിൽ മനസ്സാക്ഷിക്കനുസരിച്ച് വോട്ടു ചെയ്യാം. ഇതാണ് ഇരു രാജ്യത്തിലെയും രാഷ്ട്രീയപ്പാർട്ടികൾ തമ്മിലുള്ള ഒരു പ്രധാനപ്പെട്ട വ്യത്യാസം.

ബഹുകക്ഷിവ്യവസ്ഥയും ദ്വികക്ഷിവ്യവസ്ഥയും പല നിലയ്ക്കും മെച്ചപ്പെട്ടതാണ്. ഏകപാർട്ടി മേധാവിത്വം സൃഷ്ടിക്കുന്ന പ്രശ്നങ്ങൾ അവിടെ ഉണ്ടാവില്ല. എല്ലാ രാഷ്ട്രീയകക്ഷികൾക്കും സ്വതന്ത്രമായി പ്രവർത്തിക്കാനും തങ്ങളുടെ ആദർശങ്ങൾ പ്രചരിപ്പിക്കാനും ഇത്തരം ഒരു വ്യവസ്ഥയിൽ സ്വാതന്ത്ര്യമുണ്ടായിരിക്കും. എന്നാൽ ഏകപാർട്ടി വ്യവസ്ഥയിൽ ഒരു പാർട്ടിയുടെ ആശയാദർശങ്ങൾ ഏകപക്ഷീയമായി അടിച്ചേൽപ്പിക്കപ്പെടും. ഇത് പലപ്പോഴും ഗുരുതരമായ രാഷ്ട്രീയക്കുഴപ്പങ്ങൾ സൃഷ്ടിക്കും. ബഹുകക്ഷി വ്യവസ്ഥയിൽ ജനങ്ങൾക്കും അവരുടേതായ അഭിലാഷങ്ങൾ പ്രചരിപ്പിക്കാൻ കൂടുതൽ അവസരങ്ങളുണ്ടാകും. ബഹുകക്ഷി സമ്പ്രദായത്തിന്റെ മേന്മകൾ താഴെപ്പറയുന്നവയാണ്.

1. കൂട്ടുത്തരവാദിത്വം.
2. ജനകീയ പങ്കാളിത്തം.
3. വൈവിധ്യങ്ങളുടെ അംഗീകാരം.
4. ന്യൂനപക്ഷ സംരക്ഷണം.
5. ജനങ്ങളുടെ അധികാരത്തിലുള്ള പ്രാതിനിധ്യം.
6. ക്യാബിനറ്റിന്റെ ജനാധിപത്യവൽക്കരണം.
7. സ്വേച്ഛാധിപത്യ ഭീഷണിയിൽനിന്നുള്ള രക്ഷ.

തുല്യ ശക്തിയുള്ള രാഷ്ട്രീയ പാർട്ടികളുടെ സാന്നിധ്യമുള്ള വ്യവസ്ഥയാണ് ബഹുകക്ഷിവ്യവസ്ഥ. ജർമനി, ഫ്രാൻസ്, ഇറ്റലി എന്നിവിടങ്ങളിൽ ഈ വ്യവസ്ഥ നിലനിൽക്കുന്നു. പലപ്പോഴും ബഹുകക്ഷിവ്യവസ്ഥയിൽ ഒറ്റപ്പാർട്ടിക്ക് ഭൂരിപക്ഷം ലഭിക്കുകയില്ല. അപ്പോൾ രാഷ്ട്രീയ കക്ഷികൾ ഐക്യമുന്നണി ഉണ്ടാക്കുന്നു. ഇത്തരം മുന്നണികളാണ് പ്രതിനിധികളെ തിരഞ്ഞെടുക്കുന്നത്. നയപരമായ കാര്യങ്ങളിലും രാഷ്ട്രീയ ആദർശങ്ങളിലും വ്യത്യാസമുണ്ടായിരിക്കെത്തന്നെ പൊതുവായ പ്രശ്നങ്ങളിൽ ധാരണയുണ്ടാക്കിക്കൊണ്ടാണ് ഇത്തരം മുന്നണികൾ പ്രവർത്തിക്കുന്നത്. ഇന്ത്യ ഒരു ബഹുകക്ഷി ജനാധിപത്യവ്യവസ്ഥയാണ്.

ഏകപാർട്ടി ഭരണം അഥവാ ഏകകക്ഷി സമ്പ്രദായം പലപ്പോഴും ജനാധിപത്യ നിഷേധത്തിന് വഴിവെക്കുന്നു. നാസിജർമനിയിലും ഫാസിസ്റ്റ് ഇറ്റലിയിലും ഏകകക്ഷി സമ്പ്രദായമായിരുന്നു. അവിടെ പ്രതിപക്ഷ ശക്തികൾ ഇല്ലാത്തതിനാൽ ഭരിക്കുന്ന കക്ഷി അതിന്റെ സ്വേച്ഛാധിപത്യം ജനങ്ങളിലടിച്ചേൽപ്പിക്കുന്നു. കമ്യൂണിസ്റ്റ് രാജ്യങ്ങളിലും ഏകകക്ഷിഭരണമാണ് നിലനിൽക്കുന്നത്. എന്നാൽ കമ്യൂണിസ്റ്റ് രാജ്യങ്ങളിലെ ഏകകക്ഷിസമ്പ്രദായം ഫാസിസ്റ്റ് രീതിയിലുള്ള സമഗ്രാധിപത്യ ഭരണസമ്പ്രദായമായി കാണാൻ സാധ്യമല്ല. കാരണം രാഷ്ട്രമാണ് അന്തിമലക്ഷ്യം എന്ന് കമ്യൂണിസ്റ്റുകാർ കരുതുന്നില്ല. ഇന്ത്യയിൽ ദീർഘമായ കാലയളവിൽ കോൺഗ്രസ് പാർട്ടി ഏകപാർട്ടി മേധാവിത്വം നിലനിർത്തി. കേന്ദ്രത്തിൽ കോൺഗ്രസ് ദീർഘകാലം ഏകപാർട്ടി മേധാവിത്വം നിലനിർത്തിയിരുന്നു എന്നും ഇപ്പോഴും നിലനിർത്തുന്നു എന്നതും ശ്രദ്ധേയമാണ്. കാരണം ഔപചാരികമായി ഇന്ത്യ ഒരു ബഹുകക്ഷിജനാധിപത്യ വ്യവസ്ഥയാണെങ്കിലും ഒരു പാർട്ടിയ്ക്ക് അതിന്റെ മേധാവിത്വം ദേശീയ തലത്തിൽ സ്ഥാപിക്കാൻ കഴിയുന്നു എന്നത് ശ്രദ്ധേയമാണ്. രാഷ്ട്രീയാധികാരത്തെ നിലനിർത്തുന്ന സാമ്പത്തിക വർഗങ്ങളുടെ സാന്നിധ്യമാണ് ഇത് വെളിപ്പെടുത്തുന്നത്.

ജനാധിപത്യത്തിന്റെ വിജയത്തിന് അത്യന്താപേക്ഷിതമായ ഒന്നാണ് ഭരണഘടനാപരമായ ഭരണസമ്പ്രദായം. സർക്കാറിന്റെ പ്രവർത്തനത്തിന് അടിസ്ഥാനപരമായ രീതികളും നിയമങ്ങളും അത്യാവശ്യമാണ്. അല്ലാത്ത പക്ഷം അവിടെ അരാജകത്വം ഉടലെടുക്കും. ഒരു രാഷ്ട്രത്തിന്റെ സ്വഭാവസവിശേഷതകൾ, ഘടന, അധികാരങ്ങൾ, ചുമതലകൾ, പൗരന്മാരുടെ അവകാശങ്ങൾ, കടമകൾ എന്നിവയെയെല്ലാം സംബന്ധിക്കുന്ന സംവിധാന ക്രമമാണ് ഭരണഘടന എന്നുപറയുന്നത്. രാഷ്ട്രത്തെയും ജനങ്ങളെയും തമ്മിൽ ബന്ധിപ്പിക്കുന്ന ലിഖിതവും അലിഖിതവുമായ തത്വങ്ങളുടെ പ്രകാശനമാണ് ഭരണഘടന. രാഷ്ട്രവും ജനങ്ങളും തമ്മിലുള്ള ബന്ധത്തെ നിർവചിക്കുന്നതാണത്. ഒരു രാജ്യത്തിന്റെ ഭരണഘടനയെന്നത് ആ രാഷ്ട്രത്തിന്റെ അടിസ്ഥാനനിയമമാണ്. മറ്റെല്ലാ നിയമങ്ങളും ഉടലെടുക്കുന്നത് ഇവിടെനിന്നാണ്. ഓരോ രാജ്യത്തിന്റെയും ഭരണഘടനകൾ വ്യത്യസ്തമായിരിക്കും. സർക്കാറിന്റെ സംഘാടനം, അധികാര വിഭജനം, അധികാരപ്രയോഗം എന്നിവയെയെല്ലാം സംബന്ധിക്കുന്ന നിയമങ്ങളാണ് ഭരണഘടന എന്നുപറയുന്നത്.

ഭരണഘടനയില്ലാത്ത ഒരു രാജ്യത്തെപ്പറ്റി ചിന്തിക്കുക എന്നത് പ്രയാസകരമായ ഒരു കാര്യമാണ്. രാഷ്ട്രത്തെ സംബന്ധിച്ചിടത്തോളം ഒഴിച്ചുകൂടാനാവാത്തതാണ് ഭരണഘടന. രണ്ടുതരത്തിലുള്ള ഭരണഘടനയാണ് ലോകത്തിലുള്ളത്. ഒന്ന് ലിഖിതഭരണഘടന. രണ്ട് അലിഖിത ഭരണഘടന. അമേരിക്കൻ ഐക്യനാടിന്റെ ഭരണഘടന ലിഖിത ഭരണ

ഘടനയാണ്. ഇറ്റലി, ഫ്രാൻസ്, ബൽജിയം, ഇന്ത്യ എന്നീ രാജ്യങ്ങളിൽ ലിഖിത ഭരണഘടനയാണുള്ളത്. ലിഖിതഭരണഘടനകളിൽ ഉൾക്കൊള്ളിക്കപ്പെട്ടിട്ടുള്ള വിഷയങ്ങൾ താഴെപ്പറയുന്നവയാണ്.

1. മൗലികാവകാശങ്ങൾ.
2. രാഷ്ട്രീയാവകാശങ്ങൾ.
3. സർക്കാറിന്റെ സംഘാടനം.
4. സർക്കാറിന്റെ വിവിധഘടകങ്ങൾ.
5. അധികാര വിഭജനം.
6. കടമകൾ.
7. ഭരണഘടനാ ഭേദഗതിക്കുള്ള നിർദേശങ്ങൾ.

ലിഖിത ഭരണഘടനകൾക്ക് വളരെയധികം സവിശേഷതകളുണ്ട്. ലിഖിത ഭരണഘടനയിൽ ഭരണഘടനാ ഭേദഗതിക്കുള്ള നടപടിക്രമങ്ങൾ വ്യക്തമായും രേഖപ്പെടുത്തിയിരിക്കും. അവിടെ ഭരണഘടനയുടെ പരമാധികാരം അംഗീകരിക്കപ്പെടുന്നു. രാഷ്ട്രത്തിന്റെ അടിസ്ഥാന നിയമമാണത്. ഭരണഘടനയ്ക്ക് വിരുദ്ധമായ യാതൊന്നും അത്തരം രാജ്യങ്ങളിൽ അംഗീകരിക്കപ്പെടുകയില്ല. ഭരണഘടനാ വിരുദ്ധമായതെല്ലാം രാഷ്ട്രവിരുദ്ധമായിരിക്കും.

ചില രാജ്യങ്ങളിൽ അലിഖിത ഭരണഘടനകളാണ് നിലനിൽക്കുന്നത്. ആചാരങ്ങൾ, കീഴ്വഴക്കങ്ങൾ, ന്യായവിധികൾ, എന്നിവയുടെയെല്ലാം അടിസ്ഥാനത്തിലാണ് അത്തരം രാജ്യങ്ങളിൽ സർക്കാറിന്റെ പ്രവർത്തനം നടക്കുന്നത്. അലിഖിത ഭരണഘടനയുടെ നിയമങ്ങൾ ചരിത്രപരമായി രൂപംകൊണ്ടവയാണ്. ആചാരങ്ങൾ അനുശാസനങ്ങൾ എന്നിവയ്ക്ക് അവിടെ വളരെയധികം പ്രാധാന്യമുണ്ടായിരിക്കും. ബ്രിട്ടന്റെ ഭരണഘടന അലിഖിത ഭരണഘടനയുടെ ഏറ്റവും പ്രധാനപ്പെട്ട ഉദാഹരണമാണ്. മാഗ്നാകാർട്ട, പെറ്റീഷൻ ഓഫ് റൈറ്റസ്, ബില്ല് ഓഫ് റൈറ്റ്സ്, പാർലമെന്റ് ആക്ട്സ് എന്നീ ലിഖിതപ്രമാണങ്ങൾ ബ്രിട്ടീഷ് ഭരണഘടനയുടെ ഭാഗമായിട്ടുണ്ട്. എന്നിരിക്കിലും ആചാരങ്ങളും കീഴ്വഴക്കങ്ങളുമാണ് ബ്രിട്ടീഷ് ഭരണഘടനയുടെ അടിത്തറയായി വർത്തിക്കുന്നത്.

അയവുള്ളതും അയവില്ലാത്തതുമായ ഭരണഘടനകൾ

ലിഖിതവും അലിഖിതവുമായ അഥവാ എഴുതപ്പെട്ടതും എഴുതപ്പെടാത്തതുമായ ഭരണഘടനകളെപ്പറ്റി ഇവിടെ പ്രതിപാദിച്ചുകഴിഞ്ഞു. ഭരണഘടനകളെ സംബന്ധിച്ച് പറയുമ്പോൾ മറ്റൊരുരീതിയിലുള്ള വിഭജനം കൂടി ഇന്ന് നിലവിലുണ്ട്. അയവുള്ളതും അയവില്ലാത്തതുമായ ഭരണഘടന എന്ന വർഗീകരണമാണത്.

കാലം ചെല്ലുന്തോറും എല്ലാ എഴുതപ്പെട്ട ഭരണഘടനകളെയും എഴുതപ്പെടാത്ത അഥവാ ആചാരങ്ങളുടെയും കീഴ്വഴക്കങ്ങളുടെയും നിരവധി അംശങ്ങൾ കൂടിച്ചേരാൻ സാധ്യതയുണ്ട്. ഏതൊരു എഴുതപ്പെട്ട

ഭരണഘടനയിലും എഴുതപ്പെടാത്ത പല അംശങ്ങളും അടിഞ്ഞുകൂടുന്നു. ഇത് സ്വാഭാവികമായ ഒരു പ്രക്രിയയാണ്. ഒരു രാഷ്ട്രത്തിന്റെ അസ്തിത്വത്തെ നിർണയിക്കുന്ന ആശയങ്ങളുടെ ക്രോഡീകരണമാണ് ഭരണഘടന എന്നുപറയുന്നത്. അങ്ങനെ വരുമ്പോൾ അതിൽ ഒരുപാട് അലിഖിത തത്വങ്ങൾ കടന്നുകൂടുന്നു. എല്ലാം രചനാപരമായി സമാഹരിക്കുക എന്നത് വളരെ പ്രയാസകരമായ കാര്യമാണെന്നുള്ളത് കൂടുതൽ വിശദീകരിക്കേണ്ടതില്ലല്ലോ. ആചാരങ്ങൾ, അനുശാസനങ്ങൾ, വ്യാഖ്യാനങ്ങൾ, വിശദീകരണങ്ങൾ, വിധിന്യായങ്ങൾ, കീഴ്‌വഴക്കങ്ങൾ എന്നിവയെല്ലാം ഭരണഘടനയുടെ ഭാഗമാണ്. അത് ലിഖിതമായ ഭരണഘടനയ്ക്കും ബാധകമാണ്.

ലിഖിതമായതും കർക്കശമായതുമായ നിയമങ്ങളുടെയും തത്വങ്ങളുടെയും സമാഹരണമായ ഭരണഘടനകൾ അയവില്ലാത്ത ഭരണഘടനകളാണ്. അമേരിക്ക, ആസ്ട്രേലിയ, സ്വിറ്റ്സർലാന്റ് എന്നീ രാജ്യങ്ങളുടെ ഭരണഘടനകൾ അയവില്ലാത്ത ഭരണഘടനകളാണ്. 1789 ലാണ് അമേരിക്കൻ ഭരണഘടന നിലവിൽവന്നത്. എഴുതപ്പെട്ട ഭരണഘടനകൾ എല്ലാംതന്നെ പൊതുവിൽ അയവില്ലാത്ത ഭരണഘടനകളാണ്.

അയവുള്ള ഭരണഘടനകൾ എന്നുവെച്ചാൽ സാധാരണഗതിയിലുള്ള ഭേദഗതി അനുസരിച്ച് മാറ്റാൻ പറ്റുന്ന ഭരണഘടനകൾ എന്നാണ് അർഥം.

നീതിന്യായവ്യവസ്ഥ

ജനാധിപത്യവ്യവസ്ഥയുടെ വിജയത്തിന്റെ മുന്നുപാധികളിൽ പ്രധാനപ്പെട്ട മറ്റൊരു സംവിധാനമാണ് നീതിന്യായവ്യവസ്ഥ. ഒരു ജനാധിപത്യ സംവിധാനം അഥവാ സ്ഥാപനം എന്നനിലയിൽ നിതിന്യായവ്യവസ്ഥയ്ക്ക് ആധുനിക സമൂഹത്തിൽ വളരെയധികം പ്രാധാന്യമുണ്ട്. നിയമം, ന്യായാധിപർ, കോടതികൾ എന്നിവ ഉൾപ്പെടുന്നതാണ് നീതിന്യായവ്യവസ്ഥ. ഏതൊരു സാമൂഹിക വ്യവസ്ഥയിലും ഇതിന് വളരെയധികം പ്രാധാന്യമുണ്ട്. ഇവ ജനാധിപത്യ രാഷ്ട്രത്തിൽ വളരെയധികം പ്രാധാന്യമുള്ളതാണ്. നീതിന്യായവ്യവസ്ഥയില്ലാതെ ജനാധിപത്യവ്യവസ്ഥയെക്കുറിച്ച് ചിന്തിക്കാൻപോലും കഴിയില്ല. നിയമമാണ് ജനാധിപത്യത്തിലെ രാജാവ് എന്ന ചൊല്ലിന്റെ അർഥം അതാണ്. നിയമവാഴ്ചയാണ് ജനാധിപത്യസമൂഹത്തിന്റെ അടിത്തറ. ജനങ്ങളുടെ ഉത്തരവാദിത്വങ്ങൾ, അവകാശങ്ങൾ, രാഷ്ട്രത്തിന്റെ ഉത്തരവാദിത്വം, അവകാശങ്ങൾ, രാഷ്ട്രവും ജനങ്ങളും തമ്മിലുള്ള ബന്ധത്തെക്കുറിച്ചുള്ള നിർവചനങ്ങൾ ഇവയെല്ലാം സമാഹരിക്കുന്നതാണ് നിയമങ്ങൾ എന്ന് പൊതുവിൽ പറയപ്പെടുന്നത്. ഒരർഥത്തിൽ പറഞ്ഞാൽ ഉത്തരവാദിത്വങ്ങളെയും അവകാശങ്ങളെയും നിർവചിക്കുന്നതാണ് നിയമങ്ങൾ. നിയമങ്ങളില്ലാത്ത ഒരു സമൂഹത്തെപ്പറ്റി ചിന്തിക്കാൻപോലും സാധ്യമല്ല. വ്യക്തിയും സമൂഹവും

തമ്മിലുള്ള ബന്ധത്തെക്കുറിച്ച് മനസിലാക്കാൻ നിയമങ്ങൾ സഹായിക്കുന്നു.

ഒരു രാഷ്ട്രത്തിന്റെ നിലനിൽപ്പിന് അത്യന്താപേക്ഷിതമാണ് നിയമങ്ങൾ. വ്യക്തികളുടെയും സമൂഹങ്ങളുടെയും അവകാശങ്ങൾ സംരക്ഷിക്കപ്പെടണമെങ്കിൽ കൃത്യമായ നിയമങ്ങൾ നിലനിൽക്കേണ്ടതുണ്ട്. നിഷ്പക്ഷവും സ്വതന്ത്രവുമായ നീതിന്യായവ്യവസ്ഥയാണ് ജനാധിപത്യത്തെ സംരക്ഷിച്ച് നിർത്തുന്നത്. ഏതൊരു വ്യക്തിയും നിയമത്തിന്റെ മുൻപിൽ തുല്യരാണ് എന്നതാണ് അടിസ്ഥാനപരമായ ഒരു കാഴ്ചപ്പാട്. 'ആകാശം ഇടിഞ്ഞുവീണാലും നീതി നടപ്പാക്കപ്പെടും' (If heaven falls justice shall be done)എന്ന ചൊല്ലിന്റെ അർഥം അതാണ്. അതുപോലെ തന്നെ പ്രധാനപ്പെട്ട മറ്റൊരു വചനമാണ് 'നിതാന്തജാഗ്രതയാണ് സ്വാതന്ത്ര്യത്തിന്റെ വില' (Eternal vigilance is the price of Freedom)എന്നത്. എന്നവെച്ചാൽ നിയമവാഴ്ചയും നീതിന്യായവ്യവസ്ഥയും ജനാധിപത്യത്തിന്റെ സുസ്ഥിരതയ്ക്ക് ഏറ്റവും അത്യന്താപേക്ഷിതമാണ് എന്നർഥം. ജനാധിപത്യത്തിന്റെ പ്രാണവായുവാണ് നീതിന്യായവ്യവസ്ഥ. വർഗം, വർണം, ജാതി, മതം, ലിംഗഭേദം എന്നിവയൊന്നും പരിഗണിക്കാതെ എല്ലാ പൗരന്മാരെയും തുല്യരായി കാണുന്നതാണ് നീതിവ്യവസ്ഥ എന്നു പറയുന്നത്. ഒരു വ്യക്തിക്കും ആ വ്യക്തിയുടെ അവകാശങ്ങൾ നിഷേധിക്കപ്പെട്ടുകൂടാ. ആയിരം കുറ്റവാളികൾ വെറുതെ വിടപ്പെട്ടാലും ഒരു നിരപരാധി ശിക്ഷിക്കപ്പെട്ടുകൂട എന്ന ചൊല്ലിന്റേയും അർഥം മറ്റൊന്നല്ല.

പ്രാചീനകാലം മുതൽ സമൂഹങ്ങളിൽ അതിന്റേതായ നീതിന്യായവ്യവസ്ഥ നിലനിന്നിരുന്നു. പക്ഷേ, അക്കാലത്തെ നിയമസംവിധാനങ്ങളെയും നീതിന്യായവ്യവസ്ഥകളെയും നിയന്ത്രിച്ചിരുന്നത് മതതത്വങ്ങളും രാജനീതിയുമായിരുന്നു. അതനുസരിച്ച് പ്രത്യേക മതവിഭാഗങ്ങളിൽ പെടുന്നവർക്കും മറ്റും പലതരം ആനുകൂല്യങ്ങളും ലഭിച്ചിരുന്നു. ഇന്ത്യയിലൊക്കെ ഇതനുസരിച്ച് ഉയർന്ന ജാതിയിൽപ്പെട്ടവർക്ക് പ്രത്യേക അവകാശങ്ങൾ ലഭിച്ചിരുന്നു. ക്രൈസ്തവ സഭയ്ക്ക് ആധിപത്യം ഉണ്ടായിരുന്ന മധ്യകാലയൂറോപ്പിൽ ക്രൈസ്തവ മതവിശ്വാസമനുസരിച്ചാണ് നിയമവ്യവസ്ഥ പ്രവർത്തിച്ചത്. അതുപോലെതന്നെ രാജാവിന് പ്രത്യേകമായ അധികാരങ്ങൾ ഉണ്ടായിരുന്നു. അതൊക്കെത്തന്നെ നിഷ്പക്ഷമായിരുന്നു എന്ന് പറയാൻ വയ്യ. എന്നാൽ ആധുനിക ജനാധിപത്യ സമ്പ്രദായത്തിന്റെ ഉത്ഭവത്തോടുകൂടി നിയമവ്യവസ്ഥ കൂടുതൽ നിഷ്പക്ഷവും സ്വതന്ത്രവുമാവാൻ തുടങ്ങി. നിയമത്തിന്റെ സംരക്ഷണം എല്ലാ പൗരന്മാർക്കും തുല്യ അളവിൽ ലഭിക്കണം എന്നതാണ് ആധുനിക ജനാധിപത്യവ്യവസ്ഥ അനുശാസിക്കുന്നത്. കുറ്റം ചെയ്തവർ എത്ര ഉന്നതരായിരുന്നാലും ശിക്ഷ ലഭിക്കണം. അതുപോലെതന്നെ നിരപരാധികൾ ശിക്ഷിക്കപ്പെട്ടുകൂടാ. നിയമങ്ങളും അതനുസരിച്ചുള്ള ശിക്ഷാവിധികളും വ്യക്തികളെ നശിപ്പിക്കാൻവേണ്ടിയുള്ളതല്ല. ഒരാൾ കുറ്റം ചെയ്യുമ്പോൾ ആ

കുറ്റകൃത്യത്തിന് പലപ്പോഴും സമൂഹംകൂടി ഉത്തരവാദിയാവുന്നുണ്ട് എന്നത് വിസ്മരിക്കാൻ കഴിയുകയില്ല. അതുപോലെതന്നെ ഒരാൾ കുറ്റവാളിയായി ജനിക്കുന്നുമില്ല. എക്കാലവും കുറ്റവാളിയായി നിലനിൽക്കുന്നുമില്ല. ശിക്ഷയുടെ ലക്ഷ്യം കുറ്റവാളികളെ നശിപ്പിക്കുകയല്ല. അവരെ തിരുത്തുകയും സമൂഹത്തിന് മാതൃക കാണിക്കുകയുമാണ്. അതുപോലെതന്നെ ആത്യന്തികമായി കുറ്റകൃത്യങ്ങൾ ചെയ്യാതിരിക്കാനും കുറ്റവാളികളിൽനിന്ന് സമൂഹത്തെ രക്ഷിക്കാനും മാർഗദർശനം നൽകുകയും ചെയ്യുക എന്നതാണ്.

4

ജനാധിപത്യം രാഷ്ട്രീയ ദർശനങ്ങൾ സാമൂഹ്യകരാർ സിദ്ധാന്തം

ജനാധിപത്യ ചിന്തകൾക്ക് ചരിത്രത്തോളം പഴക്കമുണ്ട്. മനുഷ്യ സമൂഹം ഇന്നത്തേതുപോലെ വികസിച്ചതിനു പിന്നിൽ ജനാധിപത്യ ആശയങ്ങൾക്ക് വളരെ പ്രധാനപ്പെട്ട പങ്കുണ്ട്. സ്വാതന്ത്ര്യം, സമത്വം, സാഹോദര്യം തുടങ്ങിയ ആശയങ്ങളെപ്പോലെതന്നെ വളരെ പ്രധാന മാണ് ജനാധിപത്യം എന്നതും. ഒരു വ്യക്തിയുടെ മേലും ആരും അധി കാരം സ്ഥാപിക്കരുത് എന്ന തത്വം ജനാധിപത്യത്തിൽ അടങ്ങിയിരി ക്കുന്നു. അതുപോലെ ഒരു സമൂഹത്തിന്റെ മേലും യാതൊരുവിധ ബാഹ്യ ശക്തികളും അധികാരം പ്രയോഗിച്ചുകൂടാ എന്ന തത്വവും ജനാധിപത്യ ത്തിന്റെ അന്തർധാരയാണ്. മനുഷ്യവംശത്തിന്റെ നിലനിൽപ്പിനെ സംബ ന്ധിച്ചിടത്തോളം അത്യന്താപേക്ഷിതമാണ് ഈ ആശയം. മാത്രമല്ല അക്രമം, അഴിമതി, ചൂഷണം, കൊള്ള, ബലപ്രയോഗം, വിവേചനം എന്നി വയിൽനിന്നെല്ലാം വ്യക്തികൾക്കും സമൂഹത്തിനും മോചനം ലഭ്യമാ വണം എന്ന ആശയമാണ് ജനാധിപത്യത്തിന്റെ അന്തസ്സത്ത. മേൽപ്പ റഞ്ഞ ജനാധിപത്യ തത്വങ്ങളുടെ പൂർത്തീകരണത്തിനുവേണ്ടിയാണ് നിയമസംവിധാനങ്ങളും പൊലീസും സൈന്യവും നിയമങ്ങളും എല്ലാം തന്നെ സമൂഹത്തിൽ രൂപംകൊണ്ടത്. അതനുസരിച്ച് ഭരണകൂടങ്ങൾ നിലവിൽവന്നു. അങ്ങനെ നിലവിൽവന്ന ഭരണസംവിധാനങ്ങളുടെ ഉത്ത രവാദിത്വങ്ങൾ ഇങ്ങനെ സംഗ്രഹിക്കാം.

1. വ്യക്തികളുടെ അവകാശങ്ങൾ സംരക്ഷിക്കുക.
2. സമൂഹത്തിന്റെ അവകാശങ്ങൾ സംരക്ഷിക്കുക.
3. വ്യക്തികളെ ഹിംസയിൽനിന്നും രക്ഷിക്കുക.
4. രാഷ്ട്രത്തെ വിദേശാക്രമണങ്ങളിൽനിന്നും സംരക്ഷിക്കുക.

5. കൊള്ള, കൊല എന്നിവയിൽനിന്നും വ്യക്തികളെയും സമൂഹങ്ങളെയും സംരക്ഷിക്കുക
6. കുറ്റകൃത്യങ്ങളിൽനിന്നും വ്യക്തികളെയും സമൂഹങ്ങളെയും രക്ഷിക്കുക.
7. ദുർബലർക്ക് സംരക്ഷണം നൽകുക.
8. വ്യക്തികളെയും സമൂഹങ്ങളെയും രോഗങ്ങളിൽനിന്നും ദാരിദ്ര്യത്തിൽനിന്നും രക്ഷിക്കുക.
9. വ്യക്തികളെയും സമൂഹങ്ങളെയും എല്ലാ രംഗത്തും വികസിക്കാൻ സഹായിക്കുക.

പ്രാചീനകാലം മുതൽ ജനാധിപത്യത്തെക്കുറിച്ചും ജനകീയപരമാധികാരത്തെക്കുറിച്ചുമുള്ള ആശയങ്ങൾ ലോകത്തുനിലനിന്നിരുന്നു. ഇതിനെ ജനകീയപരമാധികാര സങ്കൽപ്പം എന്നാണ് വിളിച്ചിരുന്നത്. ഒരു രാജ്യത്തെ സംബന്ധിച്ചിടത്തോളം അന്തിമമായ അധികാരം ജനങ്ങളിൽ നിക്ഷിപ്തമായിരിക്കുന്നു എന്ന ആശയത്തെയാണ് ജനകീയപരമാധികാരം എന്നുവിളിക്കുന്നത്. റോമാസാമ്രാജ്യത്തിലെ പ്രബലമായ രാഷ്ട്രീയ ആശയങ്ങളിൽ ഒന്നായിരുന്നു ഇത്. ഇതിന്റെ ഉത്ഭവം സ്റ്റോയിക് തത്വചിന്തയിൽനിന്നുമാണ്. റോമാസാമ്രാജ്യത്തിലെ ഉജ്വല വാഗ്മിയും എഴുത്തുകാരനുമായിരുന്ന സിസറോ രാഷ്ട്രീയപരമാധികാര സിദ്ധാന്തത്തിന്റെ പ്രണേതാവായിരുന്നു. അധികാരത്തിന്റെ ആത്യന്തിക സ്രോതസ്സ് ജനങ്ങളാണെന്ന് അദ്ദേഹം വിശ്വസിച്ചു. എന്നാൽ റോമിലെ പ്രഭുക്കന്മാരും കുലീനവിഭാഗങ്ങളും ജനകീയപരമാധികാര സിദ്ധാന്തത്തെ അംഗീകരിക്കാൻ തയ്യാറായില്ല. വർഗ-വിഭജിത സമൂഹമായിരുന്നു അവിടെ നിലനിന്നിരുന്നത്. അങ്ങനെ ജനകീയപരമാധികാരം എന്ന മഹത്തായ ആശയം അവിടെ അടിച്ചമർത്തപ്പെട്ടു.

18-ാം നൂറ്റാണ്ടിൽ അതായത് ഫ്രഞ്ചുവിപ്ലവകാലത്ത് റൂസ്സോവിന്റെ ചിന്തകളിലൂടെ ജനകീയപരമാധികാര സിദ്ധാന്തത്തിന് പുനർജന്മമുണ്ടായി. പ്രാചീനകാലംമുതൽ ലോകത്തുനിലനിന്നിരുന്ന രണ്ടുപ്രധാനപ്പെട്ട രാഷ്ട്രീയ സിദ്ധാന്തങ്ങളായിരുന്നു സാമൂഹ്യ കരാർ സിദ്ധാന്തവും ദൈവദത്ത സിദ്ധാന്തവും. സാമൂഹ്യകരാർ സിദ്ധാന്തമാണ് ജനകീയപരമാധികാരസിദ്ധാന്തത്തിന്റെയും ജനാധിപത്യചിന്തയുടെയും അടിത്തറയായി വർത്തിക്കുന്നത്. ഇതിനെതിരായ തത്വചിന്തയായിരുന്നു ദൈവദത്ത അധികാരസിദ്ധാന്തം. അതനുസരിച്ച് രാജാവിന് ദൈവദത്തമായ അധികാരമുണ്ട്. ജനങ്ങളെല്ലാം രാജാവിനെ ദൈവത്തിന്റെ ഭൂമിയിലെ പ്രതിപുരുഷൻ എന്നുകരുതി അനുസരിക്കുകയും ആദരിക്കുകയും ചെയ്യണം. സമ്പന്നവർഗം അവരുടെ ആധിപത്യം ജനങ്ങൾക്കുമേൽ അടിച്ചേൽപ്പിക്കാൻ വേണ്ടി ആവിഷ്കരിച്ച സിദ്ധാന്തമാണ് ദൈവദത്താധികാര സിദ്ധാന്തം. ഇതനുസരിച്ച് രാജാവിനെ ജനങ്ങൾക്ക് ചോദ്യംചെയ്യാൻ

അവകാശമില്ല. രാജാവിനെ ചോദ്യംചെയ്യുന്നത് ദൈവത്തെ ചോദ്യംചെയ്യുന്നതിന് സമമാണ്. അതുകൊണ്ട് രാജഭരണത്തെ ദൈവത്തിന് ഹിതകരമായ ഭരണമായി ജനങ്ങൾ കാണാൻതുടങ്ങി.

ദൈവദത്താധികാരസിദ്ധാന്തത്തിന് എതിരായി സമൂഹത്തിൽ ഉയർന്നുവന്ന പ്രധാനപ്പെട്ട രാഷ്ട്രീയസിദ്ധാന്തമാണ് സാമൂഹ്യകരാർ സിദ്ധാന്തം. പ്രാചീനകാലം മുതൽ നിലനിന്ന ഒരു കരാറിന്റെ അടിസ്ഥാനത്തിലാണ് രാഷ്ട്രം നിലനിന്നത് എന്നാണ് ഈ സാമൂഹ്യകരാർ സിദ്ധാന്തം അനുശാസിക്കുന്നത്. പ്രാചീനമനുഷ്യരുടെ ഭാഗത്തുനിന്നുണ്ടായ ഒരു കരാറിന്റെ അടിസ്ഥാനത്തിലാണ് രാഷ്ട്രഭരണം നടക്കുന്നത്. ഈ കാലഘട്ടത്തെ പ്രകൃതിദശ എന്നാണ് വിളിക്കുന്നത്. അക്കാലത്ത് രാഷ്ട്രം നിലവിലുണ്ടായിരുന്നില്ല. സാമൂഹ്യകരാർ ഉണ്ടാകുന്നതോടുകൂടിയാണ് രാഷ്ട്രം രൂപംകൊള്ളുന്നത്. പ്രകൃതിദശയിൽ വർഗങ്ങളോ ഭരണകൂടമോ നിയമസംവിധാനങ്ങളോ സൈന്യമോ ഒന്നും ഉണ്ടായിരുന്നില്ല. ആരും ആരെയും ഭരിക്കാത്ത ആരും ആരെയും ചൂഷണം ചെയ്യാത്ത ഈ സാമൂഹികഘട്ടത്തെയാണ് കാൾ മാർക്സും ഫ്രെഡറിക് എംഗൽസും പ്രാകൃത കമ്യൂണിസം എന്നുവിളിക്കുന്നത്. അന്ന് മനുഷ്യജീവിതത്തെ നിയന്ത്രിച്ചിരുന്നത് പ്രകൃതിനിയമങ്ങളായിരുന്നു. ഈ പ്രകൃതിനിയമങ്ങൾ ജനങ്ങൾ സ്വമേധയാ അനുസരിക്കുകയായിരുന്നു. അത് അടിച്ചേൽപ്പിക്കുകയായിരുന്നില്ല. അലിഖിതമായ നിയമങ്ങളായിരുന്നു ഇത്. വളരെ സന്തോഷകരമായ ഒരു ജീവിതമാണ് ഇക്കാലത്തെ മനുഷ്യർ നയിച്ചിരുന്നത് എന്നുപറയാം. എന്നാൽ അക്കാലഘട്ടവും സംഘർഷങ്ങൾ നിറഞ്ഞതായിരുന്നുവെന്ന അഭിപ്രായങ്ങളും നിലവിലുണ്ട്. എന്തുതന്നെയായിരുന്നാലും ഈ പ്രകൃതിനിയമങ്ങളുടെ സത്ത അധികകാലം നീണ്ടുനിന്നില്ല. ഇതിനെത്തുടർന്ന് മനുഷ്യർ ഒരു കരാർ ഉണ്ടാക്കുകയും ഒരു രാഷ്ട്രീയസമുദായം രൂപീകരിക്കുകയും ചെയ്തു. ഇതനുസരിച്ച് സമൂഹത്തിലെ വ്യക്തികൾ അവരുടെ പ്രകൃതിദത്തമായ സ്വാതന്ത്ര്യം ഉപേക്ഷിക്കണം. പ്രകൃതിദത്തമായി മനുഷ്യന് ലഭിച്ച സ്വാതന്ത്ര്യങ്ങൾ എന്തായിരുന്നു എന്ന് താഴെപ്പറയുന്നു;

1. നിയമങ്ങളിൽനിന്നുള്ള സ്വാതന്ത്ര്യം.
2. അധികാരത്തിൽനിന്നുള്ള സ്വാതന്ത്ര്യം.
3. സാമൂഹ്യ നിയമങ്ങളിൽനിന്നുള്ള സ്വാതന്ത്ര്യം.
4. സദാചാരത്തിൽ നിന്നുള്ള സ്വാതന്ത്ര്യം.
5. കുടുംബത്തിൽനിന്നുള്ള സ്വാതന്ത്ര്യം.
6. വിവാഹത്തിൽനിന്നുള്ള സ്വാതന്ത്ര്യം.
7. സ്വകാര്യസ്വത്തിന്റെ ആവശ്യമില്ലായ്മ.
8. സ്വച്ഛന്ദം ജീവിതം നയിക്കാനുള്ള സ്വാതന്ത്ര്യം.
9. ദേശീയ അതിർത്തികളിൽനിന്നുള്ള സ്വാതന്ത്ര്യം.

10. ലിംഗവിവേചനമില്ലായ്മ.
11. കൃത്രിമമായ സ്ഥാപനങ്ങളിൽനിന്നും വിദ്യാഭ്യാസരീതിയിൽ നിന്നുമുള്ള സ്വാതന്ത്ര്യം.

സമൂഹ വികാസത്തിന്റെ ഒരു ഘട്ടത്തോടുകൂടി മനുഷ്യർ മുകളിൽപ്പറഞ്ഞ സ്വാതന്ത്ര്യങ്ങൾ മുന്നോട്ടുകൊണ്ടുപോകാൻ കഴിയാതെ വന്നു. സമൂഹജീവി എന്ന നിലയിൽ മനുഷ്യന് കൂടുതൽ ആവശ്യങ്ങളും നിയന്ത്രണങ്ങളും കൈവന്നു. അങ്ങനെ "മനുഷ്യൻ സ്വതന്ത്രനായി ജനിക്കുന്നു" എന്ന റൂസ്സോ പറഞ്ഞ ജീവിതം അവനു ഉപേക്ഷിക്കേണ്ടിവരുന്നു. അതിനുപകരം രാഷ്ട്രം സമൂഹത്തിന്റെ മേൽ നിയന്ത്രണം ഏർപ്പെടുത്തുകയും നിയമപരിരക്ഷ നൽകുകയും ചെയ്തു.

പ്രാചീന ഗ്രീസിൽ ജീവിച്ചിരുന്ന സോഫിസ്റ്റുകളാണ് ലോകത്തിൽ ആദ്യമായി സാമൂഹ്യകരാർ സിദ്ധാന്തം ആവിഷ്കരിച്ചത്. ഇന്ത്യയിൽ ചാണക്യൻ അഥവാ കൗടില്യൻ എന്ന പ്രസിദ്ധനായ മന്ത്രി തന്റെ *അർഥശാസ്ത്രം* എന്ന ഗ്രന്ഥത്തിൽ സാമൂഹ്യകരാറിനെപ്പറ്റി സൂചിപ്പിക്കുന്നുണ്ട്. ചന്ദ്രഗുപ്തന്റെ മന്ത്രിയായിരുന്നു ചാണക്യൻ. പ്ലേറ്റോവിന്റെ ഗ്രന്ഥങ്ങളിലും ഇതിന്റെ സൂചനയുണ്ട്. ഇതുകൂടാതെ ഇന്ത്യയിലെ ഇതിഹാസകൃതിയായ *മഹാഭാരത*ത്തിലെ ശാന്തിപർവത്തിൽ സാമൂഹ്യകരാർ സിദ്ധാന്തത്തെക്കുറിച്ചുള്ള പരാമർശങ്ങൾ കാണാം.

ചാണക്യൻ

ഫ്രഞ്ചുവിപ്ലവകാലത്തോടുകൂടിയാണ് ലോകത്ത് പ്രാചീനകാലം മുതൽ നിലനിന്ന സാമൂഹികകരാർ സിദ്ധാന്തത്തിന് പുനർജന്മമുണ്ടായത് എന്നുപറഞ്ഞുവല്ലോ. ഫ്യൂഡൽകാലഘട്ടത്തിലും മതഭരണ കാലഘട്ടത്തിലും രാജവാഴ്ചയിലും സൈനികഭരണത്തിലും സാമൂഹ്യകരാർ സിദ്ധാന്തവും ജനകീയ അധികാര സിദ്ധാന്തവും ജനാധിപത്യസങ്കൽപ്പങ്ങളും അടിച്ചമർത്തപ്പെടുകയായിരുന്നു. മധ്യകാലഘട്ടം അടിമത്തത്തിന്റെ കാലഘട്ടമായിരുന്നു. നവോത്ഥാന കാലഘട്ടത്തോടുകൂടിയാണ് യൂറോപ്പിൽ സാമൂഹ്യകരാർ സിദ്ധാന്തവും

ജനാധിപത്യസങ്കൽപ്പങ്ങളും പുനരുജ്ജീവിക്കപ്പെടുന്നത്. നവോത്ഥാനം ഉണർത്തിവിട്ട ആശയങ്ങൾ ദൈവദത്താധികാര സിദ്ധാന്തത്തെയും മത മേധാവിത്വത്തെയും എതിരിടാൻ പര്യാപ്തമായിരുന്നു.

മാനവ ചരിത്രത്തിലെ ഏറ്റവും മഹത്തായ ഒരു വിപ്ലവമായിരുന്നു നവോത്ഥാനം. മധ്യയുഗത്തിൽനിന്ന് ആധുനികയുഗത്തിലേക്കുള്ള പരി വർത്തന ഘട്ടമാണ് നവോത്ഥാനം. രാഷ്ട്രീയം, സാമൂഹികം, സാംസ്കാ രികം, മതപരം, വൈജ്ഞാനികം തുടങ്ങിയ ബഹുമുഖമായ ജീവിതമേ ഖലകളിൽ ഉണ്ടായിട്ടുള്ള ഏറ്റവും മഹത്തായ പരിവർത്തനത്തെയാണ് നവോത്ഥാനം എന്നുവിളിക്കുന്നത്. ഇരുണ്ടയുഗത്തിൽനിന്നും പ്രകാശ പൂരിതമായ ഒരു കാലഘട്ടത്തിലേക്കുള്ള സംക്രമണ കാലഘട്ടമായിരുന്നു നവോത്ഥാനം. അഥവാ മധ്യകാലഘട്ടത്തിൽനിന്നും ആധുനിക കാല ഘട്ടത്തിലേക്കുള്ള പരിവർത്തനഘട്ടം. മധ്യകാലഘട്ടത്തിൽ ക്രിസ്ത്യൻ കത്തോലിക്കാമതത്തിന്റെ മതപരമായ മേധാവിത്വമാണ് യൂറോപ്പിൽ നില നിന്നത്. ഇതനുസരിച്ച് ജീവിതത്തിന്റെ എല്ലാരംഗങ്ങളിലും പോപ്പിനും കത്തോലിക്കാ മതത്തിനുമായിരുന്നു നിർണായകമായ സ്വാധീനമുണ്ടാ യിരുന്നത്. നവോത്ഥാനത്തോടുകൂടി കത്തോലിക്കാ മതവും യാഥാസ്ഥി തിക ക്രിസ്ത്യൻ ആശയങ്ങളും ചോദ്യംചെയ്യപ്പെടാൻ തുടങ്ങി. നവോ ത്ഥാനം എന്ന വാക്കിന്റെ അർഥം പുതിയ ഉയിർപ്പ് എന്നാണ്. പ്രാചീന ഗ്രീക്ക് റോമൻ സംസ്കാരത്തിന്റെ പുനരുജ്ജീവനകാലഘട്ടമായിട്ടാണ് നവോത്ഥാനത്തെ പല ചരിത്രകാരന്മാരും വിലയിരുത്തുന്നത്.

15-ാം നൂറ്റാണ്ടിന്റെ അന്ത്യത്തിലാണ് യൂറോപ്പിൽ നവോത്ഥാനം ആരംഭിക്കുന്നത്. അക്കാലത്ത് പ്രാചീന ഗ്രീസിന്റെയും റോമിന്റെയും സാംസ്കാരികമായ സംഭാവനകൾ യൂറോപ്പിൽ പുനഃസൃഷ്ടിക്കപ്പെടാൻ തുടങ്ങി. ആധുനിക പാശ്ചാത്യസംസ്കാരത്തിന്റെ അടിത്തറയായിട്ടാണ് ഗ്രീക്ക് സംസ്കാരം അറിയപ്പെടുന്നത്. ഗ്രീക്ക് സംസ്കാരത്തിന് യവന സംസ്കാരം എന്നും പറയും. ലോകനാഗരികതകളിൽ എടുത്തുപറയേണ്ട ഒരു നാമമാണ് ഗ്രീസ്. രാഷ്ട്രീയം, കല, സാഹിത്യം, സംസ്കാരം തുട ങ്ങിയ വിഭിന്ന മേഖലകളിൽ ഗ്രീക്കുകാർ മനുഷ്യരാശിക്ക് നൽകിയ സംഭാവന അളവറ്റതാണ്. അതുകൊണ്ടാണ് ഗ്രീക്ക്സംസ്കാരം ഇല്ലാ യിരുന്നുവെങ്കിൽ ആധുനിക യൂറോപ്യൻ സംസ്കാരം ഉണ്ടാകുമായിരു ന്നില്ലെന്ന് ഫ്രെഡറിക് എംഗൽസ് പറഞ്ഞത്. അടിമത്തവ്യവസ്ഥിതിയിൽ അധിഷ്ഠിതമായ സംസ്കാരമായിരുന്നു ഗ്രീസിന്റേതും റോമിന്റേതും. വളരെ പ്രാചീനകാലത്തുതന്നെ നിരവധി രാഷ്ട്രീയ സ്ഥാപനങ്ങൾ ഗ്രീക്കുകാർ പരീക്ഷിക്കുകയുണ്ടായി. പ്രഭുഭരണം, രാജഭരണം, ജനാധി പത്യം തുടങ്ങിയ വിവിധതരം ഭരണക്രമങ്ങൾ ഗ്രീസിൽ നിലനിന്നിരു ന്നു. പ്രാചീനലോകത്തിൽ ആദ്യമായി ജനാധിപത്യം പരീക്ഷിച്ചത് ഗ്രീക്കു കാരായിരുന്നു. പ്രത്യക്ഷജനാധിപത്യം എന്ന ഭരണരീതി ലോകത്തിൽ

ആദ്യമായി നടപ്പാക്കിയത് ഗ്രീക്കുകാരായിരുന്നു. അതുപോലെതന്നെ സോക്രട്ടീസ്, പ്ലാറ്റോ, അരിസ്റ്റോട്ടിൽ തുടങ്ങിയ മഹാന്മാരായ ഗ്രീക്ക് ചിന്തകന്മാർ അവരുടെ ചിന്തകളിലൂടെ തത്വചിന്തയെയും രാഷ്ട്രീയത്തെയും സമ്പുഷ്ടമാക്കി. പിൽക്കാലത്ത് ക്രിസ്തുമതത്തിന്റെ വികാസത്തോടെ ഗ്രീസും റോമും ക്രൈസ്തവരാജ്യങ്ങളായി മാറുകയായിരുന്നു.

ക്രൈസ്തവ കാലഘട്ടത്തിൽ ചിന്തിക്കാനും സ്വതന്ത്രമായി പ്രവർത്തിക്കാനും ഉള്ള അവകാശാധികാരങ്ങൾ സമൂഹത്തിനുണ്ടായിരുന്നില്ല. ക്രൈസ്തവമതം ചിന്താസ്വാതന്ത്ര്യത്തെ നിഷേധിച്ചു. ബൈബിളിലെ ആശയങ്ങൾക്കെതിരായി ചിന്തിക്കുകയും എഴുതുകയും ചെയ്യുന്നവരെയെല്ലാം കത്തോലിക്കാ മതം കഠിനമായി ശിക്ഷിച്ചു. അക്കാലത്ത് യൂറോപ്പിൽ പലയിടങ്ങളിലും മതദ്രോഹവിചാരണക്കോടതി നിലനിന്നിരുന്നു. നിരവധി ശാസ്ത്രകാരന്മാരെയും ചിന്തകന്മാരെയും എഴുത്തുകാരെയും മതദ്രോഹവിചാരണക്കോടതി ക്രൂരമായി ശിക്ഷിച്ചു. നവോത്ഥാനത്തോടുകൂടി ക്രൈസ്തവചിന്തകൾ ചോദ്യംചെയ്യപ്പെടാൻ തുടങ്ങി. മനുഷ്യനെ സംബന്ധിച്ച പുതിയൊരു കാഴ്ചപ്പാട് നവോത്ഥാനം സൃഷ്ടിച്ചു. ഇറ്റലി, ജർമനി, ഇംഗ്ലണ്ട്, ഫ്രാൻസ്, തുടങ്ങിയ നിരവധി രാജ്യങ്ങളിൽ നവോത്ഥാനം അതിന്റെ അലയൊലികൾ സൃഷ്ടിച്ചു. നവോത്ഥാനത്തിന്റെ ഭാഗമായി മതനവീകരണവും ജ്ഞാനോദയവും വൈജ്ഞാനിക വിപ്ലവങ്ങളും രാഷ്ട്രീയവിപ്ലവങ്ങളും വ്യാവസായിക കാർഷിക വിപ്ലവങ്ങളും ലോകത്തുണ്ടായി. പതിനാലും പതിനഞ്ചും പതിനാറും നൂറ്റാണ്ടുകളിൽ യൂറോപ്പിലെങ്ങും അലയടിച്ച പുതിയ പരിവർത്തനത്തെയാണ് നവോത്ഥാനം എന്നു വിശേഷിപ്പിക്കുന്നത്.

ഇറ്റലിയിലാണ് നവോത്ഥാനം ആരംഭിച്ചത്. ഫ്ലോറൻസിലും മറ്റു ഇറ്റാലിയൻ നഗരങ്ങളിലും ഈ കാലഘട്ടത്തിൽ ഒരു വൈജ്ഞാനിക വിപ്ലവം തന്നെ നടന്നു. ഹ്യൂമനിസമാണ് പാശ്ചാത്യനവോത്ഥാനത്തിന്റെ ഏറ്റവും മഹത്തായ ഒരാശയം. ഇരുണ്ടയുഗത്തിലെ മതാന്ധതയ്ക്കുപകരം നവോത്ഥാനനായകർ രൂപംകൊടുത്ത ഒരു പ്രധാന ആശയമായിരുന്നു ഹ്യൂമനിസം. മധ്യകാലഘട്ടത്തിൽ ദൈവത്തിനും പുരോഹിതന്മാർക്കുമായിരുന്നു പ്രാധാന്യം. ദൈവത്തെ ആദർശവൽക്കരിക്കുന്ന സാഹിത്യവും കലയുമാണ് മധ്യകാലഘട്ടത്തിൽ സൃഷ്ടിക്കപ്പെട്ടിട്ടുള്ളത്. ഭക്തിക്കും വിശ്വാസത്തിനും സ്തുതിഗീതങ്ങൾക്കും സങ്കീർത്തനങ്ങൾക്കും ആചാരങ്ങൾക്കും ആയിരുന്നു കൂടുതൽ പ്രാധാന്യം. അതുകൊണ്ടുതന്നെ സ്വതന്ത്രചിന്തയെയും ഭാവനയെയും പ്രോത്സാഹിപ്പിക്കാൻ മധ്യകാലഘട്ടത്തിന് കഴിഞ്ഞില്ല. എന്നാൽ ഇരുണ്ടകാലം എന്നു വിളിക്കപ്പെടുന്ന ഈ കാലത്തുപോലും സ്വതന്ത്രചിന്തയുടെയും അന്വേഷണങ്ങളുടെയും ഭാവനയുടെയും രചതരേഖകൾ ലോകത്തിന്റെ പല ഭാഗങ്ങളിൽ തെളിഞ്ഞുവന്നിരുന്നു എന്നത് വളരെ പ്രധാനപ്പെട്ട ഒന്നാണ്.

സോഫോക്ലിസ്

അറബികളും മറ്റുസഞ്ചാരികളും മധ്യകാലഘട്ടത്തിൽ അന്വേഷണാത്മകതയുടെ ഒരു വലിയലോകം സൃഷ്ടിച്ചിരുന്നു. ശാസ്ത്രത്തിന്റെയും സംസ്കാരത്തിന്റെയും മേഖലകളിൽ അറബികൾ നൽകിയിട്ടുള്ള സംഭാവനകൾ സമാനതകളില്ലാത്തതാണ്. കാരണം പാശ്ചാത്യനവോത്ഥാനം ആരംഭിക്കുന്നതിനു മുമ്പുതന്നെ അറബികൾ ലോകത്തിൽ അവരുടെ മഹത്തായ സംഭാവനകൾ നൽകിക്കഴിഞ്ഞിരുന്നു.

ഇറ്റലിയായിരുന്നു നവോത്ഥാനത്തിന്റെ കളിത്തൊട്ടിൽ. ദൈവങ്ങൾക്കുപകരം മനുഷ്യനെ കേന്ദ്രസ്ഥാനത്ത് പ്രതിഷ്ഠിച്ചുകൊണ്ടുള്ള ഒരു സംസ്കാരമാണ് ഇക്കാലത്ത് ഇറ്റലിയിൽ ഉയർന്നുവന്നത്. ഹ്യൂമനിസം എന്ന സങ്കൽപ്പം പണ്ട് ഗ്രീസിൽ നിലനിന്ന ഒരു മഹത്തായ ആശയമായിരുന്നു. ഗ്രീക്ക് ക്ലാസിക്കുകളിലും കലാരൂപങ്ങളിലും മനുഷ്യന്റെ അചഞ്ചലമായ ഇച്ഛാശക്തിയും അന്വേഷണപരതയും കാണാൻ കഴിയും. കാലത്തോടും വിധിയോടും ചരിത്രത്തോടും പടപൊരുതുന്ന അജയ്യനായ മനുഷ്യന്റെ ഇതിഹാസങ്ങളാണ് *ഇലിയഡും* *ഒഡീസിയും*. അതുപോലെതന്നെ സോഫോക്ലിസിന്റെ ആന്റിഗണിയും *ഈഡിപ്പസും* മനുഷ്യന്റെ വിധിയോടുള്ള പോരാട്ടത്തെ മനോഹരമായി ആവിഷ്കരിക്കുന്നു. എന്നാൽ ക്രൈസ്തവകാലഘട്ടത്തിൽ മനുഷ്യൻ പാപിയായി ചിത്രീകരിക്കപ്പെടുന്നു. മനുഷ്യൻ ആത്യന്തികമായി കുറ്റവാളിയും പാപിയും ആണ് എന്നതാണ് ക്രൈസ്തവ വീക്ഷണം. മനുഷ്യന്റെ ജന്മം തന്നെ ആദിപാപത്തിന്റെ സൃഷ്ടിയാണ് എന്ന് അനുശാസിക്കുന്ന ബൈബിൾ ആണ് ക്രൈസ്തവലോകത്തിന്റെ അടിസ്ഥാന സങ്കൽപ്പങ്ങളെ രൂപപ്പെടുത്തിയത്. അതുകൊണ്ടുതന്നെ മനുഷ്യൻ ആത്യന്തികമായി തരംതാഴ്ത്തപ്പെടുകയും ദൈവം മഹത്വവൽക്കരിക്കപ്പെടുകയും ചെയ്തു. നവോത്ഥാനത്തോടുകൂടി ഇതിനെല്ലാം മാറ്റംവന്നു. മനുഷ്യന്റെ പ്രതീക്ഷകൾക്കും വേദനകൾക്കും സ്വപ്നങ്ങൾക്കും വിസ്മയങ്ങൾക്കും വിജയങ്ങൾക്കും ഉന്നതമായ സ്ഥാനം കലയിലും സാഹിത്യത്തിലും

റൂസ്സോ

ഉണ്ടായി. ഇക്കാലത്ത് മനുഷ്യനായിരുന്നു കലയുടെ കേന്ദ്രബിന്ദു. തത്വശാസ്ത്രത്തിലും ജനാധിപത്യചിന്തയിലും മനുഷ്യനും സമൂഹത്തിനും പ്രാധാന്യം കൈവന്നു. ജനാധിപത്യചിന്തകൾ വികസിക്കാനുള്ള ബുദ്ധിപരമായ ഉണർവും സ്വാതന്ത്ര്യവും ഇക്കാലത്ത് ബുദ്ധിജീവികൾ പ്രകടിപ്പിച്ചു. അങ്ങനെ നവോത്ഥാനം ഉണർത്തിവിട്ട ആശയങ്ങൾ ഫ്രഞ്ച് വിപ്ലവകാലത്ത് ശക്തമായ രാഷ്ട്രീയ ആശയങ്ങളായി വികസിച്ചു. മതമേധാവിത്വത്തിനും മതഭരണത്തിനുമെതിരായി ഉയർന്നുവന്ന മാനവവാദചിന്തകളാണ് ലോകമെങ്ങും ജനാധിപത്യവിപ്ലവങ്ങൾക്ക് പ്രചോദനമായത്. ലോകത്തിലെ ആദ്യത്തെ ജനാധിപത്യവിപ്ലവം എന്നറിയപ്പെടുന്ന ഫ്രഞ്ച് വിപ്ലവകാലത്ത് മഹാനായ റൂസ്സോയിലൂടെ നേരത്തെ പറഞ്ഞ സാമൂഹ്യകരാർസിദ്ധാന്തം പുനർജനിതേടി.

ഫ്രഞ്ചുവിപ്ലവത്തിന്റെ മഹാനായ താത്വികാചാര്യനായിരുന്നു റൂസ്സോ. അദ്ദേഹം ലോകം കണ്ട ചിന്തകന്മാരിൽത്തന്നെ ഒരു പ്രധാന വ്യക്തിത്വമാണ്. പല സ്ഥലങ്ങളിലും അലഞ്ഞുനടന്ന് ഒരിടത്തും അഭയം ലഭിക്കാതെ ഭ്രഷ്ട്കൽപ്പിക്കപ്പെട്ട റൂസ്സോ തന്റെ ജീവിതത്തിന്റെ അവസാനകാലം ചെലവഴിച്ചത് ഏവരെയും കരളലിയിപ്പിക്കുന്നതാണ്. എന്നാൽ ഫ്രഞ്ചുവിപ്ലവത്തിന്റെ തീനാളമായിരുന്നു ആ മഹാപ്രതിഭ. നിത്യദാരിദ്ര്യത്തിലാണ് അദ്ദേഹം ജീവിച്ചത്. “മനുഷ്യൻ സ്വതന്ത്രനായി ജനിക്കുന്നു. പക്ഷേ അവനെവിടെയും ചങ്ങലകളാൽ ബന്ധിതനാണ്” എന്ന റൂസ്സോവിന്റെ വാക്കുകൾ ലോകമനസ്സാക്ഷിയെത്തന്നെ പിടിച്ചുകുലുക്കി. കുട്ടിക്കാലത്തുതന്നെ അമ്മയും അച്ഛനും നഷ്ടപ്പെട്ട അനാഥനായ ഒരു ശിശു. ജീവിതം മുഴുവൻ അലഞ്ഞുതീർക്കുകയായിരുന്നു. നിരവധി രാജ്യങ്ങൾ തെണ്ടിനടന്ന റൂസ്സോ അരാജകജീവിതമാണ് നയിച്ചത്. അധ്യാപനവും സംഗീതവും മറ്റു കൂലിവേലകളും അദ്ദേഹത്തിന് അറിയാമായിരുന്നു. എന്നാൽ ഔപചാരിക വിദ്യാഭ്യാസം സിദ്ധിച്ചിട്ടില്ലാത്ത റൂസ്സോവിന്റെ ചിന്തകൾ ആധുനിക വിദ്യാഭ്യാസ ചിന്തകന്മാർക്ക് ഇന്നും മാർഗദർശകമാണ്.

റൂസ്സോയുടെ ഏറ്റവും പ്രധാനപ്പെട്ട സിദ്ധാന്തം ജനകീയപരമാധി

കാര സിദ്ധാന്തമാണ്. *സോഷ്യൽ കോൺട്രാക്ട്* എന്ന വിശ്രുതഗ്രന്ഥത്തിലാണ് അദ്ദേഹം ഈ ആശയം അവതരിപ്പിക്കുന്നത്. റൂസ്സോവിന്റെ അഭിപ്രായത്തിൽ പ്രാകൃതമനുഷ്യൻ നല്ലവനും സർവതന്ത്രസ്വതന്ത്രനുമായിരുന്നു. എന്നാൽ നാഗരികതകളും ഭരണകൂടങ്ങളും മറ്റു സ്ഥാപനങ്ങളും വളരുംതോറും അവൻ ക്രൂരനും സ്വാർഥനും അടിമയുമായി മാറാൻ തുടങ്ങി. *സോഷ്യൽ കോൺട്രാക്ട്* എന്ന പുസ്തകത്തെ വിപ്ലവങ്ങളുടെ പാഠപുസ്തകമായിട്ടാണ് പലരും അംഗീകരിക്കുന്നത്. റൂസ്സോവിന്റെ വീക്ഷണമനുസരിച്ച് രാഷ്ട്രങ്ങൾ ഇല്ലാതിരുന്ന കാലഘട്ടം മനുഷ്യന്റെ സുവർണയുഗമായിരുന്നു. ശാന്തിയും സമാധാനവും നൃത്തംചെയ്ത കാലഘട്ടം. എന്നാൽ നഗരരാഷ്ട്രങ്ങളും അധികാരസ്ഥാപനങ്ങളും ഉയർന്നുവന്നതോടെ ചിത്രം മാറാൻ തുടങ്ങി. മനുഷ്യനിലെ നിർമലത കെട്ടുപോയി. അവനിലെ സ്വാതന്ത്ര്യം അപ്രത്യക്ഷമായി. അങ്ങനെ അവൻ ചങ്ങലയാൽ ബന്ധിതനായി. മനുഷ്യനിലെ നന്മയും സ്വാതന്ത്ര്യവും അപകടത്തിലാവുമ്പോൾ അവന് ആ അപകടത്തിനെതിരെ പോരാടാൻ സ്വാതന്ത്ര്യമുണ്ട്. സമൂഹനന്മയ്ക്കുവേണ്ടിയുള്ള ഒരു കരാറാണ് രാഷ്ട്രം. ആ കരാർ ഭരണകൂടം ലംഘിച്ചാൽ ജനങ്ങൾക്ക് ഭരണകൂടത്തിനെതിരെ പൊരുതാം. അങ്ങനെ കരാർ ലംഘിച്ച ഒരു ഭരണാധികാരിയെ ഭരണാധികാരിയായി അംഗീകരിക്കാനുള്ള ബാധ്യത ജനങ്ങൾക്കില്ല. ഫ്രഞ്ചുവിപ്ലവകാലത്ത് റൂസ്സോവിന്റെ ഈ സിദ്ധാന്തം ഒരു തീക്കാറ്റായി മാറി. ഫ്രഞ്ചുവിപ്ലവത്തിന്റെ കാഹളധ്വനിയായി റൂസ്സോയുടെ വാക്കുകൾ മാറി.

സാമൂഹിക കരാർസിദ്ധാന്തത്തിന്റെ പ്രധാനപ്പെട്ട മറ്റൊരു വക്താവായിരുന്നു തോമസ് ഹോബ്സ്. അദ്ദേഹം ഇംഗ്ലീഷ് തത്വചിന്തകനായിരുന്നു. അദ്ദേഹത്തിന്റെ അഭിപ്രായത്തിൽ രാജ്യത്ത് സമാധാനമുണ്ടാവണമെങ്കിൽ രാജാവിന് അനിയന്ത്രിതമായ അധികാരമുണ്ടായിരിക്കണം. റൂസ്സോ തന്റെ സാമൂഹിക കരാർസിദ്ധാന്തം ആവിഷ്കരിക്കുമ്പോൾ അതിൽ ജനകീയാധികാരത്തിനാണ് പ്രാധാന്യം കൊടുത്തത്. എന്നാൽ തോമസ് ഹോബ്സ് ഭരണാധികാരികളുടെ അധികാരത്തിനാണ് പ്രാധാന്യം കൊടുക്കുന്നത്. അദ്ദേഹത്തിന്റെ അഭിപ്രായത്തിൽ പ്രകൃതിദശയിലെ മനുഷ്യജീവിതം അങ്ങേയറ്റം ഭയാനകമായിരുന്നു. മനുഷ്യരെല്ലാം പരസ്പരം ശത്രുക്കളായിരുന്നു. കൊല്ലുക, തിന്നുക, കീഴടക്കുക, ഇതായിരുന്നു അന്നത്തെ ജീവിതരീതി. അങ്ങനെയുള്ള ആ കിരാത കാലഘട്ടം അവസാനിക്കുന്നത് സാമൂഹ്യകരാറിനോടുകൂടിയാണ്.

കിരാതമായ ആ കാലഘട്ടത്തിന്റെ അവസാനത്തോടുകൂടിയാണ് മനുഷ്യൻ മനുഷ്യനായി ജീവിക്കാൻ തുടങ്ങിയത്. അതിനുകാരണം സാമൂഹ്യകരാറാണ്. മനുഷ്യർ അവരുടെ പ്രകൃതിദത്തമായ അവകാശങ്ങളും സ്വാതന്ത്ര്യങ്ങളും അടിയറവെച്ചുകൊണ്ടാണ് സാമൂഹ്യകരാർ ഉണ്ടാകുന്നത്. ഒരുപിടി വ്യക്തികൾക്കു മുമ്പിലോ ഒരു വ്യക്തിക്കു മു

മ്പിലോ ആണ് സമൂഹം അതിന്റെ പ്രകൃതിദത്തമായ സ്വാതന്ത്ര്യം അടിയറവെക്കുന്നത്. ഭരണാധികാരിയെ സൃഷ്ടിക്കുന്നതിനുള്ള കരാറാണിത്. ഈ കരാറോടെ സമൂഹത്തിൽ ഭരണാധികാരി ഉണ്ടാകുകയും നിയമങ്ങൾ പ്രാബല്യത്തിൽ വരികയും ചെയ്യുന്നു. അദ്ദേഹത്തിന്റെ അഭിപ്രായപ്രകാരം ജനങ്ങൾ തങ്ങളുടെ അധികാരങ്ങൾ ഭരണാധികാരികളിൽ അടിയറവെച്ചുകഴിഞ്ഞാൽ പിന്നീടൊരിക്കലും അത് അയാളിൽനിന്നും പിൻവലിക്കാനുള്ള അവകാശം ഇല്ല. സാമൂഹ്യകരാർ സിദ്ധാന്തത്തിലെ പ്രധാനപ്പെട്ട തത്വങ്ങൾ താഴെപ്പറയുന്നവയാണ്;

1. ഗവൺമെന്റ് പരമാധികാരിയാകുന്നു.
2. പരമാധികാരിക്ക് കേവലാധികാരം കൂടിയേ കഴിയൂ.
3. മനുഷ്യർ അവരുടെ സർവാവകാശങ്ങളും പരമാധികാരിക്ക് അടിയറവെയ്ക്കുന്നു.
4. പരമാധികാരിയുടെ അധികാരങ്ങൾ സോപാധികമല്ല.
5. എല്ലാ മനുഷ്യരുടെയും ഇച്ഛാശക്തികളുടെ സ്വരൂപമാണ് പരമാധികാരി.
6. കരാർ ജനങ്ങളുടെ അഭീഷ്ടാനുസരണം ഇല്ലാതാക്കാവുന്നതല്ല.
7. പരമാധികാരം അന്യമാക്കപ്പെടാത്തതും അവിഭാജ്യവുമാണ്.
8. നിയമം എന്നത് പരമാധികാരിയുടെ ഉപദേശമല്ല, കൽപ്പനയാണ്.

തോമസ് ഹോബ്സിന്റെ സാമൂഹ്യകരാർസിദ്ധാന്തം ജനകീയപരമാധികാരത്തെയും ജനാധിപത്യത്തെയും അടിസ്ഥാനപരമായിത്തന്നെ ചോദ്യം ചെയ്യുന്നതാകയാൽ അത് ആധുനിക ജനാധിപത്യവാദികൾക്കും ജനാധിപത്യസങ്കൽപ്പത്തിനും സ്വീകാര്യമല്ല. അദ്ദേഹത്തിന്റെ അഭിപ്രായത്തിൽ മനുഷ്യരെല്ലാവരും തന്നെ ആത്യന്തികമായി സ്വാർഥരാണ്. മനുഷ്യസമൂഹത്തിന്റെ ആദ്യഘട്ടത്തിൽ ജീവിച്ചിരുന്നവരെല്ലാംതന്നെ കിരാതന്മാരായിരുന്നു. അദ്ദേഹത്തിന്റെ സിദ്ധാന്തമനുസരിച്ച് സാമൂഹ്യകരാർ നിലവിൽ വരുന്നതോടുകൂടി സമൂഹത്തിന് അവരുടെ എല്ലാ അവകാശങ്ങളും നഷ്ടപ്പെടും. സമൂഹം ഭരണാധികാരികളുടെ അടിമകളാകുന്നു. അങ്ങനെ അടിമത്തവ്യവസ്ഥിതിക്കും സ്വേച്ഛാധിപത്യത്തിനും ന്യായീകരണം നൽകുന്ന സിദ്ധാന്തമായി അദ്ദേഹത്തിന്റെ സാമൂഹ്യകരാർസിദ്ധാന്തം മാറുന്നു. ജനങ്ങളാണ് ഭരണാധികാരികളെന്ന് അദ്ദേഹം അംഗീകരിക്കുന്നില്ല. മറ്റൊന്ന് അദ്ദേഹം ജനങ്ങളെയും രാഷ്ട്രത്തെയും രണ്ടായി കാണുന്നു. അതുപോലെ രാഷ്ട്രത്തെയും ഭരണാധികാരികളെയും വേറിട്ടുകാണുന്നില്ല. രാഷ്ട്രമെന്നത് ഭരണാധികാരികളുടെ പാരമ്പര്യസ്വത്താണെന്നും അദ്ദേഹത്തിന്റെ സിദ്ധാന്തം അനുശാസിക്കുന്നു.

തോമസ് ഹോബ്സിന്റെ സാമൂഹ്യകരാർ സിദ്ധാന്തത്തിൽനിന്നും തീർത്തും വ്യത്യസ്തമായിരുന്നു ജോൺ ലോക്കിന്റെ സാമൂഹ്യകരാർ സിദ്ധാന്തം. അദ്ദേഹം തോമസ് ഹോബ്സിന്റെ സമകാലികനും പ്രശ

സ്തനായ ഇംഗ്ലീഷ് ചിന്തകനുമായിരുന്നു. എന്നാൽ ഹോബ്സിന്റെ ചിന്തകളുടെ നേർവിപരീതമായിരുന്നു ലോക്കിന്റേത്. അദ്ദേഹം ജനങ്ങളുടെ സ്വാതന്ത്ര്യത്തിനുവേണ്ടി വാദിച്ചു. ജനങ്ങളുടെ സ്വാതന്ത്ര്യം ചവിട്ടിയരക്കുന്ന ഭരണാധികാരിയെ ചവിട്ടിപ്പുറത്താക്കാനുള്ള അധികാരം ജനങ്ങൾക്കുണ്ടെന്ന് അദ്ദേഹം വാദിച്ചു. തോമസ് ഹോബ്സിനെപ്പോലെ തന്നെ സമൂഹത്തിൽ ഒരു പ്രകൃതിദശയുണ്ടായിരുന്നു എന്ന് ജോൺ ലോക്കും വിശ്വസിക്കുന്നു. എന്നാൽ ഈ കാലഘട്ടത്തിൽ ജീവിച്ചിരുന്ന മനുഷ്യർ ഭയാനകമായ ജീവിതം നയിച്ചിരുന്നവർ ആയിരുന്നില്ല. മറിച്ച് സമാധാനം, സ്നേഹം, പരസ്പരസഹായം, സംരക്ഷണം എന്നിവയെല്ലാം നിലനിന്ന ഒരു മെച്ചപ്പെട്ട യുഗമായിരുന്നു അത്. സമത്വവും സ്വാതന്ത്ര്യവും കളിയാടിയിരുന്ന കാലഘട്ടമായിരുന്നു. മനുഷ്യർക്ക് സ്വയം നിയന്ത്രണശേഷി ഉണ്ടായിരുന്നു. പ്രകൃതിദത്തമായി ഭൂമിയിൽ ഭരണാധികാരികളില്ല. ഭരണാധികാരികൾ ലോക്കിന്റെ അഭിപ്രായത്തിൽ ഒരു കൃത്രിമസൃഷ്ടിയാണ്. ഇത്തരത്തിൽ ഭരണാധികാരികളെ സൃഷ്ടിക്കാൻ ജനങ്ങളെ നിർബന്ധിച്ചത് നിയമരാഹിത്യമാണ്. അങ്ങനെ ഒരു വ്യവസ്ഥാപിതമായ നിയമത്തിനുവേണ്ടി മനുഷ്യർ ഒരു കരാറിലേർപ്പെട്ടു. അങ്ങനെയാണ് ഭരണകൂടം നിലവിൽവരുന്നത്. ജോൺലോക്കിന്റെ സാമൂഹ്യകരാർ സിദ്ധാന്തത്തിന്റെ അടിസ്ഥാന സങ്കൽപ്പങ്ങൾ ഇവയാണ്;

1. പ്രകൃതിദശ വളരെ ശോഭനമായിരുന്നു.
2. അത് സമാധാനപൂർണമായിരുന്നു.
3. സഹായ സഹകരണത്തിലധിഷ്ഠിതമായിരുന്നു.
4. സമത്വവും സ്വാതന്ത്ര്യവും നിലനിന്നിരുന്നു.
5. മനുഷ്യർക്ക് പരിമിതമായ നിയന്ത്രണശേഷി ഉണ്ടായിരുന്നു.
6. ജനങ്ങൾ വിവേകികളായിരുന്നു.
7. സാമൂഹ്യബോധമുണ്ടായിരുന്നു.
8. മേലധികാരി ഉണ്ടായിരുന്നില്ല.
9. വ്യക്തികൾ പ്രകൃതിനിയമത്തെ ആദരിച്ചു.
10. എന്നാൽ ചില പരിമിധികൾ ഉണ്ടായിരുന്നു.
11. നിയമസംവിധാനം ഉണ്ടായിരുന്നില്ല.
12. സാമൂഹ്യകരാർ ആരംഭിക്കുന്നതോടുകൂടി നിയമസംവിധാനം നിലവിൽവന്നു.
13. സാമൂഹ്യകരാറിൽ സമൂഹം മുഴുവൻ അംഗങ്ങളായിരുന്നു.
14. നിയമനിർമാണാധികാരം ഭരണാധികാരിക്കായിരുന്നു.
15. പ്രകൃതിദശയിലെ മനുഷ്യർ അവകാശങ്ങൾ അടിയറവെക്കുന്നത് സമൂഹത്തിലാണ്. ഭരണാധികാരിക്കല്ല.
16. നിയമം നടപ്പാക്കാനുള്ള അവകാശം മാത്രമാണ് ഭരണാധികാരിക്ക് നൽകുന്നത്.

17. ജീവനോപാധിക്കുള്ള സ്വാതന്ത്ര്യം സമൂഹത്തിനുതന്നെയാണ്.
18. മറ്റു സ്വാതന്ത്ര്യങ്ങൾക്കുള്ള അവകാശവും സമൂഹത്തിനാണ്.

ജനാധിപത്യ ചിന്തകളെ വളരെയേറെ സഹായിച്ച സാമൂഹ്യകരാർ സിദ്ധാന്തമാണ് ജോൺലോക്കിന്റേത്. അദ്ദേഹം ഒരു രാഷ്ട്രത്തിന്റെ അടിത്തറയായിട്ട് കാണുന്നത് ജനങ്ങളെയാണ്. രാഷ്ട്രത്തിന്റെ അധികാരമെന്നത് ഭരണാധികാരിയുടെ അധികാരമല്ല എന്നദ്ദേഹം ഉറച്ചുവിശ്വസിച്ചു. ജനങ്ങൾ ഭരണാധികാരികളെ അനുസരിക്കുന്നില്ലെങ്കിൽ രാഷ്ട്രം നിലനിൽക്കുകയില്ല. എന്നാൽ തോമസ് ഹോബ്സ് ജനകീയപരമാധികാരത്തെ അംഗീകരിച്ചിരുന്നില്ല.

5

വ്യക്തിവാദം

വ്യക്തിയും സമൂഹവും തമ്മിലുള്ള വൈരുധ്യം പരിഹരിക്കാൻ വേണ്ടി രൂപംകൊണ്ട സാമൂഹ്യ സംവിധാനമായ ജനാധിപത്യം എന്നൊരാശയം നിലവിലുണ്ട്. ഇതനുസരിച്ച് വ്യക്തിയുടെ മേലുള്ള സർക്കാറിന്റെ നിയന്ത്രണം അപകടകരമായ ഒരു പ്രതിഭാസമാണ്. വ്യക്തിക്ക് സ്വാതന്ത്ര്യവും അവകാശങ്ങളും ഉണ്ടായിരിക്കണം എന്ന ചിന്തയെയാണ് വ്യക്തിവാദം എന്നുവിളിക്കുന്നത്. ഈ ചിന്താഗതിയനുസരിച്ച് രാഷ്ട്രം, അധികാരം, അധികാരസ്ഥാപനങ്ങൾ എന്നിവയെല്ലാം തിന്മകളാണ്. എന്നിരിക്കിലും ഇത് ഒരു അനിവാര്യമായ തിന്മയാണ്. കാരണം മനുഷ്യരാശിയ്ക്ക് സംരക്ഷണം വേണം. വ്യക്തികളുടെ സുരക്ഷിതത്വം ഉറപ്പാക്കണം. എന്നാൽ അതിനപ്പുറത്തേക്ക് ഭരണാധികാരികളുടെ അധികാരം വികസിച്ചുകൂടാ. അതനുസരിച്ച് സാമൂഹികനിയന്ത്രണത്തിനുവേണ്ട പൊലീസ് നിയമസംവിധാനങ്ങൾ എന്നിവയെല്ലാം ഒരു സമൂഹത്തിൽ ഉണ്ടായിരിക്കണം. വിദേശ ആക്രമണങ്ങളിൽനിന്ന് സംരക്ഷണം ഉണ്ടാവണം. എല്ലാത്തരം അപായങ്ങളിൽനിന്നും സംരക്ഷണം വേണം.

18–ാം നൂറ്റാണ്ടിന്റെ അന്ത്യത്തോടെയാണ് വ്യക്തിവാദചിന്താഗതി ശക്തിപ്പെട്ടത്. ലേസെഫെയർ അഥവാ യഥേച്ഛാകാരിതസിദ്ധാന്തമാണ് വ്യക്തിവാദത്തിന്റെ അടിത്തറ. വ്യാപാരകാര്യങ്ങളിലും വ്യവസായത്തിലും സർക്കാർ ഇടപെടാൻ പാടില്ല എന്ന സിദ്ധാന്തമാണ് ലെസേഫെയർ സിദ്ധാന്തം. ഫ്രാൻസിലെ സാമ്പത്തികശാസ്ത്രജ്ഞന്മാരായ ഫിസ്യോക്രാറ്റുകൾ ആണ് ഈ സിദ്ധാന്തം ആവിഷ്കരിച്ചത്. ആധുനിക മുതലാളിത്തത്തിന്റെ ഉത്ഭവവുമായി ബന്ധപ്പെട്ട ഒരാശയമാണിത്. എന്നുവെച്ചാൽ മുതലാളിത്ത സ്വാതന്ത്ര്യമാണ് ഇതിന്റെ കാതൽ. ഫ്യൂഡൽ നിയന്ത്രണങ്ങളിൽനിന്നും ഭരണകൂടനിയന്ത്രണങ്ങളിൽനിന്നും സ്വതന്ത്രമാ

യാൽ മാത്രമേ വ്യവസായവും വ്യാപാരവും അഭിവൃദ്ധിപ്രാപിക്കുകയു ള്ളൂ. അതുപോലെ സ്വകാര്യസ്വത്ത് നിലനിർത്താനും സംരക്ഷിക്കാനും ഉള്ള സ്വാതന്ത്ര്യവും അതിനുവേണ്ടി മറ്റുള്ളവരുമായി കരാറുകളുണ്ടാ ക്കാനുള്ള സ്വാതന്ത്ര്യവും മുതലാളിത്തത്തിന്റെ വളർച്ചയ്ക്ക് ആവശ്യ മായിരുന്നു. ഫിസ്യോക്രാറ്റുകൾ വ്യക്തിസ്വാതന്ത്ര്യത്തിൽ അടിയുറച്ചു വിശ്വസിച്ചു. ഫ്രാൻസിൽനിന്നും വ്യക്തിവാദ ചിന്താഗതി ഇംഗ്ലണ്ടിലേക്കും മറ്റു യൂറോപ്യൻ രാജ്യങ്ങളിലേക്കും വ്യാപിക്കാൻ തുടങ്ങി. ഇംഗ്ലണ്ടിൽ ഈ ചിന്താഗതിയുടെ ശക്തനായ പ്രണേതാവ് ആദംസ്മിത്തായിരുന്നു. അദ്ദേഹം പ്രസിദ്ധനായ സാമ്പത്തികശാസ്ത്രജ്ഞനായിരുന്നു. ആധു നിക സാമ്പത്തികശാസ്ത്രത്തിന്റെ പിതാവായിട്ട് അറിയപ്പെടുന്നത് ആദം സ്മിത്താണ്.

19-ാം നൂറ്റാണ്ടോടുകൂടി വ്യക്തിവാദം ഒരു രാഷ്ട്രീയസിദ്ധാന്തമായി വികസിക്കാൻ തുടങ്ങി. ജെ എസ് മിൽ, ഹെർബർട് സ്പെൻസർ തുട ങ്ങിയവരായിരുന്നു അക്കാലത്തെ പ്രധാനപ്പെട്ട വ്യക്തിവാദികൾ. വ്യക്തി വാദികളുടെ ആചാര്യനായിട്ട് അറിയപ്പെടുന്ന ആളാണ് ജോൺ സ്റ്റുവർട്ട മിൽ എന്ന ജെ എസ് മിൽ. ഒരു വ്യക്തിയുടെയും അവകാശത്തിൽ മറ്റു വ്യക്തികളോ ഭരണകൂടമോ ഇടപെടാൻ പാടില്ല എന്നദ്ദേഹം പ്രഖ്യാ പിച്ചു. എന്നാൽ ഒരു വ്യക്തിയുടെ പ്രവർത്തനങ്ങൾ മറ്റുള്ളവരെ ബാധി ക്കുമ്പോൾ അവിടെ നിയന്ത്രണം വേണ്ടിവരും. അതല്ലാത്ത പക്ഷം പാടില്ല. എല്ലാവ്യക്തികളുടെയും തുല്യതയിൽ ഊന്നിയ കാഴ്ചപ്പാടായി രുന്നു അദ്ദേഹത്തിന്റേത്. അദ്ദേഹത്തിന്റെ വ്യക്തിവാദസിദ്ധാന്തം യൂറോ പ്പിലെങ്ങും പ്രാബല്യം നേടി. വ്യക്തിവാദ ചിന്താഗതികളുടെ അടിസ്ഥാ നതത്വങ്ങൾ താഴെപ്പറയുന്നവയാണ്;

1. വ്യക്തികളുടെ സ്വാതന്ത്ര്യം പ്രകൃതിദത്തമാണ്.
2. വ്യക്തികളുടെ പ്രവർത്തനം മറ്റു വ്യക്തികളെ ബാധിച്ചുകൂടാ.
3. വ്യക്തിസ്വാതന്ത്ര്യം അടിസ്ഥാന സ്വാതന്ത്ര്യമാണ്.
4. വിദേശാക്രമണങ്ങളിൽനിന്ന് വ്യക്തികൾക്ക് സ്വാതന്ത്ര്യം വേണം.
5. അപകടങ്ങളിൽ നിന്നും സ്വാതന്ത്ര്യംവേണം.
6. ചൂഷണത്തിൽനിന്നും സ്വാതന്ത്ര്യംവേണം.
7. കരാറുകൾക്കുള്ള സ്വാതന്ത്ര്യം.
8. സുരക്ഷിതത്വം.
9. പ്രതിരോധം.
10. ആരോഗ്യസുരക്ഷ.
12. വ്യാപാര സ്വാതന്ത്ര്യം.
13. സ്വകാര്യ സ്വത്തിനുള്ള സ്വാതന്ത്ര്യം.
14. വ്യക്തികൾക്ക് അപാരമായ കഴിവുകളുണ്ട്.
15. സ്വാശ്രയശീലമാണ് മനുഷ്യന്റെ പ്രധാനപ്പെട്ട ഗുണം.
16. രാഷ്ട്രത്തിന്റെ ലക്ഷ്യം വ്യക്തിസുരക്ഷയാണ്.
17. വ്യക്തിക്ക് മൂലധന നിക്ഷേപസ്വാതന്ത്ര്യം വേണം.

18. സ്വതന്ത്ര മത്സരം ഗുണകരമാണ്.
19. സർക്കാർ നിയന്ത്രണങ്ങൾ ദ്രോഹകരമാണ്.
20. വ്യക്തികളുടെ കഴിവുകൾ അസമമാണ്.

വ്യക്തിവാദത്തിന് ഒട്ടേറെ എതിർപ്പുകളും വിമർശനങ്ങളും നേരിടേണ്ടി വന്നിട്ടുണ്ട്. സാർവദേശീയമായ ഒരു തത്വചിന്തയാണ് വ്യക്തിവാദം. ഇത് രാഷ്ട്രത്തിന്റെ പരമാധികാര സിദ്ധാന്തത്തെ എതിർക്കുന്നു. അധികാരസ്ഥാപനങ്ങൾ വ്യക്തികളുടെ വളർച്ചയ്ക്ക് ദോഷമാണ് ചെയ്യുന്നത് എന്ന് വ്യക്തിവാദം അനുശാസിക്കുന്നു. 19-ാം നൂറ്റാണ്ടിന്റെ അവസാനഘട്ടം വരെ വ്യക്തിവാദത്തിന് യൂറോപ്പിൽ വലിയ സ്വാധീനമുണ്ടായിരുന്നു. അത് രാഷ്ട്രത്തിന്റെ അനിയന്ത്രിതമായ അധികാരത്തെ ചോദ്യം ചെയ്തു. അത് വ്യക്തികളുടെ വികാസത്തിന് പരമപ്രാധാന്യം നൽകി. ഒന്നാം ലോക മഹായുദ്ധം ലോകത്ത് സൃഷ്ടിച്ച നിരാശാബോധം ആധുനിക വ്യക്തിവാദത്തിന്റെ വളർച്ചക്ക് കാരണമായി. വ്യക്തി ജീവിക്കുന്നത് രാഷ്ട്രത്തിനും സമൂഹത്തിനും വേണ്ടിയാണ് എന്ന ആശയത്തെ അംഗീകരിക്കാൻ വ്യക്തിവാദികൾ തയാറല്ലാത്തതുകൊണ്ടു തന്നെ സമഗ്രാധിപത്യ ഭരണത്തിന്റെ വക്താക്കളും അനുയായികളും വ്യക്തിവാദികളെ അതിശക്തമായി എതിർത്തുപോരുന്നു. രാഷ്ട്രത്തിന്റെ സ്ഥാപനങ്ങൾ വളർന്നുവരുന്നതോടുകൂടി അവയെല്ലാംതന്നെ വ്യക്തികളുടെ നൈസർഗികമായ സ്വാതന്ത്ര്യങ്ങളെ അപകടപ്പെടുത്തുകയും അങ്ങനെ മനുഷ്യസമൂഹത്തിന് അതിന്റെ കഴിവുകൾ വികസിപ്പിക്കാൻ കഴിയാത്ത ദുരവസ്ഥ സംജാതമായിരിക്കുന്നു എന്നും യുക്തിവാദികൾ പറയുന്നു. വ്യക്തിവാദത്തിന് കഠിനമായ വിമർശനങ്ങൾ നേരിടേണ്ടിവന്നിട്ടുണ്ട്.

വ്യക്തിവാദം രാഷ്ട്രത്തിന്റെ നിലനിൽപ്പിനെത്തന്നെ ചോദ്യം ചെയ്യുന്നു എന്നാണ് ഒരു പ്രധാനവിമർശനം. രാഷ്ട്രം നിലനിൽക്കേണ്ടത് വ്യക്തിയുടെ കൂടി ആവശ്യമാണ് എന്ന വസ്തുത വ്യക്തിവാദികൾ വിസ്മരിക്കുന്നു എന്നാണ് മറ്റൊരു വിമർശനം. സർക്കാറിന്റെ നിയന്ത്രണങ്ങളില്ലാതെ വ്യക്തികൾക്ക് വികസിക്കാൻ കഴിയില്ല എന്ന കാര്യം വ്യക്തിവാദികൾ മനസിലാക്കുന്നില്ല. രാഷ്ട്രം വികസിക്കുന്നതിനനുസരിച്ച് വ്യക്തികളും വളരുന്നുണ്ട് എന്ന യാഥാർഥ്യം വ്യക്തിവാദികൾ തിരിച്ചറിയുന്നില്ല എന്നതാണ് മറ്റൊരു വിമർശനം. അതുപോലെ എക്കാലത്തും സ്വാതന്ത്ര്യത്തിന് പരിമിതികളും നിയന്ത്രണങ്ങളും ഉണ്ടായിരുന്നുവെന്ന സത്യം വ്യക്തിവാദികൾ കാണുന്നില്ല. രാഷ്ട്രത്തിന്റെ നിയമങ്ങൾ വ്യക്തിയുടെ സ്വാതന്ത്ര്യത്തെ വെട്ടിച്ചുരുക്കുകയല്ല. വളർത്തുകയാണ് ചെയ്യുന്നത് എന്ന് വ്യക്തിവാദത്തിനെതിരായി അവതരിപ്പിക്കപ്പെടുന്നു. മാത്രമല്ല വ്യക്തികളുടെ ബുദ്ധിപരവും ഭൗതികവുമായ കാര്യങ്ങൾ നിശ്ചയിക്കുന്നതിനും അവയ്ക്ക് സംരക്ഷണം നൽകുന്നതിനും പലപ്പോഴും സ്ഥാപനങ്ങൾക്കും മറ്റും കൂടുതൽ പങ്കുവഹിക്കാൻ കഴിയും എന്ന കാര്യം പ്രധാനമാണ്.

സ്വതന്ത്രമായ തുറന്ന മത്സരം വ്യക്തിവാദികൾ എക്കാലവും ഉയർത്തുന്ന ഒരാശയമാണ്. എന്നാൽ ഇതുതന്നെയാണ് മുതലാളിത്തത്തിന്റെ അടിസ്ഥാനപരമായ പ്രത്യയശാസ്ത്രവും. വ്യക്തിസ്വാതന്ത്ര്യത്തിന്റെ അടിത്തറയിലാണ് മുതലാളിത്തം കെട്ടിപ്പടുക്കപ്പെട്ടിരിക്കുന്നത്. സ്വകാര്യസ്വത്ത് സമ്പാദിക്കാനും നിലനിർത്താനുമുള്ള അതിരറ്റ സ്വാതന്ത്ര്യം, കമ്പോളങ്ങളും കോളനികളും പിടിച്ചെടുക്കാനുള്ള സ്വാതന്ത്ര്യം ഇതാണ് മുതലാളിത്തത്തിന്റെ വ്യക്തിസ്വാതന്ത്ര്യം. ഈ വ്യക്തിസ്വാതന്ത്ര്യം ഉപയോഗിച്ചുകൊണ്ടാണ് മുതലാളിവർഗം ലോകമെങ്ങുമുള്ള കോടാനുകോടി ജനങ്ങളെ ചൂഷണം ചെയ്യുന്നത്. ഈ മുതലാളിത്ത സ്വാതന്ത്ര്യമാണ് കോടിക്കണക്കിന് വ്യക്തികളായ തൊഴിലാളികളെയും മറ്റനേകം അധ്വാനിക്കുന്ന ജനവിഭാഗങ്ങളെയും ദുരിതങ്ങളുടെയും രോഗങ്ങളുടെയും ചൂഷണത്തിന്റെയും മഹാഗർത്തങ്ങളിലേക്ക് വലിച്ചെറിഞ്ഞത്. ഈ വ്യക്തിസ്വാതന്ത്ര്യമാണ് കോടാനുകോടി വ്യക്തികളുടെ സ്വാതന്ത്ര്യത്തെ ഭൂമുഖത്തെങ്ങും ചവിട്ടിയരയ്ക്കുന്നത്. കാൾ മാർക്സും എംഗൽസും തങ്ങളുടെ കൃതികളിൽ നിശിതമായി വിമർശിച്ചത് മുതലാളിത്തത്തിന്റെ അടിസ്ഥാനതത്വങ്ങളെയാണ്. ഇതിന്റെ ഭാഗമായി അവർ മുതലാളിത്ത സമൂഹത്തെ ആഴത്തിൽ വിശകലനം ചെയ്യുന്നു. തൊഴിലാളികളുടെ അധ്വാനശക്തി ചൂഷണം ചെയ്തുകൊണ്ടാണ് മുതലാളിത്തം നിലനിൽക്കുന്നത് എന്ന് മാർക്സ് കണ്ടെത്തി. *മാർക്സിസം-ലെനിനിസം ഒരു പാഠപുസ്തകം* എന്ന കൃതിയിൽ ഇ എം എസ് ഈ മാർക്സിസ്റ്റ് വിശകലനരീതിയെ വിശദീകരിക്കുന്നത് നോക്കുക.

> മാർക്സിന്റെ കണ്ടുപിടിത്തമാണ് ഇത്, അധ്വാനമാണ് മൂല്യത്തിന്റെ അടിസ്ഥാനം എന്നത് മാർക്സിന്റെ കണ്ടുപിടുത്തമല്ല. ആദംസ്മിത്തും റിക്കാർഡോയും കണ്ടുപിടിച്ചതാണത്. അതു സ്വായത്തമാക്കിയ മാർക്സ് അധ്വാനശക്തിയുടെ മൂല്യം നിശ്ചയിക്കുന്നതിലും അതുതന്നെ ഉപയോഗിക്കുകയാണുണ്ടായത്. ആദംസ്മിത്തോ റിക്കാർഡോയോ ചെയ്യാത്ത കാര്യമാണിത്. അധ്വാനശക്തിക്ക് മൂല്യമുണ്ട്. അധ്വാനത്തിന് മൂല്യമുണ്ട്. അധ്വാനശക്തിയുടെ മൂല്യവും അധ്വാനത്തിന്റെ മൂല്യവും തമ്മിൽ വ്യത്യാസമുണ്ട്. ഇതിനാണ് മാർക്സ് 'മിച്ചമൂല്യം' എന്നുപറയുന്നത്.
>
> എട്ടു മണിക്കൂർ പണിയെടുക്കാനാണ് തൊഴിലാളി കരാറുണ്ടാക്കിയിട്ടുള്ളതെന്നു കണക്കാക്കുക. ആ 8 മണിക്കൂറിൽ 4 മണിക്കൂറിന്റെ പണികൊണ്ട് ആ അധ്വാനശക്തി വിലയ്ക്കുവാങ്ങാനുപയോഗിച്ച സംഖ്യ, അല്ലെങ്കിൽ കൂലി, മുതലായി, ബാക്കി നാലു മണിക്കൂർ? ആ 4 മണിക്കൂർ മുതലാളിക്കാണ്. അതിനെക്കുറിച്ച് *കൂലി, വില, ലാഭം*, എന്ന പുസ്തകത്തിൽ വളരെ രസകരമായി മാർക്സ് പറയുന്നുണ്ട്.
>
> തൊഴിലാളി പറയുന്നു; "നിങ്ങൾ എനിക്കു തന്നിട്ടുള്ള കൂലി

ഇപ്പോൾ മുതലായി." "എപ്പോൾ?" "നാലുമണിക്കൂറായപ്പോൾ" അപ്പോൾ മുതലാളി പറയുന്നു: "വരട്ടെ, എട്ടുമണിക്കൂർ സമയത്തോളം നിന്റെ അധ്വാനശക്തി എന്റേതാണ്. പണിയെടുക്ക്."

*മൂലധന*ത്തിന്റേതുപോലെ ശാസ്ത്രീയമായ പണ്ഡിതോചിതമായ ഫോർമുലകളായിട്ടല്ല സാധാരണ തൊഴിലാളിയുടെ ഭാഷയിലാണ് ഇവിടെ മാർക്സ് പറയുന്നത്. 4 മണിക്കൂർ സമയം തൊഴിലാളി പണിയെടുത്തത് അവനുവേണ്ടിയാണ്, അവന്റെ കുടുംബത്തെ സംരക്ഷിക്കാൻ വേണ്ടി, അവർക്കാവശ്യമുള്ള ഭക്ഷ്യസാധനങ്ങൾ, പലചരക്കുകൾ, വീട്ടുവാടക മുതലായവ സമ്പാദിക്കുന്നതിനുവേണ്ടി. ബാക്കി നാലുമണിക്കൂർ? ആ നാലുമണിക്കൂർ മുതലാളിക്കുവേണ്ടി പണിയെടുത്തു. ഇതിനെയാണ് മാർക്സ് 'ആവശ്യമുള്ള അധ്വാനം,' 'മിച്ചമുള്ള അധ്വാനം' എന്നു പറയുന്നത്.

ഇവിടെ മാർക്സ് വളരെ പ്രധാനമായ ഒരു കാര്യംകൂടി പറയുന്നുണ്ട്. തൊഴിലാളിക്കുവേണ്ടിയുള്ള അധ്വാനവും മുതലാളിക്കുവേണ്ടിയുള്ള അധ്വാനവുമുണ്ടല്ലോ. അത് അടിമത്ത വ്യവസ്ഥയിലും ഫ്യൂഡൽ വ്യവസ്ഥയിലും മുതലാളിത്ത വ്യവസ്ഥയിലുമുണ്ടെന്നതാണ്.

അടിമത്ത വ്യവസ്ഥയിൽ ഈ എട്ടുമണിക്കൂറും അടിമ മുതലാളിക്കുവേണ്ടി പണിയെടുക്കുന്നുവെന്ന പ്രതീതിയാണുളവാകുന്നത്. എന്തുകൊണ്ടെന്നാൽ അടിമ സ്വതന്ത്രനല്ല. എന്നാൽ എട്ടുമണിക്കൂറും അടിമ മുതലാളിക്കുവേണ്ടി പണിയെടുക്കുന്നു എന്നത് സത്യമാണോ? അല്ല. ആ എട്ടുമണിക്കൂറിൽ നാലുമണിക്കൂർ ഈ അടിമ അവന്റെ ജീവിതത്തിനുവേണ്ടിയാണ് പണിയെടുക്കുന്നത്. അടിമയ്ക്ക് ഉടമസ്ഥൻ ചോറുകൊടുക്കുന്നുണ്ട്. കാലിക്കു തീറ്റ കൊടുക്കുന്നതുപോലെ തീറ്റ കൊടുക്കുന്നുണ്ട്. ആ തീറ്റയ്ക്കുവേണ്ടിയാണ് അടിമ നാലുമണിക്കൂർ പണിയെടുക്കുന്നത്.

മുതലാളിത്തത്തിൻ കീഴിലോ? മുതലാളിക്കുവേണ്ടി ചെയ്യുന്നതുപോലും തനിക്കുവേണ്ടി ചെയ്യുന്നതുപോലെ തോന്നും. എട്ടുമണിക്കൂറിന് ഇന്ന കൂലിയെന്നല്ലേ കരാറ്? ഇതല്ലേ ന്യായമായ ജോലിക്ക് ന്യായമായ കൂലി? ഈ കൂലി കിട്ടിയാലല്ലേ ജീവിക്കാനൊക്കൂ? അങ്ങനെ നാലുമണിക്കൂർ സമയത്തെ അധ്വാനംകൊണ്ട് കൂലി മുതലായെന്ന വസ്തുത മറച്ചുവെക്കപ്പെടുന്നു. ബാക്കി നാലുമണിക്കൂർ സമയത്ത് തൊഴിലാളി സൗജന്യമായി ജോലി ചെയ്യുകയാണെന്ന സത്യവും മറച്ചുവെയ്ക്കപ്പെടുന്നു.

മുതലാളിത്തത്തിലെന്ത് ചൂഷണമാണുള്ളത്? അതിൽ പൂർണ സമത്വവും പരിപൂർണ സ്വാതന്ത്ര്യവുമല്ലേ ഉള്ളത്? ടാറ്റായും ടാറ്റായുടെ തൊഴിലാളിയും തമ്മിൽ പരിപൂർണ സമത്വമല്ലേ? സമത്വമുള്ള പൗരന്മാർ എന്ന നിലയ്ക്ക് അവർ വിലപേശി അധ്വാന

ശക്തിക്ക് ന്യായമായ വിലനിശ്ചയിക്കുകയല്ലേ? അതെ, പക്ഷേ ഉൽപ്പാദനോപകരണങ്ങൾ മുതലാളിയുടെ കൈയിലായിരിക്കുന്നിടത്തോളം കാലം, ഉൽപ്പാദനോപകരണങ്ങൾ തൊഴിലാളിയുടെ കൈയിലില്ലാത്തിടത്തോളം കാലം, അധ്വാനശക്തിക്കുള്ള വില ന്യായമാവുകയില്ല. അധ്വാനശക്തിയുടെ ഉൽപ്പാദനത്തിൽ ചെലവായ അധ്വാനമേ തൊഴിലാളിക്ക് കിട്ടുന്നുള്ളൂ. മുതലാളിക്കാകട്ടെ, കൂടുതൽ കിട്ടുന്നു. ഉൽപ്പാദനോപകരണങ്ങൾ മുതലാളിയുടേതല്ലെങ്കിൽ അതുകൂടി തൊഴിലാളിക്കാണ് കിട്ടുക. ഇപ്പോഴാകട്ടെ അത് മുതലാളിക്ക് കിട്ടുന്നു. അതാണ് മാർക്സ് കണ്ടുപിടിച്ച മിച്ച മൂല്യം. ഇതാണ് മുതലാളിത്തത്തിന്റെ ചൂഷണം.

എട്ടു മണിക്കൂറിൽ നാലു മണിക്കൂർ തൊഴിലാളി മുതലാളിക്കു വേണ്ടി പണിയെടുക്കുന്നു എന്ന സത്യം മറച്ചുവെക്കാനാണ് സ്വാതന്ത്ര്യം, ജനാധിപത്യം, സമത്വം എന്നെല്ലാം ബൂർഷ്വാസി പറയുന്നത്. അധ്വാനശക്തി വിലയ്ക്കുവാങ്ങി അധ്വാനം സ്വായത്തമാക്കുന്ന — അങ്ങനെ മിച്ചമൂല്യം തട്ടിയെടുക്കുന്ന — മുതലാളിയുടെ ചൂഷണം മറച്ചുവെയ്ക്കുന്നതിനുള്ള ഉപായങ്ങളാണീ ബൂർഷ്വാ മുദ്രാവാക്യങ്ങൾ. മാർക്സിന്റെ മിച്ചമൂല്യ സിദ്ധാന്തത്തെക്കുറിച്ച് എംഗൽസ് പറഞ്ഞത് ശാസ്ത്രത്തിന്റെ മേഖലയിൽ ഡാർവിന്റെ പരിണാമസിദ്ധാന്തം പോലെയാണതെന്നാണ്; ഡാർവിന്റെ പരിണാമസിദ്ധാന്തം ശാസ്ത്രത്തിന്റെ മണ്ഡലത്തിൽ എത്രവലിയ വിപ്ലവം വരുത്തിയോ, അത്ര വലിയ വിപ്ലവം സാമൂഹ്യ ശാസ്ത്രങ്ങളുടെ മണ്ഡലത്തിൽ മാർക്സിന്റെ മിച്ച മൂല്യ സിദ്ധാന്തവും ഉളവാക്കി.

മുതലാളിത്തമെന്താണെന്ന് വിശദീകരിക്കുന്നത് ഈ മിച്ചമൂല്യ സിദ്ധാന്തമാണ്. ഈ മിച്ചമൂല്യ സിദ്ധാന്തം എന്തുചെയ്യുന്നു? മിച്ച മൂല്യം തട്ടിയെടുക്കുന്നതിനുവേണ്ടി മുതലാളി എടുക്കുന്ന അടവുകളും മുതലാളിയുടെ ആ അടവുകളെ ചെറുക്കുന്നതിനുവേണ്ടി തൊഴിലാളികളെടുക്കുന്ന അടവുകളും തമ്മിലുള്ള ഏറ്റുമുട്ടലുകളാണ് മുതലാളിത്ത സമൂഹത്തിലെ യാഥാർഥ്യം. വർഗസമരമെന്നു പറയുന്നില്ലേ? അതാണിത്. വർഗസമരം മാർക്സിന്റെ സൃഷ്ടിയല്ല, സമൂഹത്തിൽ അനസ്യൂതം നടക്കുന്നതാണത്. അധ്വാനശക്തിയുടെ മൂല്യം വിലയ്ക്കു വാങ്ങി, അധ്വാനം മുഴുവൻ സ്വായത്തമാക്കി, അതിൽക്കൂടിയുണ്ടാകുന്ന 'മിച്ചമൂല്യം' സ്വായത്തമാക്കാൻ മുതലാളി ശ്രമിക്കുന്നു. ആ മുതലാളിയുടെ അടുക്കൽ അധ്വാനശക്തിയുടെ വില എത്രകണ്ടു കൂട്ടാമോ അത്രയധികം കൂട്ടാൻ തൊഴിലാളി ശ്രമിക്കുന്നു. കൂലി ഇത്ര പോര എന്നവർ പറയും. ന്യായമായ ജോലിക്ക് ന്യായമായ കൂലി. അതിന്റെ അർഥമെന്താണ്? അധ്വാനശക്തിക്കു തരുന്ന വില ഇത്രപോര, കൂടുതൽ വേണം എന്നാണതിന്റെ അർഥം. അധ്വാനശക്തി വിലയ്ക്കുവാങ്ങുക

> എന്നുള്ള ആ ഉൽപ്പാദന ബന്ധത്തിൽ മാറ്റം വരുന്നില്ല. ഇതാണ് — ഈ കച്ചവടമാണ് നടക്കുന്നത്. ഈ കച്ചവടത്തിൽ മിച്ചമൂല്യത്തിന്റെ തുക ഏറ്റവുമധികം വർധിപ്പിക്കുന്നതിനുവേണ്ടി മുതലാളി ശ്രമിക്കുന്നു. മിച്ചമൂല്യത്തിന്റെ തുക ഏറ്റവുമധികം കുറയ്ക്കുന്നതിനുവേണ്ടി തൊഴിലാളിയും. ഇതാണ് വർഗസമരത്തിന്റെ തുടക്കം. ഇതാണ് വർഗസമരം എന്ന് പറഞ്ഞുകൂടാ; അതിനു വേറെയും ഘടകങ്ങളുണ്ട്. വർഗസമരത്തിന്റെ തുടക്കം ഇതാണ് എന്നുമാത്രം പറയാം.

ഇ എം എസിന്റെ സാമാന്യം ദീർഘമായ ഈ ഉദ്ധരണിയിൽനിന്നും ആധുനിക വ്യക്തിവാദം മുതലാളിത്തത്തിന്റെ അടിസ്ഥാനതത്വങ്ങളുമായി എങ്ങനെ പൊരുത്തപ്പെടുന്നുവെന്ന് വ്യക്തമാക്കുന്നുണ്ട്. വ്യക്തിവാദമെന്നത് ഒരു രാഷ്ട്രീയാശയം എന്ന നിലയിൽ കാലഹരണപ്പെട്ടിരിക്കുന്നു. കാരണം വ്യക്തിയെന്നത് കാൾ മാർക്സ് സൂചിപ്പിച്ചതുപോലെ സാമൂഹ്യബന്ധങ്ങളുടെ സമുച്ചയമാണ്. ഈ സമുച്ചയത്തിൽനിന്നും വേറിട്ട വ്യക്തി നമ്മുടെ സങ്കൽപ്പത്തിലല്ലാതെ യഥാർഥത്തിൽ നിലനിൽക്കുന്നില്ല.

പാശ്ചാത്യ തത്വചിന്ത സൃഷ്ടിച്ച ഒരു ഊരാക്കുടുക്കാണ് വ്യക്തി-സമൂഹ ദ്വിത്വം. ഈ ദ്വിത്വസങ്കൽപ്പമനുസരിച്ച് രണ്ട് വ്യത്യസ്ത സംവർഗമാണ് വ്യക്തിയും സമൂഹവും. ഇത് പ്രഥമദൃഷ്ട്യാ തന്നെ അബദ്ധമാണെന്ന് കാണാൻ യാതൊരു വൈഷമ്യവുമില്ല. കാരണം ഇത്തരത്തിലൊരു ദ്വിത്വം സാങ്കൽപ്പികമാണ്. സമൂഹത്തിൽനിന്ന് വ്യക്തികളെ എങ്ങനെയാണ് വേർതിരിക്കാൻ കഴിയുക. കാരണം വ്യക്തിയും സമൂഹവും തമ്മിലുള്ളതെന്ന് പറയപ്പെടുന്ന ബന്ധമനുസരിച്ച് വ്യക്തികൾ പ്രത്യക്ഷ ശരീരത്തിന്റെ അടിസ്ഥാനത്തിൽ വേർതിരിക്കപ്പെട്ടവരാണ്. എന്നാൽ വ്യക്തികളും സമൂഹവും തമ്മിൽ അങ്ങനെയൊരു അതിർവരമ്പ് നിലനിൽക്കുന്നില്ല. സമൂഹമെന്ന ഒരു സംഘാതത്തിനുള്ളിലാണ് വ്യക്തികൾ നിലനിൽക്കുന്നത്. സമൂഹമെന്നുപറഞ്ഞാൽ വ്യക്തികൾ ഉൾപ്പെടുന്നതായതുകൊണ്ട് സമൂഹത്തെ വ്യക്തികളിൽനിന്നും വേർതിരിക്കുക എന്നു പറഞ്ഞാൽ വ്യക്തികളില്ലാതെതന്നെ സമൂഹം നിലനിൽക്കുന്നു എന്നല്ലേ. ഇതിൽനിന്നും വ്യക്തി-സമൂഹ ദ്വിത്വം ഒരു സാങ്കൽപ്പികസൃഷ്ടിയാണെന്ന് തെളിയുന്നു. ഒരു ജലാശയത്തിലെ ഓരോതുള്ളി വെള്ളത്തെയും ജലാശയത്തിൽനിന്ന് വേർതിരിച്ചുകഴിഞ്ഞാൽ പിന്നെ ജലാശയം നിലനിൽക്കുന്നില്ലല്ലോ. സമൂഹത്തിൽനിന്ന് ഭിന്നമായി വ്യക്തിക്ക് നിലനിൽപ്പില്ല. സമൂഹത്തിൽനിന്ന് ഭിന്നമായി വ്യക്തിയുമില്ല. എന്നാൽ ഒരു വ്യക്തിയിൽനിന്ന് ഏതാനും വ്യക്തികളിൽനിന്നും ഭിന്നമായി സമൂഹത്തിൽ നിലനിൽപ്പുണ്ട്. സമൂഹത്തിൽനിന്ന് ഭിന്നമായി ഏതാനും വ്യക്തികളില്ല. ഇതിൽനിന്നും നാം മനസിലാക്കുന്നത് വ്യക്തിയും സമൂഹവും ദ്വിത്വമല്ല എന്നാണ്. മറിച്ച് ഒരു സംഘാതമാണ്. ഈ സംഘാതം ഭൗതി

കവും സാംസ്കാരികവുമായ സംഘാതമാണ്. ഒരു ആൾക്കൂട്ടത്തെയല്ല സമൂഹമെന്ന് വിളിക്കുന്നത്. അതായത് വ്യക്തികളുടെ കൂട്ടമല്ല സമൂഹം. ഭൗതിക ഉൽപ്പാദനത്തിനുവേണ്ടി പ്രവർത്തിക്കുന്ന മനുഷ്യരുടെ കൂട്ടായ്മയാണ് സമൂഹം. ഈ ഭൗതികമായ ഉൽപ്പാദനപ്രക്രിയയ്ക്കിടയിൽ ഒട്ടേറെ വ്യവഹാരങ്ങളിൽ സമൂഹം വ്യാപൃതമാവുന്നു. ഭാഷയിലൂടെയാണ് ഈ പ്രവർത്തനങ്ങളെല്ലാം നടക്കുന്നത്. ഭാഷ ഒരു വ്യക്തിയുടെ സൃഷ്ടിയല്ല. അധ്വാനവും ഒരു വ്യക്തിക്ക് സ്വന്തമായി നടത്താൻ കഴിയുന്നതല്ല. സമൂഹത്തിലെ എല്ലാ അധ്വാനവും സാമൂഹികമാണ്. ഒരു വ്യക്തിയുടെ മാത്രം അധ്വാനത്തിന് സമൂഹത്തിൽ നിലനിൽക്കാനാവില്ല. അതുപോലെ ഒരു വ്യക്തിയുടേതെന്ന് അല്ലെങ്കിൽ വ്യക്തികളുടേതെന്ന് നാം കരുതുന്ന എല്ലാ പ്രവർത്തനങ്ങളും അവരുടെ ഉപാധികളും അവരുപയോഗിക്കുന്ന വസ്തുക്കളും സംഭവങ്ങളും എല്ലാം തന്നെ സാമൂഹികമായിരിക്കയാൽ വ്യക്തി എന്ന സങ്കൽപ്പംതന്നെ സാങ്കൽപ്പികമാണെന്ന് വരുന്നു. ഉദാഹരണത്തിന് ഒരു വ്യക്തിയിൽനിന്ന് ആ വ്യക്തിയുടെ ഭാഷ, അധ്വാനം, ആ വ്യക്തി ഉപയോഗിക്കുന്ന വസ്തുക്കൾ, ആ വ്യക്തിയുടെ മറ്റ് ഉപാധികൾ, ആ വ്യക്തിയുടെ ചിന്ത ഇതെല്ലാംതന്നെ കിഴിച്ചുകഴിഞ്ഞാൽ വ്യക്തിയെന്നുപറയുന്നത് കേവലം ഒരു ശരീരം മാത്രമായിരിക്കും.

വ്യക്തി, സമൂഹം എന്നിവയെ രണ്ടു ദ്വിത്വമായി സങ്കൽപ്പിച്ചത് വളരെ കൃത്രിമമാണെന്ന് നമുക്ക് മനസിലാക്കാം. എന്നാൽ വ്യക്തിയെയും സമൂഹത്തെയും രണ്ടു വിപരീതങ്ങളായി മാറ്റുന്ന പാശ്ചാത്യ ചിന്തയെ പാശ്ചാത്യരിൽത്തന്നെ പലരും എതിർത്തിട്ടുണ്ട്. അരിസ്റ്റോട്ടിൽ മനുഷ്യനെ രാഷ്ട്രീയ ജീവി എന്നാണ് വിളിച്ചത്. മറ്റുചിലർ സാമൂഹികജീവി എന്നു വിളിച്ചു. ഇ എച്ച് കാറിന്റെ അഭിപ്രായത്തിൽ മനുഷ്യൻ ജനിക്കുമ്പോൾ ത്തന്നെ ലോകം അവനിൽ അല്ലെങ്കിൽ അവളിൽ പ്രവർത്തിക്കുന്നുണ്ട്. മനുഷ്യന്റെ ഭാഷ, പരിസ്ഥിതി, എന്നിവമാത്രമല്ല പൂർവാശയങ്ങളും സാമൂഹികമാണ്. എന്നാൽ വ്യക്തികളെയും സമൂഹത്തെയും രണ്ടുവിപരീത ദ്വന്ദ്വമാക്കി മാറ്റുന്നതിനെ എതിർക്കുന്നവരിൽപ്പോലും വ്യക്തിയും സമൂഹവും എന്ന വിഭജനമുണ്ടെന്ന് കരുതുന്നവരാണ്. ഇങ്ങനെ വ്യക്തികൾ കൂടിയതാണ് സമൂഹം എന്ന് കരുതുന്നതുതന്നെ തെറ്റാണ് എന്ന് അധികമാരും തിരിച്ചറിയുന്നില്ല. വ്യക്തികൾ കൂടിയതല്ല സമൂഹം. വ്യക്തികളുടെ കൂട്ടത്തെയല്ല സമൂഹമെന്നുവിളിക്കുന്നത്. വ്യക്തികളുടെ കൂട്ടത്തെയാണ് സമൂഹമെന്നുവിളിക്കുന്നതെങ്കിൽ പക്ഷികൾക്കും മറ്റു ജന്തുജാലങ്ങൾക്കും സമൂഹമുണ്ടാവണമല്ലോ. മനുഷ്യനൊഴിച്ചുള്ള മറ്റുജീവികൾക്കൊന്നുംതന്നെ ഒരു സാമൂഹിക ജീവിതമില്ല. കാരണം മറ്റു ജീവജാലങ്ങൾക്കൊന്നും മനുഷ്യസമൂഹത്തിന്റെ സവിശേഷതയായ ഉൽപ്പാദന പ്രവർത്തനം, ഭാഷ, ഭാഷയിലൂടെയുള്ള ചിന്ത തുടങ്ങിയ പ്രവർത്തനങ്ങളില്ല. തേനീച്ചകൾക്കും മൃഗങ്ങൾക്കും മറ്റും ശരീരങ്ങളുടെ ജൈവപരമായ കൂട്ടായ്മ മാത്രമേയുള്ളൂ. എന്നാൽ മനുഷ്യരെ സംബന്ധിച്ചിടത്തോളം അവർക്ക് സാമൂഹികമായ ഒരു ജീവിതം മാത്രമേയുള്ളൂ. അതു

കൊണ്ട് വ്യക്തികളുടെ കൂട്ടമാണ് സമൂഹം എന്ന ധാരണ തെറ്റാണെന്ന് വരുന്നു. സമൂഹമായി ജീവിക്കുകയല്ല മനുഷ്യൻ ചെയ്യുന്നത്. സമൂഹം ജീവിക്കുകയാണ് ചെയ്യുന്നത്. ഓരോ മനുഷ്യനും ഓരോ ജീവിക്കുന്ന സമൂഹമാണ്. മൊബൈൽഫോണിലൂടെ സംസാരിക്കുന്ന ഒരു വ്യക്തി എന്നത് സാങ്കൽപ്പികമായ ഒരു സൃഷ്ടിയാണ്. കാരണം മൊബൈൽ ഫോണിലൂടെയുള്ള സംസാരവും ബന്ധവും എല്ലാംതന്നെ ഒരു സാമൂഹിക ആശയവിനിമയവും സാമൂഹികമായ വ്യവഹാരവുമാണ്. സമൂഹത്തിൽനിന്ന് വേറിട്ട് വ്യക്തിയെപ്പറ്റി സങ്കൽപ്പിക്കാനാവില്ല. അതുപോലെ തന്നെ വ്യക്തികൾ കൂടിച്ചേർന്നതാണ് സമൂഹം എന്ന ധാരണയും ശരിയല്ല. വ്യക്തികൾ കൂടിച്ചേരുമ്പോൾ ആൾക്കൂട്ടമാണുണ്ടാകുന്നത്. ട്രെയിനിലും ബസിലും ബസ്സ്റ്റാന്റിലും കാണുന്ന ആൾക്കൂട്ടത്തെയല്ല സമൂഹമെന്ന് വിളിക്കുന്നത്. ആൾക്കൂട്ടമാണ് സമൂഹം എന്നുകരുതുന്നവരാണ് വ്യക്തികളെയും സമൂഹത്തെയും ദ്വന്ദ്വമാക്കിക്കാണുന്നത്. സമൂഹത്തിലെ സാമൂഹിക മനുഷ്യനെ നമുക്ക് വ്യക്തിയെന്നുവിളിക്കാം. അപ്പോഴും ആ വ്യക്തി വേറിട്ടുനിൽക്കുന്നില്ല. കടലിൽനിന്നും ജലത്തെ അടർത്തിമാറ്റാൻ നമുക്ക് കഴിഞ്ഞേക്കാം. എന്നാൽ കടലിൽനിന്നും നമുക്ക് തിരമാലകളെ വേർപെടുത്താനാവില്ല. ഇതാണ് വ്യത്യാസം. കടലിൽനിന്നും വേറിട്ടാലും വെള്ളത്തിന് നിലനിൽപ്പുണ്ടാകും. എന്നാൽ തിരമാലകൾക്ക് അതില്ല. തിരമാലകളും സമുദ്രവും തമ്മിലുള്ള ബന്ധമാണ് മനുഷ്യനും സമൂഹവും തമ്മിലുള്ളത്. അതുകൊണ്ട് വ്യക്തികൾ എന്നത് സമൂഹത്തിനുള്ളിൽ സമൂഹമായി പ്രവർത്തിക്കുന്ന ഒരു ഭാഗമാണ്. അത് വേറിട്ടഭാഗമല്ല. അത് ഒരു പ്രത്യക്ഷശരീര ഭാഗവുമല്ല. മറിച്ച് അപ്രത്യക്ഷ ഭാഗം കൂടിച്ചേർന്നതാണ്. ഒരു മൊബൈൽഫോൺ അത് മൊബൈൽഫോൺ ആവുന്നത് അതിന്റെ പ്രത്യക്ഷ രൂപത്തിൽമാത്രമല്ല. മറിച്ച് അപ്രത്യക്ഷമായ ശരീരത്തിലാണ് എന്ന് മനസിലാക്കാൻ സാമാന്യബോധം മതി. മൊബൈൽഫോൺ മൊബൈൽഫോണാവുന്നത് വിപുലമായ ഒരു നെറ്റുവർക്കിലൂടെയാണ്. ആ വിപുലമായ നെറ്റുവർക്കിൽ പ്രത്യക്ഷശരീരത്തെക്കാൾ കൂടുതലുള്ളതും പ്രബലമായതും അപ്രത്യക്ഷശരീരമാണ്. അതാണ് മൊബൈൽഫോണിനെ ലാന്റ് ഫോണിൽനിന്നും വ്യത്യസ്തമാക്കുന്നത്. ഒരു മൊബൈൽഫോൺ സെറ്റിനെ വിപുലമായ ഈ അദൃശ്യ നെറ്റ്വർക്കിൽനിന്നും വേർപെടുത്തുക എന്നുപറഞ്ഞാൽ ആ സെറ്റിനെ കണക്ഷനിൽനിന്നും വേർപെടുത്തുക എന്നുതന്നെയാണല്ലോ. ഇതുപോലെതന്നെയാണ് വ്യക്തികളെ വേർതിരിച്ചുകാണുന്നതും.

വ്യക്തികളെ സമൂഹമെന്ന വിപുലമായ ഒരു നെറ്റ് വർക്കിൽത്തന്നെയാണ് നാം കാണേണ്ടത്. അങ്ങനെയല്ലെങ്കിൽ സമൂഹമെന്നത് ഒരു സാങ്കൽപ്പിക സൃഷ്ടിയായിരിക്കും. വ്യക്തികളെ അവ പ്രവർത്തിക്കുന്ന സാമൂഹിക സംഘാതത്തിൽനിന്ന് നമുക്ക് വേർപെടുത്താനാവില്ല. എല്ലാ വ്യക്തികളും എല്ലായ്പ്പോഴും ഈ സംഘാതത്തിൽത്തന്നെയാണ്. ഈ സംഘാതത്തിൽനിന്ന് വേറിടാൻ വ്യക്തിക്ക് കഴിയാത്തതുകൊണ്ട് വ്യക്തി

യെന്ന അഥവാ വേറിട്ട വ്യക്തിയെന്ന സങ്കൽപ്പംതന്നെ തെറ്റാണെന്ന് വരുന്നു. വേറിട്ട വ്യക്തി എന്നുപറഞ്ഞാൽ വേറിട്ട മൊബൈൽഫോൺ അല്ലെങ്കിൽ വേറിട്ട റേഡിയോ എന്നുതന്നെയാണ് അർഥം. ഡിസ്കണക്ട് ചെയ്യപ്പെട്ട ഒരു ഫോൺ സെറ്റിനെ ഫോൺ എന്നുവിളിക്കുന്നതുപോലെ അർഥരഹിതമാണ് വ്യക്തികളെ സമൂഹത്തിൽനിന്ന് വേർപെടുത്തിക്കാണുന്നത്. വ്യക്തിയുടെ ജീവിതം മുഴുവൻ സമൂഹസംഘാതത്തിൽ ആയതുകൊണ്ട് ഈ സംഘാതമായിട്ടുമാത്രമേ നമുക്ക് മനുഷ്യജീവിതത്തെ പരിഗണിക്കാനാവുകയുള്ളൂ. അതുകൊണ്ട് പാശ്ചാത്യ തത്വചിന്ത സൃഷ്ടിച്ച വ്യക്തിസമൂഹ ദ്വന്ദ്വം എന്ന ഊരാക്കുടുക്കിനെ മറികടക്കാൻ ഒറ്റവഴിയേയുള്ളൂ. ഈ വ്യക്തി പ്രയോഗം നിരാകരിക്കുക. അല്ലെങ്കിൽ വ്യക്തികൾ കൂടിച്ചേർന്നതാണ് സമൂഹം എന്ന സങ്കൽപ്പം വലിച്ചെറിയുക. ഈയൊരു കാഴ്ചപ്പാടിനെ സമൂഹത്തിന്റെ പല്ലുകളാണ് വ്യക്തികൾ എന്ന സമഗ്രാധിപത്യ രാഷ്ട്രീയസങ്കൽപ്പമായി വായനക്കാർ തെറ്റിദ്ധരിക്കാൻ ഇടയുണ്ട്. പ്ലാറ്റോ തുടങ്ങിയ ചിന്തകന്മാർ ഇത്തരം വീക്ഷണങ്ങൾക്ക് രൂപംനൽകിയവരാണ്. ആ കാഴ്ചപ്പാട് അനുസരിച്ച് വ്യക്തികളെല്ലാം സമൂഹത്തിന്റെ അനിവാര്യഭാഗമാണ്. വ്യക്തികൾ രാഷ്ട്രത്തിനുവേണ്ടി പ്രവർത്തിക്കേണ്ടവരാണ്. ഉദാത്തമായ രാഷ്ട്രം നിലനിൽക്കുന്നത് വ്യക്തികൾ രാഷ്ട്രത്തിനുവേണ്ടി ത്യാഗം ചെയ്യുമ്പോഴാണ്. ഗ്രീസിലെ രാഷ്ട്രസങ്കൽപ്പങ്ങൾക്കനുസരിച്ചാണ് പ്ലാറ്റോ തന്റെ ആശയങ്ങൾക്ക് രൂപംകൊടുത്തത്. എന്നാൽ പ്ലാറ്റോയുടെ ഈ രാഷ്ട്രസങ്കൽപ്പത്തിൽ വ്യക്തി സമൂഹ ദ്വന്ദ്വം തന്നെയാണുള്ളത് എന്ന് മനസിലാക്കാൻ യാതൊരു പ്രയാസവുമില്ല. കാരണം വ്യക്തികൾ രാഷ്ട്രത്തിനുവേണ്ടി ജീവിക്കുക എന്ന സങ്കൽപ്പംതന്നെ സാങ്കൽപ്പികമാണെന്ന് നമുക്കറിയാം. ദേശീയപ്രസ്ഥാനമെന്നും രാഷ്ട്രീയപ്രസ്ഥാനമെന്നും നാം പറയുന്നത് വ്യക്തികളുടെ ആത്മസമർപ്പണത്തിന്റെ ചരിത്രമല്ല. ഒരാൾ ഭൗതികാവശ്യങ്ങൾ നിറവേറ്റുന്നതുപോലെയാണ് രാഷ്ട്രീയപ്രവർത്തനവും നടത്തുന്നത്. ആഹാരം കഴിക്കുന്നതും പ്രത്യുൽപ്പാദനം നടത്തുന്നതും പോലെ തന്നെയാണ് രാഷ്ട്രീയപ്രവർത്തനവും എന്ന ലളിതമായ കാര്യം മനസിലാക്കാത്തവരാണ് വ്യക്തികളെ സമൂഹത്തിൽനിന്നും വേർപെടുത്തുന്നത്. ഒരു വ്യക്തിയുടെ ചിന്തകൾ ഒരു സംഘചിന്തയുടെ ഉള്ളിലാണ് പ്രവർത്തിക്കുന്നത്. അതുകൊണ്ടുതന്നെ രാഷ്ട്രീയപ്രവർത്തനത്തെയും വ്യക്തിപ്രവർത്തനത്തെയും രണ്ടു വിപരീതമായി കാണാനാവില്ല. ഒരു വ്യക്തി എന്നാൽ പ്രത്യക്ഷശരീരം മാത്രമാണ് എന്നുകരുതുന്ന മൂഢസങ്കൽപ്പം മാറ്റുമ്പോൾ മാത്രമേ ഇത് ശരിക്കും മനസിലാവുകയുള്ളൂ. ഒരു വ്യക്തിയുടെ ഭൗതികാവശ്യങ്ങൾ തന്നെയാണ് രാഷ്ട്രത്തിന്റെ ആവശ്യം. അതുകൊണ്ടുതന്നെ രാഷ്ടീയപ്രവർത്തനത്തെ ഒരു ത്യാഗമായി കാണാനാവില്ല. ഒരു മനുഷ്യൻ സുന്ദരമായ വസ്തുക്കൾ കാണുന്നതുപോലെയും കലാപരമായ സൃഷ്ടികൾ ആസ്വദിക്കുന്നതുപോലെയും ഒരു സർഗാത്മ

കപ്രവർത്തനമാണതും. അവിടെ വ്യക്തി രാഷ്ട്രത്തിനുവേണ്ടി പ്രവർത്തിക്കുകയല്ല മറിച്ച് രാഷ്ട്രം അവനിൽ പ്രവർത്തിക്കുകയാണ് ചെയ്യുന്നത്.

ജനങ്ങൾക്ക് അസ്തിത്വമില്ലെന്ന് കരുതുന്നവരാണ് മഹാവ്യക്തികളെ ചരിത്രത്തിൽ പ്രതിഷ്ഠിക്കുന്നത്. ജനങ്ങളാണ് ചരിത്രത്തിന്റെ ചാലക ശക്തികൾ. വർഗസമരമാണ് ചരിത്രത്തെ നിർണയിക്കുന്നത്. ബഹുജനങ്ങളാണ് ഒരു രാഷ്ട്രത്തിന്റെ ഭാവിയെ അന്തിമമായി രൂപപ്പെടുത്തുന്നത്. വ്യക്തികൾക്കും സംഭവങ്ങൾക്കും ചരിത്രത്തെ സ്വാധീനിക്കാൻ കഴിയും എന്നതിന് സംശയമില്ല. എന്നാൽ ആത്യന്തികമായി ചരിത്രത്തെ നിർണയിക്കുന്നത് ജനങ്ങളാണ് എന്നതിന് സംശയമില്ല. ജനങ്ങൾ എന്നാൽ അധ്വാനിക്കുന്ന ജനവിഭാഗങ്ങൾ. ശാരീരികവും മാനസികവുമായ അധ്വാനത്തിലേർപ്പെടുന്ന വിവിധ ജനവിഭാഗങ്ങളാണ് എക്കാലത്തും ചരിത്രത്തിന്റെ ഗതി നിർണയിച്ചത്.

ചരിത്രത്തിൽ കലാപങ്ങൾക്കും വിപ്ലവങ്ങൾക്കും നേതൃത്വംകൊടുത്ത വ്യക്തികൾക്ക് വളരെയധികം പ്രാധാന്യമുണ്ട്. പ്രാചീന റോമാസാമ്രാജ്യത്തിൽ അടിമകളുടെ കലാപത്തിന് നേതൃത്വം കൊടുത്ത സ്പാർട്ടക്കസ് ഇവിടെ സ്മരണീയനാണ്. ഇതുപോലെ ലോകത്തിൽ പല ഘട്ടങ്ങളിലും പല കലാപങ്ങളും ഉയർന്നുവന്നിട്ടുണ്ട്. ഇതിനെല്ലാം നേതൃത്വം കൊടുത്ത വ്യക്തികൾക്ക് അവരുടേതായ പ്രാധാന്യമുണ്ട്. എന്നാൽ ഇത്തരം വ്യക്തികൾക്ക് ശൂന്യതയിൽ പ്രവർത്തിക്കാൻ കഴിയുകയില്ല. റോമിൽ അടിമസമ്പ്രദായം ഉണ്ടായിരുന്നതുകൊണ്ടാണ് അവർക്കിടയിൽനിന്ന് സ്പാർട്ടക്കസിന് ഉയർന്നുവരാൻ കഴിഞ്ഞത്. ലെനിൻ ഇല്ലായിരുന്നുവെങ്കിൽ റഷ്യയിൽ വിപ്ലവം നടക്കുകയില്ലായിരുന്നുവെന്ന് കരുതുന്നത് പരമ അബദ്ധമാണ്. അതുപോലെ ഝാൻസിറാണിയും, താന്തിയാ തോപ്പെയും ഇല്ലായിരുന്നുവെങ്കിൽ ഇന്ത്യയുടെ ഒന്നാം സ്വാതന്ത്ര്യസമരം നടക്കുകയില്ലായിരുന്നു എന്ന് കരുതുന്നത് വിഡ്ഢിത്തമാണ്.

തോമസ് കാർലൈൽ അവതരിപ്പിക്കുന്ന ചരിത്രത്തിലെ വീരപുരുഷസിദ്ധാന്തം ആധുനിക ജനാധിപത്യസങ്കൽപ്പവുമായി പൊരുത്തപ്പെട്ടുപോകുന്നതല്ല. അത് പഴഞ്ചൻ കാഴ്ചപ്പാടാണ്. സമൂഹത്തെ നിയന്ത്രിക്കുന്നതും രൂപപ്പെടുത്തുന്നതും വർഗസമരമാണെന്ന കാഴ്ചപ്പാടാണ് ആധുനിക ചരിത്രശാസ്ത്രത്തിന് ഏറ്റവും ദിശാബോധം നൽകുന്നത്. ഹെഗലിന്റെ യുഗചേതനാസങ്കൽപ്പം കാലഹരണപ്പെട്ട ഒന്നാണ്. ഓരോ കാലഘട്ടത്തിനും പൂർവനിശ്ചിതമായ ഒരു മനസുണ്ടെന്ന ആശയവാദ സങ്കൽപ്പം ആണ് ഹെഗലിന്റേത്. ചരിത്രമെന്നത് ഇത്തരത്തിൽ മനുഷ്യരിൽനിന്നും വേറിട്ടുനിൽക്കുന്ന ഒരു പ്രതിഭാസമാണെന്ന തെറ്റായ ധാരണയാണ് ഹെഗലിനെ നയിച്ചത്. ഈ ഹെഗലിയൻ വീക്ഷണം പലപ്പോഴും കേവലമായ ചരിത്രവാദത്തിന് സഹായകമായിട്ടുണ്ട്. ജനങ്ങൾക്കും വർഗസമരത്തിനും പ്രാധാന്യം കൈവന്നതോടെ ചരിത്രത്തിൽ വ്യക്തികൾക്കുള്ള പ്രാധാന്യം അസ്തമിക്കുകയായി. വ്യക്തികളെ ആദർശ

വൽക്കരിക്കുന്നത് ആശയവാദമാണ്. അത് ജനങ്ങൾക്ക് അസ്തിത്വമില്ലെന്ന് കരുതുന്നതുകൊണ്ടാണ്. ഏതൊരു മനുഷ്യനും ആ മനുഷ്യന്റെ കാലഘട്ടത്തിലും സമൂഹത്തിലുമാണ് ജീവിക്കുന്നത്. സമൂഹത്തിന് മുൻപ് ആ വ്യക്തിയില്ല. ഒരു വ്യക്തി മരിച്ചതിനുശേഷവും ആ വ്യക്തിയുണ്ട് എന്നുപറയുന്നതിന് തുല്യമാണ് ആ വ്യക്തിയെ സമൂഹത്തിനു മുമ്പ് അല്ലെങ്കിൽ സമൂഹത്തിൽനിന്ന് വേറിട്ട് സങ്കൽപ്പിക്കുന്നത്. ഒരു വ്യക്തിയെ സമൂഹത്തിൽനിന്ന് വേറിട്ട് കാണുക എന്നുപറഞ്ഞാൽ ആ വ്യക്തി ജനിക്കുന്നതിനുമുമ്പ് വ്യക്തിയായിരുന്നു എന്ന് കരുതുന്നതാണ്. ഇ എച്ച് കാർ എന്ന ചരിത്രപണ്ഡിതൻ വ്യക്തികളുടെ പ്രാധാന്യത്തെ നിഷേധിക്കുന്നില്ല. എന്നാൽ വ്യക്തികളെ അന്യഗ്രഹജീവികളെപ്പോലെ ആരാധിക്കുന്നതിനെ അദ്ദേഹം വിമർശിക്കുന്നു. മഹാന്മാരെ നിർണയിക്കുന്നത് സാമൂഹിക ശക്തികളാണ് എന്നത് അനിഷേധ്യമായ ഒരു വസ്തുതയാണ്.

ജനാധിപത്യവുമായി ബന്ധപ്പെട്ട് ഉയർന്നവരുന്ന പ്രധാന സംജ്ഞകൾ

1. വിപ്ലവം
2. കലാപം
3. ലഹള
4. ആക്രമണം
5. ചെറുത്തുനിൽപ്പ്
6. പോരാട്ടം
7. പ്രതികരണം
8. നവോത്ഥാനം
9. പരിഷ്കരണം
10. പ്രതിരോധം
11. സമരം
12. പതനം
13. തകർച്ച
14. യുദ്ധം
15. ഫ്യൂഡലിസം
16. ജന്മിത്തം
17. നാടുവാഴിത്തം
18. സാമ്രാജ്യം
19. സാമ്രാജ്യത്വം
20. ദേശീയത
21. ദേശീയത്വം
22. ദേശം
23. രാഷ്ട്രം

24. ഭരണകൂടം
25. സർക്കാർ
26. അധികാരം
27. അധിനിവേശം
28. കൊളോണിയലിസം
29. വംശം
30. വർണം
31. ജാതിവ്യവസ്ഥ
32. ജാതീയത
33. സംസ്കാരം
34. നാഗരികത
35. കാടത്തം
36. കിരാതത്വം
37. സാംസ്കാരിക സ്വാംശീകരണം
38. സാംസ്കാരിക സമന്വയം
39. പാർശ്വവൽക്കരണം
40. അപരവൽക്കരണം
41. നിഗൂഢവൽക്കരണം
42. ചരിത്രവൽക്കരണം
43. സാമാന്യവൽക്കരണം
44. കേവലവൽക്കരണം
45. ലളിതവൽക്കരണം
46. പ്രമാണവൽക്കരണം
47. അതിശയോക്തിവൽക്കരിക്കൽ
48. ന്യൂനവൽക്കരണം
49. ഉദാത്തവൽക്കരണം
50. ഹേതുവൽക്കരണം.
51. വ്യാഖ്യാനം
52. വിശദീകരണം
53. സ്വത്വം
54. പൊതുസമ്മതി
55. ജനകീയത
56. ജനപ്രിയത
57. പൊതുബോധം
58. പ്രയോഗമാതൃക
59. ഏഷ്യാറ്റിക് സൊസൈറ്റി
60. പൗരസ്ത്യസ്വേച്ഛാധിപത്യം
61. സംസ്കൃതവൽക്കരണം
62. പൗരസ്ത്യവാദം

63. അധിനിവേശ പ്രത്യയശാസ്ത്രം
64. പ്രത്യയശാസ്ത്ര ഉപകരണങ്ങൾ

പലപ്പോഴും സാമാന്യവൽക്കരണങ്ങൾ ചരിത്രത്തിലെ വസ്തുനിഷ്ഠയാഥാർഥ്യങ്ങൾ മനസിലാക്കുന്നതിൽനിന്നും ചരിത്രകാരനെ തടയുന്നു. ഭരണാധികാരികൾ ജനങ്ങളുടെ എതിർപ്പിന് കാരണമാവുന്നത് എല്ലായ്പ്പോഴും അവരുടെ നയങ്ങൾ തെറ്റായതുകൊണ്ട് ആയിരിക്കില്ല. അപ്പോൾ ചരിത്രകാരന് പൊതുജനസമ്മതിയുടെ നിർമിതി നടക്കുന്നതിനെക്കുറിച്ച് സൂക്ഷ്മമായി പഠിക്കേണ്ടിവരും. തെറ്റായ നയങ്ങൾ പിൻതുടർന്ന പല ഭരണാധികാരികൾക്കും ജനകീയപിൻതുണ ലഭിച്ചിട്ടുണ്ട്. അതുകൊണ്ട് ഭരണാധികാരികളുടെ ജനപിൻതുണ കുറയാനുള്ള കാര്യങ്ങൾ സൂക്ഷ്മമായി വിശകലനം ചെയ്യേണ്ടതുണ്ട്. പുരോഗമനപരമായ പല നടപടികൾക്കുമെതിരെ ചില പ്രത്യേകവിഭാഗങ്ങൾ സമരങ്ങൾ നടത്താറുണ്ട്. അതുകൊണ്ട് ഇവയെല്ലാം സാമാന്യവൽക്കരിക്കാതെ ശാസ്ത്രീയമായി പഠിക്കുകയാണ് വേണ്ടത്. കേരളത്തിൽ ഇ എം എസിന്റെ നേതൃത്വത്തിൽ നിലവിൽവന്ന കമ്യൂണിസ്റ്റുപാർട്ടിയുടെ നേതൃത്വത്തിലുള്ള മന്ത്രിസഭയ്ക്കെതിരായി ഒരു വിഭാഗം ജനതയെ ഇളക്കിവിടാൻ നിക്ഷിപ്ത താൽപ്പര്യക്കാർക്ക് കഴിഞ്ഞു. ഇതിന്റെ വർഗപരമായ ഉള്ളടക്കം പരിശോധിക്കുക എന്നത് ഒരു ചരിത്രകാരന്റെ ധർമമാണ്. അതിനുപകരം കമ്യൂണിസ്റ്റ് മന്ത്രിസഭയുടെ പ്രവർത്തനങ്ങളിലെ പാളിച്ചകളെപ്പറ്റിയും മറ്റും സാമാന്യവൽക്കരണം നടത്തുന്നത് അന്വേഷണാത്മകമായ ചരിത്രത്തിന് യോജിച്ചതല്ല.

ഇ എം എസ്

ചരിത്രത്തിൽ ഒരു പൊതുനിയമം കണ്ടെത്തുക എന്നത് യാഥാർഥ്യങ്ങളുമായി യോജിക്കുന്നതല്ല. അതിനുപകരം സവിശേഷ യാഥാർഥ്യങ്ങളെ സൂക്ഷ്മമായി അറിയാനുള്ള മാർഗങ്ങളാണ് ചരിത്രകാരൻ അവലംബിക്കേണ്ടത്. *കേരളം മലയാളികളുടെ മാതൃഭൂമി* എന്ന ഗ്രന്ഥത്തിൽ ഇ എം എസ് കേരളത്തിന്റെ സാമൂഹികവും സാംസ്കാരികവും രാഷ്ട്രീയവുമായ ചരിത്രത്തെ വിശകലനം ചെയ്യുന്നത് മാതൃകാപരമാണ്. ഇന്ത്യയുടെ ഭാഗമായിരിക്കുമ്പോൾപ്പോലും കേരളത്തി

ന്റെതായ സവിശേഷ സന്ദർഭങ്ങളെ വിശകലനം ചെയ്യാൻ അദ്ദേഹത്തിന് സാധിക്കുന്നു. മരുമക്കത്തായ സമ്പ്രദായം, നായർ- നമ്പൂതിരി മേധാവിത്വം, നാടുവാഴിത്തം, ജന്മിവ്യവസ്ഥ, ജാതിവ്യവസ്ഥ, വൈദേശികബന്ധങ്ങൾ തുടങ്ങിയ വിഷയങ്ങളെല്ലാം പരസ്പരബന്ധിതമായി വിശകലനം ചെയ്യാൻ ഇ എം എസ് നടത്തിയ ശ്രമം വളരെ ശാസ്ത്രീയമാണ്. യൂറോപ്യൻ മാതൃകകളിൽനിന്നും വ്യത്യസ്തമാണ് ഏഷ്യൻമാതൃകകളെന്നും അതിൽ ഇന്ത്യയുടെ മാതൃക സവിശേഷമാണെന്നും ആ സവിശേഷതയ്ക്കുള്ളിൽ കേരളീയത എന്ന മറ്റൊരു സവിശേഷത ഉണ്ടെന്നും കേരളീയതയ്ക്കുള്ളിൽ മലബാർ തിരുവിതാംകൂർ തുടങ്ങിയ വ്യത്യസ്തതകളുണ്ടെന്നും ഇ എം എസ് വിശദീകരിക്കുന്നു. അതായത് സൈദ്ധാന്തികമായ സാമാന്യവൽക്കരണത്തിന്റെയോ മുൻനിശ്ചയത്തിന്റെയോ മാതൃകകളില്ലാതെയാണ് അദ്ദേഹം കേരളത്തിന്റെ ചരിത്രത്തെ സമീപിക്കുന്നത്. യാഥാർഥ്യങ്ങളെ അടുത്തുനിന്ന് കാണാൻ ഈ രീതി വളരെ സഹായകരമാണ്.

ഇന്ത്യൻ ചരിത്രത്തെക്കുറിച്ച് ഡി ഡി കൊസാംബി, റൊമിലാഥാപ്പർ, ആർ എസ് ശർമ്മ തുടങ്ങിയ ചരിത്രപണ്ഡിതർ നടത്തിയിട്ടുള്ള പഠനങ്ങൾ ശ്രദ്ധേയമാണ്. പാശ്ചാത്യ മാതൃകകളെ പിൻതുടരാതെ ഇന്ത്യയുടെ സാമൂഹിക രൂപവൽക്കരണങ്ങളെക്കുറിച്ച് കൊസാംബി നടത്തിയ അന്വേഷണങ്ങൾ നിർണായകമായിരുന്നു. അതുപോലെ ഇന്ത്യയിലെ ആര്യ-അനാര്യൻ സാംസ്കാരിക സംയോഗത്തെക്കുറിച്ച് റൊമിലാഥാപ്പർ നടത്തിയ പഠനങ്ങളും വിലപ്പെട്ടതാണ്. ഉൽപ്പാദനമേഖലയിൽ രണ്ടു ജനവിഭാഗങ്ങൾ പരസ്പരം സംയോജിക്കുന്നത് ഭാഷയുടെയും സംസ്കാരത്തിന്റെയും രൂപവൽക്കരണത്തിന് എങ്ങനെ സഹായകമാവും എന്നത് അവർ വിശദീകരിക്കുന്നു. ബുദ്ധദർശനത്തിൽ വിശ്വാസം നിലനിർത്തിയപ്പോഴും അശോകൻ വധശിക്ഷ നിർത്തലാക്കിയിരുന്നില്ലെന്ന് റൊമിലാഥാപ്പർ പറയുന്നു. ഇവിടെ അശോകന് ബുദ്ധമതത്തോടുള്ള ആഭിമുഖ്യത്തിന് രാഷ്ട്രീയമായ ഒരു മാനം കണ്ടെത്തുകയാണ് റൊമിലാഥാപ്പർ ചെയ്യുന്നത്. മൃഗബലിയും ജന്തുബലിയും മൂലം തകർച്ചയെ നേരിടുന്ന കാർഷിക സമ്പദ്‌വ്യവസ്ഥയെ പരിരക്ഷിക്കാനുള്ള കാലഘട്ടത്തിന്റെ ആവശ്യമാണ് അശോകന്റെ ബുദ്ധമതാഭിമുഖ്യത്തിൽ പ്രകടമായത്. ഇവിടെ അശോകനെന്ന ഒരു വ്യക്തിയെയല്ല ഥാപ്പർ പരിഗണിക്കുന്നത്; മറിച്ച് അദ്ദേഹത്തിന്റെ കാലഘട്ടത്തിലെ വർഗബന്ധങ്ങളെയാണ്. ഇത്തരത്തിൽ എല്ലാ ചരിത്രസംഭവങ്ങളെയും സാമൂഹിക-രാഷ്ട്രീയ അടിയൊഴുക്കുകളുടെ പശ്ചാത്തലത്തിൽ പരിശോധിക്കുമ്പോഴാണ് ശാസ്ത്രീയമായ ചരിത്രരചന രൂപപ്പെടുന്നത്.

ജനാധിപത്യവും പുരോഗതി എന്ന സങ്കൽപ്പവും

പുരോഗതി എന്ന ആശയം ചരിത്രത്തിൽ പണ്ടുകാലം മുതലേ പ്രബലമായിരുന്നു. പാശ്ചാത്യ സംസ്കാരത്തിൽ അതിന് വളരെയധികം പ്രസ

ക്തിയുണ്ടായിരുന്നു. പുരോഗതിയെന്ന ആശയവുമായി ബന്ധപ്പെട്ട സങ്കൽപ്പനങ്ങൾ താഴെപ്പറയുന്നു.

1. പൗരസ്വാതന്ത്ര്യം
2. നീതി
3. സമത്വം
4. അവകാശം
5. ജനാധിപത്യം
6. തുടർച്ച

പാശ്ചാത്യസമൂഹം സാംസ്കാരികമായി ഒരു സമൂഹത്തെ വിലയിരുത്തുമ്പോൾ പുരോഗതിക്ക് മുൻതൂക്കം കൊടുക്കുന്നു. ഭൗതികമായ പുരോഗതി കൈവരിച്ച സമൂഹം പരിഷ്കൃതസമൂഹമെന്നും ഭൗതികപുരോഗതി കൈവരിക്കാത്ത സമൂഹം അപരിഷ്കൃത സമൂഹമെന്നും വിളിക്കപ്പെട്ടു. ഇങ്ങനെ പൗരസ്ത്യലോകം അപരിഷ്കൃതലോകമായിമാറി. നവോത്ഥാനത്തെത്തുടർന്ന് യുറോപ്പിൽ ഉയർന്നുവന്ന മനുഷ്യകേന്ദ്രിതവാദമാണ് ഇത്തരം ആശയങ്ങളെ അരക്കിട്ടുറപ്പിച്ചത്. അങ്ങനെ പാശ്ചാത്യ ചരിത്രശാസ്ത്രത്തിലും ഈ ആശയങ്ങൾ കയറിവന്നു

ഇന്ന് തുടർച്ചാസങ്കൽപ്പങ്ങൾ ചരിത്രത്തിൽ ശക്തമായി ചോദ്യം ചെയ്യപ്പെടുന്നു. പുരോഗതി എന്നത് അനന്തമായി സംഭവിക്കുന്നതാണെന്ന സങ്കൽപ്പത്തിന് യാഥാർഥ്യവുമായി ബന്ധമില്ല. പുരോഗതി എന്ന ആശയം ആശയവാദപരമാണ്. പാശ്ചാത്യസംസ്കാരത്തിന്റെ അടിസ്ഥാനസങ്കൽപ്പമാണ് പുരോഗതി. മനുഷ്യൻ നേരിടുന്ന പ്രതിബന്ധങ്ങളെ അഭിമുഖീകരിക്കാനുള്ള കഴിവ് നശിപ്പിക്കുന്നതാണ് ഈ ആശയം. ആധുനികലോകത്ത് കാണുന്ന ചില സംഭവങ്ങൾ നിരന്തരമായ പുരോഗതി എന്ന ആശയത്തെ ചോദ്യം ചെയ്യുന്നു. അവ ഇതാണ്:

1. യുദ്ധങ്ങൾ
2. സാംസ്കാരിക സംഘർഷങ്ങൾ
3. ദാരിദ്ര്യവൽക്കരണം
4. വംശീയ ഉന്മൂലനം
5. പാരിസ്ഥിതിക തകർച്ച
6. മാരകരോഗങ്ങൾ
7. മലിനീകരണങ്ങൾ
8. ആഗോളവൽക്കരണത്തിന്റെ ഫലങ്ങൾ.

ഫ്രഞ്ചുചിന്തകർ പുരോഗതി എന്ന ആശയത്തിന് പ്രാധാന്യം നൽകുന്നു. അത് മാനവീയമായ യുക്തിയാണെന്ന് അവർ കരുതുന്നു. മനുഷ്യരുടെ എല്ലാ പ്രവർത്തനങ്ങളും പുരോഗതിയെ ലക്ഷ്യമാക്കിക്കൊണ്ടുള്ളതാണെന്ന് അവർ കരുതുന്നു. രാഷ്ട്രതന്ത്രം, നിയമശാസ്ത്രം എന്നിവയെല്ലാം പുരോഗതിക്ക് സംഭാവനകൾ നൽകുന്നു എന്നാണ് അവരുടെ നിഗമനം. എന്നാൽ റൂസ്സോ അതിനെ നിരാകരിക്കുന്നു. മനുഷ്യൻ അവന്റെ പ്രാചീനമായ നന്മയിൽനിന്ന് അകന്നുപോവുകയാണെന്ന് റൂസ്സോ പറ

യുന്നു. ഇതിനുകാരണം പുരോഗതിയാണ്. അത് മനുഷ്യന്റെ നൈസർഗികമായ ആനന്ദത്തെ നശിപ്പിക്കുന്നു. പ്രകൃതിയുടെ മടിത്തട്ടിൽ ആനന്ദത്തോടെ ജീവിച്ചിരുന്ന പ്രാകൃത മനുഷ്യന്റെ ആനന്ദം നഷ്ടപ്പെട്ടുപോയിരിക്കുന്നു എന്നാണ് റൂസ്സോയുടെ വാദം. അതുകൊണ്ടുതന്നെ എല്ലാ സംസ്കാരങ്ങളും പരിഷ്കാരങ്ങളും തിന്മയാണെന്ന് റൂസ്സോ വിശ്വസിച്ചു. മനുഷ്യന്റെ മുൻപിലുള്ള പോംവഴി പ്രകൃത്യാവസ്ഥയിലേക്ക് തിരിച്ചുപോവുക എന്നതാണ്. അതാണ് സ്വാതന്ത്ര്യത്തിലേക്കുള്ള വഴി.

ഇംഗ്ലണ്ടിലും പുരോഗതി എന്ന ആശയത്തിന് വളരെയധികം പ്രണേതാക്കളുണ്ടായിരുന്നു. റോബർട്ട് ഓവൻ, വില്യം ഗോഡ്വിൻ എന്നിവരായിരുന്നു അവർ. മനുഷ്യൻ സ്വാതന്ത്ര്യത്തെ ഇച്ഛിക്കുന്നു. മതത്തിൽനിന്നുള്ള സ്വാതന്ത്ര്യം, ഭരണകൂടത്തിൽനിന്നുള്ള സ്വാതന്ത്ര്യം, കുടുംബത്തിൽനിന്നുള്ള സ്വാതന്ത്ര്യം ഇതെല്ലാം അടങ്ങിയതാണ് മനുഷ്യന്റെ യഥാർഥ സ്വാതന്ത്ര്യം എന്ന സങ്കൽപ്പം ഇംഗ്ലണ്ടിൽ ഉയർന്നുവന്നു. അതനുസരിച്ച് സ്ഥാപനങ്ങളും ഭരണകൂട രൂപങ്ങളും മനുഷ്യന്റെ സ്വാതന്ത്ര്യത്തെ നശിപ്പിക്കുന്നു. നന്മയാണ് അറിവ്. അജ്ഞത തിന്മയാണ്. സ്ഥാപനങ്ങളാണ് മനുഷ്യനെ ആത്യന്തികമായി നശിപ്പിക്കുന്നത്.

ഫോണ്ടെനെല്ലി എന്ന ചിന്തകൻ പുരോഗതി എന്ന ആശയത്തെ ആസ്പദമാക്കി ധാരാളം എഴുതിയിട്ടുണ്ട്. ആധുനികകാലത്ത് ലോകരാജ്യങ്ങളിൽ മുഴുവൻ ഈ ആശയത്തിന് പ്രാധാന്യമുണ്ടായിരുന്നു. മനുഷ്യൻ പൂർണനാണെന്നും അവന്റെ കഴിവുകൾക്ക് പരിമിതികളില്ലെന്നും ഉള്ള സങ്കൽപ്പവും ശാസ്ത്രത്തിലുള്ള അമിതമായ വിശ്വാസവും മനുഷ്യന് അതിരുകവിഞ്ഞ ശുഭാപ്തിവിശ്വാസം നൽകി. എന്നാൽ മുതലാളിത്തത്തിന്റെ ഫലമായി രൂപംകൊണ്ട വർഗവൈരുധ്യങ്ങളും മറ്റും മനുഷ്യന്റെ പ്രതീക്ഷകൾക്ക് മങ്ങലേൽപ്പിച്ചു. എല്ലാ പുരോഗതിയുടെയും അഭിവൃദ്ധിയുടെയും ഗുണഫലങ്ങൾ അനുഭവിക്കുന്നത് സമ്പന്നവർഗം ആണെന്നും മഹാഭൂരിപക്ഷം വരുന്ന ജനവിഭാഗങ്ങൾ പുരോഗതി നേടിയിട്ടില്ലെന്നും വ്യക്തമായി.

ഒന്നാം ലോകമഹായുദ്ധത്തിനുശേഷം രൂപംകൊണ്ട സാഹിത്യകൃതികളിൽ ഈ ശുഭാപ്തിവിശ്വാസത്തിന് പ്രഹരമേൽപ്പിക്കുന്നത് കാണാം. നീഷെയുടെ തത്വശാസ്ത്രം ഈ പ്രവണതയെ ശക്തിപ്പെടുത്തി. ടി എസ് എലിയറ്റിന്റെ കൃതികളിൽ വിശ്വാസരാഹിത്യം ഖനീഭവിച്ച് നിൽക്കുന്നതായി കാണാം. അദ്ദേഹം തന്റെ വിഖ്യാതമായ *വേസ്റ്റ്ലാന്റ്* എന്ന കൃതിയിൽ പാശ്ചാത്യലോകത്തിന്റെ ദുരന്തത്തെ ഭാവോജ്ജ്വലമായി വരച്ചുകാണിക്കുന്നു. ജെയിംസ് ജോയിസ്, എസ്രാ പൗണ്ട്, ഡബ്ല്യൂ ബി ഈസ്റ്റ്സ് തുടങ്ങിയ ആധുനികതയുടെ വക്താക്കളെല്ലാംതന്നെ ഇതേ വികാരം പങ്കുവെക്കുന്നു.

തത്വശാസ്ത്രം, സാഹിത്യം, കല, ശാസ്ത്രം എന്നിവയിലെല്ലാം ഇതേ ആശയങ്ങൾ പ്രതിഫലിക്കുന്നുണ്ട്. മനുഷ്യസമുദായത്തിന്റെ അപ

ചയങ്ങളെയാണ് ഇതിലെല്ലാം അനാവരണം ചെയ്യുന്നത്. മനുഷ്യനിൽ ഫാസിസത്തിന്റെ ബീജങ്ങൾ കണ്ടെത്താൻ തുടങ്ങിയതോടെ ചരിത്രത്തിലെ ശുഭാപ്തിവിശ്വാസവും പുരോഗതി എന്ന ആശയവും കനത്ത പ്രഹരമേറ്റുവാങ്ങാൻ തുടങ്ങി. പാശ്ചാത്യരുടെ നഗ്നമായ ക്രൂരതകളെ പുറത്തുകൊണ്ടുവന്ന പഠനങ്ങൾ വളരെ വലിയ മുതൽക്കൂട്ടായി. അമേരിക്കയിലും ആഫ്രിക്കയിലും ഏഷ്യൻരാജ്യങ്ങളിലും പാശ്ചാത്യർ നടത്തിയിട്ടുള്ള കൊടും ക്രൂരതകൾ വെളിച്ചത്തുവന്നതോടെ പാശ്ചാത്യരുടെ പുരോഗതി എന്ന ആശയം അപഹസിക്കപ്പെട്ടു. പല സംഭവങ്ങളും മിത്തുകളായിരുന്നു എന്നുതെളിഞ്ഞു. പാശ്ചാത്യ ചരിത്രകാരന്മാരുടെയും തത്വചിന്തകരുടെയും സങ്കൽപ്പനങ്ങൾ ചോദ്യം ചെയ്യപ്പെട്ടു.

പാശ്ചാത്യ കേന്ദ്രവാദികൾ പ്രചരിപ്പിച്ചത് പുരോഗതിയുടെ വക്താക്കൾ തങ്ങളാണെന്നാണ്. അതുപോലെ ഭൗതികവും ആത്മീയവുമായ പാശ്ചാത്യപുരോഗതിയുടെ കാരണം ദൈവദത്തമാണെന്ന് പ്രചരിപ്പിച്ചു. പാശ്ചാത്യർ ജന്മനാ ഉയർന്നവരാണെന്നും ദൈവാനുഗ്രഹമുള്ളവരാണെന്നും സങ്കൽപ്പിക്കപ്പെട്ടു. പാശ്ചാത്യർ പുരോഗതിയുമായി ബന്ധപ്പെട്ട അവരുടെ അനുഗൃഹീത നേട്ടങ്ങളെ ഇങ്ങനെയാണ് സംഗ്രഹിക്കുന്നത്.

1. വംശീയ മേന്മ
2. ധാർമികബോധം
3. യുക്തിചിന്ത
4. ഇച്ഛ
5. ഭാഷാവൈഭവം
6. സാങ്കേതികവിദ്യ
7. ശാസ്ത്രീയപുരോഗതി
8. കല
9. അധികാരം
10. സ്ഥാപനങ്ങൾ
11. സാമൂഹ്യവികാസം
12. സാംസ്കാരിക വികാസം
13. പരിസ്ഥിതി
14. പ്രകൃതി സമ്പത്തുകൾ

പാശ്ചാത്യരുടെ ഈ വാദങ്ങളെ ചോദ്യംചെയ്യുന്ന പല ആശയങ്ങളും ലോകത്ത് ഉയർന്നുവന്നിട്ടുണ്ട്. അതിൽ പ്രധാനമാണ് എഡ്വേഡ് സെയ്ദിന്റെയും സമീർ അമീന്റെയും ആശയങ്ങൾ. ഇതിനെ പാശ്ചാത്യ കേന്ദ്രിതവാദത്തിനെതിരായ ആഫ്രോ–ഏഷ്യൻ പ്രതികരണമായി വിശേഷിപ്പിക്കാം. പ്രശസ്ത സാംസ്കാരിക ചരിത്രകാരനായ പി ഗോവിന്ദപ്പിള്ള അദ്ദേഹത്തിന്റെ *വൈജ്ഞാനിക വിപ്ലവം ഒരു സാംസ്കാരിക ചരിത്രം* എന്ന കൃതിയിൽ എഴുതുന്നു:

പി ഗോവിന്ദപ്പിള്ള

യൂറോ കേന്ദ്രവാദത്തിന്റെ ദൗർബല്യങ്ങളെക്കുറിച്ച് യൂറോ കേന്ദ്രവാദികളല്ലാത്ത പാശ്ചാത്യ പണ്ഡിതന്മാരുടെ വിമർശനങ്ങളാണ് നാം ഇതുവരെ പരിശോധിച്ചത്. അടുത്തകാലത്തായി പ്രതിഭാശാലികളായ ഏതാനും ചിന്തകർ ആഫ്രോ-ഏഷ്യൻ മേഖലയിൽ നിന്നും ഉയർന്നുവന്നിട്ടുണ്ട്. അവരിൽ പ്രമുഖരാണ് സാർവദേശീയ പ്രശസ്തരായ സമീർ അമീനും പലസ്തീൻകാരനായ എഡ്വേഡ് സെയ്ദും. 1927 ൽ പ്രസിദ്ധീകരിച്ച എഡ്വേഡ് സെയ്ദിന്റെ *ഓറിയന്റലിസം* (*പൗരസ്ത്യലോകവാദം*) എന്ന പുസ്തകം യൂറോപ്യൻ മുഖ്യധാരാചിന്തകരുടെ പൗരസ്ത്യലോകത്തെക്കുറിച്ചുള്ള പഠനങ്ങൾ എങ്ങനെയാണ് പാശ്ചാത്യലോകാധിപത്യത്തിന്റെ മുഖാവരണമായി തീർന്നത് എന്ന് അതിസമർഥമായി വാദിച്ചുറപ്പിക്കുന്നു. ഇന്ത്യൻ ചിന്തകനായ ഐജാസ് അഹമ്മദും ഈജിപ്ഷ്യൻ ചിന്തകനായ സമീർ അമീനും അടിസ്ഥാനപരമായി യൂറോപ്യൻ ചിന്തകരുടെ വികലമായ പൗരസ്ത്യലോകപഠനങ്ങളെ വിമർശിക്കുന്നുണ്ടെങ്കിലും എഡ്വേഡ് സെയ്ദ് ചിലപ്പോൾ അതിര് കടന്നുപോയി എന്ന് കരുതാവുന്നതാണ്. യവനസംസ്കൃതിയുടെ കാലത്തും യൂറോപ്യൻ മധ്യയുഗത്തിലും ഈ യൂറോകേന്ദ്ര പ്രവണതപ്രകടമായിരുന്നു എന്ന സെയ്ദിന്റെ നിലപാടിനോട് അഹമ്മദിനും അമീനും യോജിപ്പില്ല. യവനസംസ്കൃതിയുടെ കാലത്തും മധ്യകാലത്തിലും മാത്രമല്ല പത്തൊൻപതാം നൂറ്റാണ്ടിൽ മാർക്സിനെപ്പോലുള്ള സോഷ്യലിസ്റ്റ് ചിന്തകരെയും ഈ രോഗം ബാധിച്ചിരുന്നതായി എഡ്വേഡ് സെയ്ദ് പറയുന്നതിനെ ഐജാസ് അഹമ്മദ് തിരസ്കരിക്കുന്നു. (*ഇൻ തിയറി,* തൂലികപ്രസാധകർ, ന്യൂഡൽഹി)

യൂറോകേന്ദ്രവാദത്തിന് രണ്ട് മുഖങ്ങളുണ്ട്. *ഇന്ത്യാചരിത്രം* 1818 ൽ എഴുതിയ ജെയിംസ് മില്ലും ഇന്ത്യയിലെ ബ്രിട്ടീഷ് വിദ്യാഭ്യാസ വ്യവസ്ഥയുടെ സ്ഥാപകനായിരുന്ന ടി ബി മെക്കാളെയും വൈസ്രോയി ഹാർഡിങ് പ്രഭുവും മറ്റും ഇന്ത്യയുടെ പരമ്പരാ

ഗത മഹത്വത്തെ നിഷേധിച്ചപ്പോൾ വില്യം ജോൺസിനെയും എച്ച് എച്ച് വിൽസനെയും മോണിയർ വില്യംസിനെയും മാക്സ് മുള്ള റെയും പോലുള്ളവർ ഭാരതീയ പൈതൃകത്തെ മുക്തകണ്ഠം പ്രശംസിക്കുകയാണുണ്ടായത്. യൂറോപ്പിനേക്കാൾ താഴ്ന്ന നില വാരത്തിലാണ് ഇന്ത്യൻ സംസ്കാരം എന്ന് വാദിച്ച മെക്കാളെ പ്രഭൃ തികളും ഉയർന്നനിലവാരത്തിലാണ് എന്ന് വാദിച്ച മാക്സ് മുള്ളറും ചെന്നെത്തിയത് ഒരേ നിഗമനത്തിലാണ്. ഇന്ത്യയെ ആധുനിക നാഗരികതയിലേക്ക് നയിക്കുക എന്ന ചരിത്രദൗത്യമാണ് തങ്ങൾ ഏറ്റെടുത്തിരിക്കുന്നതെന്ന് ഇക്കൂട്ടർ വാദിച്ചു. 'വൈറ്റ്മാൻസ് ബർഡൻ' അഥവാ 'വെള്ളക്കാരന്റെ ഭാരം' എന്നാണ് ഈ ബാധ്യ തയെ അവർ വിശേഷിപ്പിച്ചത്.

വില്യം ജോൺസും മാക്സ് മുള്ളറും മറ്റുമാകട്ടെ ഇന്ത്യക്കാരുടെ പൈതൃകം മുഖ്യമായും ആത്മീയതയിൽ അടിസ്ഥാനപ്പെടുത്തിയ പരലോകപ്രണയമാണെന്നും പാശ്ചാത്യരെപ്പോലെ നിസ്സാരമായ ഭൗതികസുഖങ്ങളിൽ രമിക്കുന്നവരല്ലെന്നും മറ്റുമായിരുന്നു ഈ പ്രശംസയുടെ രൂപം. പാശ്ചാത്യർ ഭാരതീയരുടെ ആത്മീയത യിൽനിന്ന് ഊർജം കൈക്കൊണ്ട് ഉയരേണ്ടതുണ്ടെന്നും ചില പ്പോൾ അവർ എഴുതിവിടാറുണ്ട്. ("എന്താണ് ഇന്ത്യ നമ്മെ പഠി പ്പിക്കുന്നത് എന്നും മറ്റുമുള്ള മാക്സ് മുള്ളറുടെ പുസ്തകങ്ങൾ നോക്കുക") ഈ ഭൗതിക സുഖഭോഗങ്ങളോടുള്ള നിസ്സംഗതയും ആത്മീയതയോടുള്ള അഭിനിവേശവും മൂലം ഇന്ത്യക്കാർ സ്വയം ഭരണത്തിനർഹരല്ല എന്ന നിഗമനമാണ് അതിൽനിന്നും ഉരുത്തി രിയുന്നത്. ഈ വാദത്തിന്റെ പ്രത്യയശാസ്ത്രപരമായ അന്തർധാര മനസിലാക്കാതെ ഇതെല്ലാം ഭാരതീയ പാരമ്പര്യത്തിന്റെ മഹ ത്വത്തെ പാശ്ചാത്യർപോലും അംഗീകരിച്ചിരിക്കുന്നു എന്നതിന്റെ തെളിവായി ധരിച്ച് അഭിമാനം കൊള്ളുന്നവരുമുണ്ട്.

6

സോഷ്യലിസവും ജനാധിപത്യവും

വ്യക്തിവാദത്തിനെതിരെ ഉയർന്നുവന്ന പ്രധാനപ്പെട്ട ചിന്തയാണ് സമഷ്ടിചിന്ത അഥവാ സമത്വവാദം. സോഷ്യലിസമെന്ന പേരിൽ പരക്കെ അറിയപ്പെടുന്ന ഈ തത്വചിന്ത സാമൂഹ്യവിഭവങ്ങളെ സ്വകാര്യലക്ഷ്യങ്ങൾക്കുവേണ്ടി കൊള്ള ചെയ്യുന്നതിനെ എതിർക്കുന്നു. സമൂഹത്തെ മുഴുവൻ പ്രതിനിധാനം ചെയ്യുന്ന ജനാധിപത്യ രാഷ്ട്രം കെട്ടിപ്പടുക്കുക എന്നതാണ് സോഷ്യലിസത്തിന്റെ ലക്ഷ്യം. സോഷ്യലിസം എന്ന ആശയം ഇല്ലെങ്കിൽ ജനാധിപത്യം എന്നത് ഒരു പുറംതോടുമാത്രമാകും. സ്ഥിതിസമത്വവാദം എന്ന ആശയം പ്രാചീനകാലം മുതൽതന്നെ നിലനിന്നിരുന്നു. സമത്വത്തിനുള്ള അവകാശം ഒരു പ്രധാനപ്പെട്ട രാഷ്ട്രീയ അവകാശവും ജനാധിപത്യ അവകാശവുമാണ്.

റോബർട്ട് ഓവൻ

ആധുനിക കാലഘട്ടത്തിലെ പ്രധാന രാഷ്ട്രീയ ചിന്തകനായിരുന്നു റോബർട്ട് ഓവൻ. അദ്ദേഹം സോഷ്യലിസത്തെക്കുറിച്ചുള്ള ആശയങ്ങൾ പ്രചരിപ്പിച്ചു. സമൂഹത്തെക്കുറിച്ചുള്ള പുതിയ വീക്ഷണം എന്നനിലയിലാണ് അദ്ദേഹം തന്റെ

ആശയങ്ങൾ ആവിഷ്കരിച്ചത്. അദ്ദേഹത്തിന്റെ രാഷ്ട്രീയദർശനമനുസരിച്ച് മനുഷ്യർ ചെയ്യുന്ന നന്മകൾക്കും തിന്മകൾക്കും അടിസ്ഥാനം സാമ്പത്തികസാമൂഹികവ്യവസ്ഥകളാണ്. അതുകൊണ്ട് ഈ രംഗത്ത് മാറ്റം വരുത്താതെ മനുഷ്യസമൂഹത്തിന് പുരോഗതി ഉണ്ടാവുകയില്ല. വിദ്യാഭ്യാസസ്ഥാപനങ്ങളും ഭരണകൂടവും മാറാതെ പുതിയൊരു സമത്വാധിഷ്ഠിതസമൂഹം ഉണ്ടാവുകയില്ല. റോബർട്ട് ഓവൻ ആവിഷ്കരിച്ച സോഷ്യലിസ്റ്റ് സങ്കൽപ്പം സാങ്കൽപ്പികമായ രീതിയിലുള്ളതായിരുന്നു. എന്നാൽ പിൽക്കാലത്ത് കാൾ മാർക്സ്, ഫ്രെഡറിക് എംഗൽസ് തുടങ്ങിയ ചിന്തകന്മാർക്ക് ഓവന്റെ ചിന്തകൾ വളരെയധികം പ്രചോദനം നൽകിയിട്ടുണ്ട്.

സോഷ്യലിസത്തിന്റെ അടിസ്ഥാന ആശയങ്ങൾ താഴെപ്പറയുന്നവയാണ്.

1. സാമൂഹ്യ വിഭവങ്ങൾ സ്വകാര്യ താൽപ്പര്യത്തിനായി കൊള്ളചെയ്യാൻ പാടില്ല.
2. സമൂഹത്തെ സംരക്ഷിക്കണമെങ്കിൽ ജനാധിപത്യ വ്യവസ്ഥ നിലവിൽവരണം.
3. അസമത്വം ഇല്ലായ്മ ചെയ്യണം.
4. സമൂഹ താൽപ്പര്യങ്ങൾക്ക് മുൻഗണന.
5. സോഷ്യലിസം രാഷ്ട്രത്തിന്റെ ലക്ഷ്യം.
6. ക്രമാനുഗതമായ പരിഷ്കാരങ്ങൾ.
7. ഭരണത്തിൽ വിദഗ്ധർക്ക് പ്രാധാന്യം.
8. രാഷ്ട്രം ഒരു ഏജൻസി.
9. സമ്പത്തിനുമേൽ രാഷ്ട്രത്തിന്റെ നിയന്ത്രണം.
10. സമ്പത്തിന്റെ ഉടമസ്ഥത രാഷ്ട്രത്തിന്.
11. സമൂഹത്തിന്റെ പൊതുതാൽപ്പര്യത്തിന് മുൻഗണന.
12. തൊഴിലില്ലായ്മ പരിഹരിക്കുക.
13. തൊഴിലാളികളുടെ ജീവിതനിലവാരം ഉയർത്തുക.
14. രാഷ്ട്രം ഉൽപ്പന്നങ്ങളുടെ ഉടമസ്ഥത ഏറ്റെടുക്കുക
15. മുതലാളിത്തം അവസാനിപ്പിക്കുക.
20. എല്ലാവർക്കും വിദ്യാഭ്യാസം.
21. ചൂഷണം അവസാനിപ്പിക്കുക.
22. നിയമ പരിരക്ഷ നൽകുക.
23. വ്യാപാരങ്ങളും വ്യവസായങ്ങളും രാഷ്ട്രം നിയന്ത്രിക്കുക.
24. രാഷ്ട്രത്തെ ശക്തിപ്പെടുത്തുക.

സമത്വവും സാമൂഹ്യനീതിയും ജനാധിപത്യവും ഇഴപിരിക്കാനാവാത്ത ആശയങ്ങളാണ്. സാമൂഹ്യ സമത്വം പൂർണമായും കൈവരിക്കുന്ന സമൂഹത്തിൽ മാത്രമേ യഥാർഥ ജനാധിപത്യം പുലരുകയുള്ളൂ. സമൂഹത്തിന്റെ എല്ലാ ഘട്ടങ്ങളിലും സാമ്പത്തികവും സാമൂഹികവുമായ അസമത്വങ്ങൾ നിലനിന്നിരുന്നു. ഫ്രഞ്ച് വിപ്ലവകാലത്തെ ഏറ്റവും മഹത്തായ

ആശയങ്ങളിലൊന്നായിരുന്നു സ്ഥിതിസമത്വം എന്നത്. ഫ്രഞ്ച് വിപ്ലവ ആചാര്യന്മാരെല്ലാവരും തന്നെ ഈ ആശയത്തിന് വളരെയധികം പ്രാധാന്യം നൽകിയിട്ടുണ്ട്. ഫ്രാൻസാണ് ആധുനിക സോഷ്യലിസ്റ്റ് ആശയങ്ങൾക്ക് പിറവിനൽകിയ രാജ്യം. ഫ്രാൻസിന് ഒരു സോഷ്യലിസ്റ്റ് ചിന്താഗതിയുടെ മഹത്തായ പാരമ്പര്യമുണ്ട്. ഇത് മനസിലാക്കണമെങ്കിൽ ഫ്രഞ്ച് വിപ്ലവത്തിന്റെ കാരണങ്ങളെക്കുറിച്ചും വിപ്ലവത്തിലെ ജനകീയ പ്രാതിനിധ്യത്തെക്കുറിച്ചും നാം മനസിലാക്കേണ്ടതുണ്ട്. ജനാധിപത്യത്തിനുവേണ്ടിയുള്ള ചരിത്രത്തിലെ ഏറ്റവും ശക്തമായ വിപ്ലവമായിരുന്നു ഫ്രഞ്ച് വിപ്ലവം. ചരിത്രത്തിലെ ആദ്യത്തെ ബൂർഷ്വാ ജനാധിപത്യവിപ്ലവം എന്നും ഇത് വിശേഷിപ്പിക്കപ്പെടുന്നു.

ആധുനിക യൂറോപ്യൻ ചരിത്രത്തിലെ നിർണായകമായ വിപ്ലവമായിരുന്നു ഫ്രഞ്ചുവിപ്ലവം. ലോകത്തിലെ ആദ്യത്തെ ബൂർഷ്വാജനാധിപത്യമെന്നാണ് ഇതിനെ ഫ്രെഡറിക് എംഗൽസ് വിശേഷിപ്പിച്ചത്. മൂന്നു ശതാബ്ദത്തിലധികം കാലം ഫ്രാൻസിനെ ഭരിച്ച രാജവാഴ്ചയുടെ അന്ത്യം കുറിച്ച വിപ്ലവമായിരുന്നു അത്. ഫ്യൂഡൽപ്രഭുക്കളും പുരോഹിതരും രാജകുടുംബങ്ങളും സവിശേഷ അധികാരാവകാശങ്ങൾ നിലനിർത്തിയ ഫ്രാൻസിൽ ജനാധിപത്യവാദികളായ ലിബറലിസ്റ്റുകൾ അധികാരം പിടിച്ചെടുക്കുകയായിരുന്നു. ഫ്രാൻസിലെ ജനലക്ഷങ്ങളുടെ പിന്തുണയുണ്ടായിരുന്നു, അവർക്ക്. രാജവാഴ്ചയുടെയും ഫ്യൂഡൽ ഭരണാധികാരത്തിന്റെയും രാഷ്ട്രീയാദർശങ്ങളുടെ സ്ഥാനത്ത്, 'സ്വാതന്ത്ര്യം, സമത്വം, സാഹോദര്യം' എന്നീ ആശയങ്ങൾ വെന്നിക്കൊടിനാട്ടി. അങ്ങനെ ഏകാധിപത്യവാഴ്ചയുടെ അന്ധകാരയുഗം ഫ്രാൻസിൽ അവസാനിക്കുകയായിരുന്നു. സമത്വം, പൗരാവകാശം തുടങ്ങിയ ജ്ഞാനോദയാശയങ്ങൾ ഫ്രാൻസിലെങ്ങും അതിന്റെ കാഹളധ്വനിയുണർത്തി. ലോകമെങ്ങുമുള്ള സ്വാതന്ത്ര്യദാഹികളെയും ജനാധിപത്യ സ്നേഹികളെയും പുളകം കൊള്ളിച്ച ഐതിഹാസികമായ വിപ്ലവമായിരുന്നു, ഫ്രഞ്ചുവിപ്ലവം.

ഫ്രഞ്ച് വിപ്ലവത്തിന് നിരവധി കാരണങ്ങളുണ്ടായിരുന്നു. അതിലേറ്റവും പ്രധാനം സാമ്പത്തികമായിരുന്നു. ഫ്രാൻസിലെ ജനത അനുഭവിച്ച ദാരിദ്ര്യവും ദുരിതങ്ങളുമാണ് ഫ്രാൻസിനെ ഒരു പൊട്ടിത്തെറിയിലേക്കെത്തിച്ചത്. ഉള്ളവനും ഇല്ലാത്തവനും തമ്മിലുള്ള വർഗവൈരുധ്യം അവിടെ മൂർച്ഛിക്കുകയായിരുന്നു. ജനങ്ങൾ ആഹാരം ലഭിക്കാതെ വലഞ്ഞു. കാർഷികോൽപ്പാദനം ഗണ്യമായി കുറഞ്ഞതാണ് പട്ടിണി പടർന്നുപിടിക്കാൻ പ്രധാനകാരണമായത്. പോഷകാഹാരക്കുറവുനിമിത്തം ആളുകൾ മരിക്കാൻ തുടങ്ങി. ഭക്ഷ്യവസ്തുക്കളുടെ വില കുത്തനെ ഉയർന്നു. ഇതെല്ലാം തന്നെ സമൂഹത്തിൽ അസ്വസ്ഥതയും അരാജകത്വവും വ്യാപിക്കാൻ കാരണമായി.

അതോടൊപ്പംതന്നെ എടുത്തുപറയേണ്ട ഒന്നാണ് ഫ്രാൻസിലെ സാമ്പത്തിക പ്രതിസന്ധി. അമേരിക്കൻ വിപ്ലവത്തിന്റെ ഭാഗമായി യൂറോ

ലൂയി പതിനാലാമൻ

പ്യൻ രാജ്യങ്ങൾ തമ്മിൽ നടന്ന യുദ്ധത്തിൽ ഫ്രാൻസും പങ്കുകൊണ്ടിരുന്നു. അതിന്റെ ഫലമായി ആ രാജ്യം ഗുരുതരമായ സാമ്പത്തികപ്രതിസന്ധി അനുഭവിക്കുകയായിരുന്നു. ഫ്രാൻസിന്റെ ദേശീയ കടം 2000 ദശ ലക്ഷമായി ഉയർന്നു. വടക്കേ അമേരിക്കയിലെ ഫ്രഞ്ച്പ്രദേശങ്ങൾ നഷ്ടപ്പെട്ടതും കനത്ത ആഘാതമായിരുന്നു. യുദ്ധത്തെ തുടർന്ന് ഫ്രാൻസിന് ഏറ്റെടുക്കേണ്ടിവന്ന സാമൂഹിക ഉത്തരവാദിത്വങ്ങളും വലുതായിരുന്നു. കാര്യക്ഷമമല്ലാത്തതും ദുർബലവുമായ ആ രാജ്യത്തിന്റെ ധനകാര്യഘടന ഒരു വിപ്ലവത്തിനുവേണ്ട ഭൗതിക സാഹചര്യം ഒരുക്കുകയായിരുന്നു. ദേശീയകടം വീട്ടാനുള്ള സാമ്പത്തിക ഭദ്രത ഫ്രാൻസിനുണ്ടായിരുന്നില്ല. ഒരു സമ്പദ്വ്യവസ്ഥയാകെത്തന്നെ പാപ്പരാകുകയായിരുന്നു. ഇത്തരത്തിൽ പ്രതിസന്ധിയിലകപ്പെട്ട ഫ്രഞ്ച് സമ്പദ്വ്യവസ്ഥയെ സംരക്ഷിക്കാൻ വേണ്ടി ഫ്രാൻസിലെ ദേശീയ അസംബ്ലി വിളിച്ചുചേർക്കാൻ തീരുമാനിച്ചത് യഥാർഥത്തിൽ വിപ്ലവത്തിനുള്ള അടിയന്തര കാരണമായി മാറുകയായിരുന്നു.

നൂറ്റാണ്ടുകളായി രാജവാഴ്ചയായിരുന്നു ഫ്രാൻസിൽ നിലനിന്നിരുന്നത്. ഏകാധിപത്യ രാജവാഴ്ചയുടെ അവസാനം കുറിച്ച വിപ്ലവമായിരുന്നു ഫ്രഞ്ചുവിപ്ലവം. "ഞാനാണ് രാഷ്ട്രം" (I am the State) എന്നു പ്രഖ്യാപിച്ച ഫ്രഞ്ച് ചക്രവർത്തിയായിരുന്ന ലൂയി പതിനാലാമന്റെ പിൻഗാമിയായ ലൂയി പതിനാറാമനായിരുന്നു, ഫ്രഞ്ചുവിപ്ലവകാലത്തെ ചക്രവർത്തി. ഫ്രാൻസിന്റെ ദുരിതങ്ങളെ അകറ്റുവാനുള്ള പദ്ധതികളൊന്നും അദ്ദേഹം ആവിഷ്കരിച്ചിരുന്നില്ല. ദുരന്തകാലത്തെ ഭരണാധികാരിയുടെ എല്ലാ ലക്ഷണങ്ങളും അദ്ദേഹം പ്രകടിപ്പിച്ചിരുന്നു. തികച്ചും ജനവിരുദ്ധനും സ്വേച്ഛാധിപതിയുമായിരുന്നു ലൂയി പതിനാറാമൻ. "എനിക്കുശേഷം പ്രളയം" എന്നതായിരുന്നു അദ്ദേഹത്തിന്റെ ആപ്തവാക്യം. അദ്ദേഹത്തിന്റെ ഭരണനയങ്ങൾ ഉദ്യോഗസ്ഥർക്കിടയിലും സമൂഹത്തിലും അസ്വസ്ഥത ഉയർത്തിയിരുന്നു. ഏകാധിപത്യരാജവാഴ്ചയുടെ ഏറ്റവും കുപ്രസിദ്ധമായ പ്രതിരൂപമായിരുന്നു "ഞാനാണ് രാഷ്ട്രം" എന്നു പ്രഖ്യാപിച്ച ലൂയി പതിനാലാമൻ രാജാവ് ദൈവത്തിന്റെ പ്രതിപുരുഷനാണെന്ന "ദൈവദത്ത അധികാര സിദ്ധാന്തം" (Divine Right Theory) അന്ന് യൂറോപ്പിലെങ്ങും പ്രബലമായിരുന്നു. രാജാവിന്റെ കൽപ്പനകളെ ദൈവകൽപ്പ

നകളെന്ന നിലയിൽ ജനങ്ങൾക്ക് അംഗീകരിക്കേണ്ടിവന്നു. അതുകൊണ്ടുതന്നെ രാജാവ് പറയുന്നതെന്തോ അതായിരുന്നു നിയമം. ജനാധിപത്യവ്യവസ്ഥയിൽ നിയമമാണ് രാജാവെങ്കിൽ രാജവാഴ്ചയിൽ രാജാവാണ് നിയമം. ഏതൊരു പൗരനെയും വിചാരണകൂടാതെ ശിക്ഷിക്കാനുള്ള അധികാരം രാജാവിനുണ്ടായിരുന്നു. എന്നാൽ ഒരു പരിധിവരെ ഉദാരമനസ്കനും പ്രജാക്ഷേമതൽപ്പരനുമായിരുന്നു ലൂയി പതിനാലാമൻ എങ്കിൽ അദ്ദേഹത്തിന്റെ പിൻഗാമിയായിരുന്ന രാജാക്കന്മാർ ജനവിരുദ്ധരായ ഏകാധിപതികളായിരുന്നു. ലൂയി പതിനാലാമനോടുകൂടി ഫ്രാൻസിൽ ഉദാരസ്വേച്ഛാധിപത്യ യുഗം അവസാനിച്ചുവെന്നുപറയാം.

ലൂയി പതിനാലാമന്റെ പിൻഗാമിയായിരുന്ന ലൂയി പതിനഞ്ചാമൻ രാജകാര്യത്തിൽ തീർത്തും അലസനായിരുന്നു. സ്വകാര്യജീവിത ലീലകളിൽ മാത്രമായിരുന്നു അദ്ദേഹത്തിനു താൽപ്പര്യം. കാമാർഥനായ ഒരു രാജാവ് എന്ന നിലയിൽ അദ്ദേഹം ജനങ്ങളുടെ വെറുപ്പിനുപാത്രമായി. അദ്ദേഹത്തിന്റെ ഭരണകാലത്ത് ഫ്രാൻസിന്റെ പൊതുജീവിതം ആകെ കുത്തഴിഞ്ഞിരുന്നു. തന്റെ മകളെക്കാൾ പ്രായം കുറഞ്ഞ പെൺകുട്ടികളുമായി കാമകേളി നടത്തുന്നതിനുവേണ്ടി അദ്ദേഹം ഖജനാവ് മുടിക്കുകയായിരുന്നു. നൂറുകണക്കിന് വെപ്പാട്ടികളെ അയാൾ ഭരണത്തിന്റെ ഉന്നതസ്ഥാനത്ത് പ്രതിഷ്ഠിച്ചു. ഇതെല്ലാം തന്നെ ജനങ്ങൾക്കിടയിൽ വ്യാപകമായ രോഷം പൊട്ടിപ്പടരാൻ കാരണമായി. അദ്ദേഹത്തിന്റെ മരണശേഷം ലൂയിപതിനാറാമൻ അധികാരമേറ്റെടുത്തു. ലൂയി പതിനാറാമനിൽ ഉത്തമനായ ഒരു ഭരണാധികാരിയെയാണ് ജനങ്ങൾ കണ്ടത്. വായനാശീലവും ലളിതജീവിതവും ജനങ്ങളോടുള്ള സഹാനുഭൂതിയും അദ്ദേഹത്തിന്റെ സവിശേഷതകളായിരുന്നു.

എന്നാൽ ജനങ്ങളുടെ പ്രതീക്ഷയെല്ലാം തകരുകയായിരുന്നു. അധികാരമേറ്റെടുത്തതോടുകൂടി അദ്ദേഹം ആഢംബരപൂർണമായ ജീവിതം നയിക്കുന്നതിലാണ് ശ്രദ്ധപതിപ്പിച്ചത്. ഉദ്യോഗസ്ഥന്മാരിലും ഭരണവൃന്ദങ്ങളിലും അദ്ദേഹം അമിതമായ വിശ്വാസം വെച്ചുപുലർത്തി. അലസനായ ഒരു ഭരണാധികാരിയായിരുന്നു അദ്ദേഹം. തന്റെ പത്നിയായ മേരി അന്റോണിയത്ത് ആയിരുന്നു ഭരണകാര്യങ്ങൾ നിയന്ത്രിച്ചിരുന്നത്. അവരാവട്ടെ ജീവിതം മുഴുവൻ ധൂർത്തടിക്കുകയായിരുന്നു. ലോകത്തെങ്ങുമുള്ള വിലപിടിപ്പുള്ള രത്നങ്ങളും ആഭരണങ്ങളും ഫ്രാൻസിലെത്തിക്കുന്നതിൽ രാജ്ഞി അതിരറ്റ ഉത്സാഹം കാണിച്ചു. പത്നിയുടെ ഏതാവശ്യങ്ങളും നിറവേറ്റിക്കൊടുക്കുന്ന ഒരു ഭർത്താവ് മാത്രമായി ലൂയി പതിനാറാമൻ ചുരുങ്ങി. അഴിമതിയും അരാജകത്വവും നാട്ടിലെങ്ങും നടമാടി.

ലൈംഗികമായി ദുർബലനായിരുന്ന വ്യക്തിയായിരുന്നു ലൂയി പതിനാറാമൻ. അതുകൊണ്ടുതന്നെ അദ്ദേഹത്തിന്റെ രാജ്ഞി അങ്ങേയറ്റം നിരാശാവതിയായിരുന്നു. ഈ നിരാശയാണ് അവരെ ആഢംബരത്തിലേക്ക് നയിച്ചത്. തന്റെ ലൈംഗിക വൈകല്യം നിമിത്തം ആത്മവിശ്വാസം

നഷ്ടപ്പെട്ട രാജാവിന് രാജ്ഞിയെ നിയന്ത്രിക്കാൻ കഴിഞ്ഞിരുന്നില്ല. മാത്രമല്ല അവളുടെ ഏതൊരാവശ്യത്തിനും അയാൾ വശംവദനാവുകയായിരുന്നു. ചൂതാട്ടം, രാത്രികാലവിനോദങ്ങൾ, മദ്യസേവ, വിരുന്നുസൽക്കാരങ്ങൾ എന്നിവയായിരുന്നു രാജ്ഞിയുടെ പ്രധാന ഹോബികൾ. ഖജനാവിന്റെ സിംഹഭാഗവും ഇതിനുവേണ്ടി അവർ ദുർവിനിയോഗം ചെയ്തു. ഇതെല്ലാംതന്നെ രാജ്യത്തെ സാമ്പത്തികപ്രതിസന്ധിയിലേക്കു നയിച്ചു. അതിസുന്ദരിയായിരുന്ന രാജ്ഞിയെ ഒന്നുശാസിക്കാൻപോലും അശക്തനായിരുന്നു രാജാവ്. മാത്രമല്ല അവരുടെ വഴിവിട്ട എല്ലാ പ്രവർത്തനങ്ങൾക്കും രാജാവ് ചുവപ്പുപരവതാനി വിരിച്ചു. നിത്യകന്യകയായി ജീവിക്കേണ്ടിവന്ന മേരി അന്റോണിയത്തിന്റെ അടിമയായിരുന്നു രാജാവ്.

രാജകാര്യങ്ങളിൽ യാതൊരുവിധ കഴിവും ഇല്ലാതിരുന്നിട്ടും അവർ ഭരണത്തെ മുഴുവൻ നിയന്ത്രിച്ചു. ഇത് കൂടുതൽ പ്രശ്നങ്ങൾ സൃഷ്ടിച്ചു. കഴിവുള്ള ഭരണാധികാരികളെ അവർ പിരിച്ചുവിട്ടു. പകരം തന്റെ ഇംഗിതത്തിനുവഴങ്ങുന്ന ദുർബലരായ വ്യക്തികളെ ഉന്നതസ്ഥാനങ്ങളിൽ പ്രതിഷ്ഠിച്ചു. ഇതിന്റെയെല്ലാം ഫലമായി കൊട്ടാരത്തിനകത്തും പുറത്തും ഭരണത്തിനെതിരെ വികാരമലയടിച്ചു.

സാമ്പത്തികരംഗം ആകെ തകരാറിലായി. കാർഷിക പ്രതിസന്ധി കാരണം ഭക്ഷ്യക്ഷാമം നടമാടി. ഭരണനവീകരണത്തിനുവേണ്ടി വാദിച്ച പ്രമുഖരായ ഭരണാധികാരികളുമായി രാജ്ഞി ഏറ്റുമുട്ടി. പ്രഗൽഭരായ പല ഭരണാധികാരികളും അങ്ങനെ പുറത്തായി. അത്തരം ഭരണാധികാരികളിൽ പ്രസിദ്ധനായ ഒരാളായിരുന്നു ട്യൂർഗോട്ട്. ട്യൂർഗോട്ടിനുമാത്രമല്ല പ്രഗൽഭരായ നിരവധി ഉദ്യോഗസ്ഥന്മാരെയും മന്ത്രിമാരെയും രാജ്ഞി അധികാരത്തിൽനിന്നും പുറത്താക്കി. ഇതിന്റെയെല്ലാം ഫലമായി രാജവാഴ്ചയ്ക്കെതിരെ ഫ്രാൻസിലെങ്ങും വ്യാപകമായ പ്രതിഷേധം ഉയർന്നുവന്നു. ഈ അവസരത്തിൽ ലൂയി പതിനാറാമൻ പുതിയ നികുതികൾ ചുമത്താൻ ഒരുമ്പെട്ടു. എന്നാൽ ഫ്രാൻസിന്റെ രാഷ്ട്രീയപാരമ്പര്യമനുസരിച്ച് സ്റ്റേറ്റ്സ് ജനറൽ എന്ന ദേശീയ പാർലമെന്റിനുമാത്രമെ പുതിയ നികുതികൾ ചുമത്താനുള്ള അധികാരമുണ്ടായിരുന്നുള്ളൂ. അങ്ങനെ വളരെക്കാലം നിർവീര്യമാക്കി നിർത്തിയ സ്റ്റേറ്റ്സ് ജനറൽ വിളിച്ചുചേർക്കാൻ ലൂയി പതിനാറാമൻ നിർബന്ധിതനായി. ഒരിക്കൽ അദ്ദേഹം സ്റ്റേറ്റ്സ് ജനറൽ പിരിച്ചുവിട്ടതായി പ്രഖ്യാപിച്ചു. എന്നാൽ ഇത് ദേശീയമായ പ്രതിഷേധത്തിന് കാരണമായപ്പോൾ വീണ്ടും വിളിച്ചുചേർക്കുകയായിരുന്നു. മൂന്ന് മണ്ഡലങ്ങളുള്ള പാർലമെന്റായിരുന്നു സ്റ്റേറ്റ്സ് ജനറൽ. ഒന്നു വൈദികരുടെത്, മറ്റേത് പ്രഭുക്കന്മാരുടേത്, മൂന്നാമത്തേത് ജനങ്ങളുടേത്. എന്നാൽ പ്രതിനിധികളുടെ എണ്ണത്തിനനുസരിച്ചായിരുന്നില്ല അവിടെ തീരുമാനങ്ങൾ എടുത്തിരുന്നത്. ഒരു സ്റ്റേറ്റിന് ഒരു വോട്ട് എന്നതായിരുന്നു കീഴ്വഴക്കം. അങ്ങനെ വരുമ്പോൾ പ്രഭുക്കന്മാരുടെ സഭയും പുരോഹിതന്മാരുടെ സഭയും ഒന്നിച്ചുനിന്ന് ജനങ്ങളുടെ സഭയുടെ തീരുമാ

നത്തെ നിർവീര്യമാക്കുമായിരുന്നു. ഒരു സഭയ്ക്ക് ഒരു വോട്ട് എന്ന ഈ പിന്തിരിപ്പൻ നയത്തിനെതിരെ ജനങ്ങളുടെ ഇടയിൽനിന്നും വ്യാപകമായ വികാരം ഉയർന്നുവന്നു. ഒരു സഭയ്ക്ക് ഒരുവോട്ട് എന്നതിനുപകരം ഒരു പ്രതിനിധിക്ക് ഒരു വോട്ട് എന്ന ആവശ്യം ജനങ്ങളുയർത്തി. ഫ്രാൻസിലെ ദേശീയസഭയുടെ ഉപരിമണ്ഡലങ്ങളായിരുന്നു ഒന്നും രണ്ടും എസ്റ്റേറ്റുകൾ. അധോമണ്ഡലമായിരുന്നു ജനസഭ അഥവാ മൂന്നാം എസ്റ്റേറ്റ്.

നൂറ്റി എഴുപത്തഞ്ച് വർഷങ്ങളായി ചേരാതിരുന്ന ഫ്രാൻസിലെ ദേശീയസഭ 1789 മേയ് 5-ാം തീയതി വേഴ്സയിൽച്ചേർന്നു. ഫ്രാൻസിന്റെ ചരിത്രത്തിലെ വിധിനിർണായകമായ സംഭവമായിരുന്നു ഇത്. പ്രഭുക്കന്മാരുടെ സഭയിൽ 285 ഉം പുരോഹിതന്മാരുടെ സഭയിൽ 308 ഉം ജനങ്ങളുടെ സഭയിൽ 621 ഉം അംഗങ്ങളുണ്ടായിരുന്നു. അതായത് അംഗസംഖ്യയിൽ ജനസഭയ്ക്കായിരുന്നു ഭൂരിപക്ഷം എന്നർഥം. മൂന്ന് എസ്റ്റേറ്റുകളും ഒന്നിച്ച് സമ്മേളിച്ചത് ഭരണകൂടത്തെ സംബന്ധിച്ചിടത്തോളം ഒരു വലിയ പ്രശ്നം തന്നെയായിരുന്നു. വേഴ്സായിലെ ടെന്നീസ് കോർട്ടിലാണ് ജനസഭ സമ്മേളിച്ചത്. കാരണം പാർലമെന്റിനകത്തേക്ക് അവർക്ക് പ്രവേശനം നിഷേധിക്കപ്പെട്ടു. പാർലമെന്റിൽ അറ്റകുറ്റപ്പണികൾ നടക്കുകയാണ് എന്നുകാരണം പറഞ്ഞാണ് ജനസഭയെ പുറത്തുനിർത്തിയത്. മാത്രമല്ല മൂന്നുസഭകളും ഒന്നിച്ച് വിളിച്ചുചേർക്കാൻ രാജാവ് അനുവദിച്ചതുമില്ല. രാജാവ് കൃത്യമായ ഒരു തീരുമാനവും എടുക്കാതെ സ്ഥലം വിട്ടു. ഉപരിസഭകൾ ജനസഭയുടെ ദേശീയപാർലമെന്റ് എന്ന ആവശ്യം നിഷേധിച്ചു. അങ്ങനെ അവസാനം 1789 ജൂൺ 13-ാം തീയതി വീണ്ടും ദേശീയപാർലമെന്റ് എന്ന ആശയം ഉപരിസഭകൾക്കുമുമ്പിൽ വെച്ചു. ഇത്തവണയും അത് നിഷേധിക്കപ്പെട്ടു. അങ്ങനെയാണ് ജൂൺ 17-ാം തീയതി ഉപരിസഭകളുടെയും രാജാവിന്റെയും നിബന്ധനകളെ ലംഘിച്ചുകൊണ്ട് *ഫ്രഞ്ചുദേശീയസഭ* രൂപീകരിച്ചത്. തങ്ങളാണ് അഥവാ ജനസഭയാണ് ഫ്രാൻസിലെ യഥാർഥ ജനപ്രതിനിധിസഭയെന്ന് അവർ പ്രഖ്യാപിച്ചു. ജനസഭയുടെ അംഗീകാരമില്ലാതെ യാതൊരുവിധ നികുതികളും ചുമത്താൻ പാടില്ലെന്ന് അഥവാ ചുമത്തിയാൽത്തന്നെ ജനങ്ങളത് നൽകേണ്ടതില്ലെന്നും ജനസഭ പ്രഖ്യാപിച്ചു. അങ്ങനെയാണ് പാർലമെന്റ് മന്ദിരം അടച്ചിടുന്നത്. ആഗസ്റ്റ് 20-ാം തീയതി ഒരു ഘോഷയാത്രയായി ജനസഭാപ്രതിനിധികൾ സമ്മേളനഹാളിലേക്ക് നീങ്ങി. എന്നാൽ രാജകൽപ്പനപ്രകാരം അത് അടച്ചിടുകയായിരുന്നു. പ്രക്ഷുബ്ധരായ ജനപ്രതിനിധികൾ സമ്മേളനഹാളിനടുത്തുള്ള ഒരു ടെന്നീസ് കോർട്ടിൽ സമ്മേളിച്ചു. ജനാധിപത്യപരമായ ഒരു ഭരണഘടന ഫ്രാൻസിൽ ഉണ്ടാകുന്നതുവരെ തങ്ങൾ പിരിഞ്ഞുപോകുകയില്ലെന്ന് അവർ പ്രതിജ്ഞചെയ്തു. ഇതാണ് സുപ്രസിദ്ധമായ ടെന്നീസ്കോർട്ട് പ്രതിജ്ഞ.

ഈ സംഭവം ഫ്രഞ്ചുവിപ്ലവത്തിന്റെ ചരിത്രത്തിലെ നിർണായകമായ സംഭവമായിരുന്നു. ജനസഭാപ്രതിനിധികൾ മൂന്നുദിവസം കഴി

ഞ്ഞിട്ടും പിരിഞ്ഞുപോകുന്നില്ലെന്ന് കണ്ടപ്പോൾ അവരെ പിരിച്ചുവിടാൻ പട്ടാളക്കാരെത്തി. എന്നാൽ രക്തം ചൊരിഞ്ഞാലും ജീവൻ വെടിയേണ്ടി വന്നാലും തങ്ങൾ പിരിഞ്ഞുപോകുകയില്ലെന്ന് ജനങ്ങൾ പ്രഖ്യാപിച്ചു. അതോടെ രാജകീയസൈന്യം പിൻവാങ്ങി. ലോകചരിത്രത്തിലെ തന്നെ നിർണായകമായ ഒരു സംഭവമായിരുന്നു ഇത്.

സാമൂഹ്യകാരണങ്ങൾ

ലോകത്തിലെ ആദ്യത്തെ വിജയകരമായ ജനാധിപത്യവിപ്ലവമായിരുന്നു ഫ്രഞ്ച് വിപ്ലവം. ഈ വിപ്ലവത്തിന് അടിസ്ഥാനപരമായ കാരണം വർഗസമരമായിരുന്നു. സമ്പന്നരും ദരിദ്രരും എന്ന പേരിൽ ഫ്രഞ്ച് സമൂഹം വിഭജിക്കപ്പെട്ടിരുന്നു. ഈ സാമൂഹിക അസമത്വമാണ് ഫ്രഞ്ച് വിപ്ലവത്തിന്റെ അടിസ്ഥാനകാരണം. പുരോഹിതന്മാർ, പ്രഭുക്കൾ, സാധാരണക്കാർ എന്നിങ്ങനെ മൂന്നായി ഫ്രഞ്ചുസമൂഹം വിഭജിക്കപ്പെട്ടിരുന്നു. പുരോഹിതന്മാർ, സർക്കാർ ജീവനക്കാർ, ന്യായാധിപന്മാർ, ജഡ്ജിമാർ സൈനികർ എന്നീ വിഭാഗങ്ങൾക്ക് സവിശേഷമായ അധികാരങ്ങളും അവകാശങ്ങളും ഉണ്ടായിരുന്നു. 18–ാം നൂറ്റാണ്ടിലെ ഫ്രഞ്ചുസമൂഹം ഫ്യൂഡലിസത്തിൽ അധിഷ്ഠിതമായിരുന്നു. നാമമാത്രമായ നിയമങ്ങളും ഭരണഘടനാ ആനുകൂല്യങ്ങളും സാധാരണക്കാർക്ക് ലഭ്യമായിരുന്നില്ല. അതുകൊണ്ടുതന്നെ പ്രഭുവർഗവും കർഷകരും തമ്മിലുള്ള വൈരുധ്യം നാൾക്കുനാൾ മൂർഛിച്ചുവന്നു. പാവപ്പെട്ട കൃഷിക്കാരെ ചൂഷണം ചെയ്തുകൊണ്ടാണ് പ്രഭുക്കന്മാർ ജീവിച്ചത്. അവർ ആഢംബരപൂർണമായ ജീവിതമാണ് നയിച്ചത്. യാതൊരുവിധ അധ്വാനത്തിലും ഏർപ്പെടാതെ കൃഷിക്കാരുടെ അധ്വാനഫലംകൊണ്ട് ജീവിച്ചുമദിക്കുകയായിരുന്നു അവർ. സുഖസമ്പൂർണമായ ജീവിതം നയിച്ച ഈ അലസവർഗത്തിനെതിരെ ജനങ്ങൾക്കിടയിൽ വ്യാപകമായ രോഷമുണ്ടായിരുന്നു. രാജ്യത്തിലെ പ്രധാനപ്പെട്ട ഉദ്യോഗങ്ങളെല്ലാം ഇവർക്കുമാത്രം പ്രാപ്യമായിരുന്നു. സൈനികസേവനം ഇവരുടെ സവിശേഷ മേഖലയായിരുന്നു. അതുപോലെതന്നെ സാമൂഹികരംഗത്തും വിദ്യാഭ്യാസരംഗത്തും ഇവർക്ക് ഒട്ടേറെ ആനുകൂല്യങ്ങളുണ്ടായിരുന്നു. ഇത്തരത്തിൽ അലസമായ ജീവിതം നയിച്ച ചൂഷകരായ പ്രഭുക്കളുടെ അംഗസംഖ്യ ഫ്രഞ്ചുവിപ്ലവകാലത്ത് 25000 ൽ അധികം വരുമായിരുന്നു. നികുതികൾ പിരിക്കാനുള്ള അവകാശവും ഈ പ്രഭുവർഗത്തിനുണ്ടായിരുന്നു. അതുപോലെതന്നെ കർഷകരിൽനിന്നും വിളവെടുപ്പുകാലത്ത് കാർഷികോൽപ്പന്നങ്ങൾക്ക് ഇവർ നികുതി ചുമത്തിയിരുന്നു.

ചൂഷകരായ ഈ കുലീനവർഗം പലതരം നികുതികളിൽനിന്നും ഒഴിവാക്കപ്പെട്ടിരുന്നു. രാജാക്കന്മാർക്ക് കാണിക്കകളും മറ്റു പാരിതോഷികങ്ങളും നൽകി രാജപ്രീതിനേടി തങ്ങളുടെ സ്ഥാനം സുരക്ഷിതമാക്കുക എന്നതായിരുന്നു ഈ വർഗത്തിന്റെ പൊതുവായ രീതി. രാജാക്കന്മാരു

മായി വളരെ സൗഹാർദത്തിലാണ് ഇവർ കഴിഞ്ഞിരുന്നത്. രാജാക്കന്മാരെക്കാൾ സമ്പന്നരായ ചില പ്രഭുക്കന്മാരും ഫ്രാൻസിലുണ്ടായിരുന്നു. പലപ്പോഴും രാജാവിന്റെ പ്രവർത്തനങ്ങളെ മരവിപ്പിക്കാനും ഈ പ്രഭുവർഗത്തിനുകഴിഞ്ഞിരുന്നു. അതുകൊണ്ടുതന്നെ ഫ്രഞ്ചുവിപ്ലവം രാഷ്ട്രീയമായി രാജവാഴ്ചയ്ക്കെതിരായിരുന്നുവെങ്കിലും അടിസ്ഥാനപരമായി അത് പ്രഭുഭരണത്തിനെതിരായിരുന്നു. കാരണം രാജാക്കന്മാരാണ് ഫ്രാൻസിലെ ഭരണാധികാരികൾ എന്നിരിക്കിലും ആത്യന്തികമായി പ്രഭുക്കന്മാരുടെ ആധിപത്യമാണ് അവിടെ നിലനിന്നത്. ഫ്രഞ്ചുവിപ്ലവം രാജവാഴ്ചയെയും ഫ്യൂഡലിസത്തെയും ഒരുമിച്ച് കടപുഴക്കിയെറിഞ്ഞു. എന്നാൽ രാജവാഴ്ച മറ്റൊരുതരത്തിൽ വിപ്ലവാനന്തരം പുനഃസ്ഥാപിക്കപ്പെട്ടെങ്കിലും ഫ്യൂഡലിസം ഫ്രാൻസിൽനിന്നും തിരോഭവിക്കാൻ ഫ്രഞ്ചുവിപ്ലവം കാരണമായി.

ഫ്രാൻസിലെ മറ്റൊരു പ്രധാനപ്പെട്ട വർഗമായിരുന്നു പുരോഹിതർ. സമ്പന്നരായ കത്തോലിക്കാ പുരോഹിതന്മാർ ഫ്രാൻസിൽ ശക്തമായ സ്വാധീനം ചെലുത്തിയിരുന്നു. കാർഷികവിളവുകൾക്കുമേൽ ചുമത്തിയിരുന്ന നികുതിയിൽനിന്നും വലിയൊരുവിഭാഗം ഇവർ കൈക്കലാക്കിയിരുന്നു. അതുപോലെതന്നെ ക്രൈസ്തവ മതാചാരങ്ങൾക്കു ചുമത്തിയിരുന്ന നികുതികളും ഇവരുടെ മുഖ്യവരുമാന മാർഗമായിരുന്നു. ഒരർഥത്തിൽ കത്തോലിക്കാ സഭ ഒരു സമാന്തര ഭരണകൂടമായി പ്രവർത്തിച്ചു. അവരുടെ വരുമാനം സർക്കാർ ഖജനാവിൽ ഉള്ളതിനെക്കാൾ വലുതായിരുന്നു. പ്രഭുത്വത്തെപ്പോലെതന്നെ ശക്തമായ ഒരു സ്ഥാപനമായിരുന്നു കത്തോലിക്കാസഭ. സമ്പന്നരായ ബിഷപ്പുമാരും മറ്റു പുരോഹിതവർഗവും ജനങ്ങളെ ചൂഷണം ചെയ്തുകൊണ്ടാണ് ജീവിച്ചത്. അതുകൊണ്ടുതന്നെ സമൂഹത്തിൽ പൊതുവിലും മതവിശ്വാസികളിൽ വിശേഷിച്ചും ഇവർക്കെതിരായ വെറുപ്പ് ഉയർന്നുവന്നിരുന്നു. ക്രിസ്തുമതത്തിന്റെ അടിസ്ഥാന സന്ദേശങ്ങൾക്കുപകരം ആ അഭിജാതവർഗത്തിന്റെ ജീവിതശൈലിയാണ് ഇവർ പിന്തുടർന്നത്. അതേസമയം ദരിദ്രരായ മതവിശ്വാസികൾ അങ്ങേയറ്റം കഷ്ടതകൾ അനുഭവിച്ചു. ഇവർ കൃഷിപ്പണിയും മറ്റും ചെയ്താണ് ജീവിച്ചത്. കത്തോലിക്കാസഭയ്ക്കുള്ളിൽ അഴിമതിയും അരാജകത്വവും നടമാടിയിരുന്നു. പല ബിഷപ്പുമാർക്കും വെപ്പാട്ടിമാരുണ്ടായിരുന്നു. അക്കാര്യത്തിലൊന്നും അവർക്ക് യാതൊരുവിധ മനസ്സാക്ഷിക്കുത്തും ഉണ്ടായിരുന്നില്ല.

റോമൻകത്തോലിക്കാസഭയിലെ ഇത്തരം അരാജകപ്രവണതകൾക്കും ആധിപത്യങ്ങൾക്കും എതിരായി അതിനകത്തുതന്നെ പ്രധിഷേധങ്ങൾ രൂപംകൊണ്ടു. നല്ലൊരുവിഭാഗം പുരോഹിതന്മാർ ഇതിനെതിരായിരുന്നു. ഇവർ വിപ്ലവത്തെ പലതരത്തിലും സഹായിച്ചു. ധാരാളം ക്രിസ്ത്യൻ മതവിശ്വാസികൾ വിപ്ലവപക്ഷത്തുചേർന്നു. ക്രിസ്തുമതത്തിനകത്തെ അരാജകപ്രവണതകൾക്കെതിരെ ബുദ്ധിജീവികളും എഴുത്തു

കാരും പ്രതികരിക്കാൻതുടങ്ങി. ഫ്രഞ്ചുവിപ്ലവത്തിന്റെ ആചാര്യന്മാരിൽ ഒരാളായ വോൾട്ടയർ, മഹാനായ ചിന്തകൻ റൂസ്സോ എന്നിവർ ക്രൈസ്തവ സഭയുടെ അരാജകത്വത്തിനെതിരായി ശബ്ദിച്ചു. വോൾട്ടയർ, റൂസ്സോ തുടങ്ങിയ ചിന്തകർക്ക് ബുദ്ധിജീവി സമൂഹത്തിൽ ശക്തമായ സ്വാധീനമുണ്ടായിരുന്നു. കത്തോലിക്കാസഭയുടെ ആചാരങ്ങളെ എതിർത്ത പ്രൊട്ടസ്റ്റന്റുകാരെ സഭ പലവിധത്തിലും ദ്രോഹിച്ചു. അവരുടെ ആചാരങ്ങളെ സഭ കർശനമായി എതിർത്തു. ക്രിസ്തുമതത്തെ കാലോചിതമായി നവീകരിക്കാൻവേണ്ടി ശ്രമിച്ചവരായിരുന്നു പ്രൊട്ടസ്റ്റന്റുകാർ. പുരോഗമനവാദികളായിരുന്ന ഈ പ്രൊട്ടസ്റ്റന്റുമതവിഭാഗവും യാഥാസ്ഥിതികരായ കത്തോലിക്കരും തമ്മിലുള്ള വൈരുധ്യം മൂർച്ഛിച്ചുവരികയായിരുന്നു. ആധ്യാത്മികകാര്യങ്ങളിലായിരുന്നില്ല കത്തോലിക്കരുടെ ശ്രദ്ധ. മറിച്ച് അധികാരമോഹം, ആഡംബരപ്രേമം, ഭോഗാലസ്യം, അഴിമതി, അസഹിഷ്ണുത ഇവയ്ക്കെല്ലാം വശംവദരായിരുന്നു അവർ. ഏകാധിപതികളായ രാജാക്കന്മാരും സഭാമേധാവികളും തമ്മിൽ യാതൊരു വ്യത്യാസവുമുണ്ടായിരുന്നില്ല. ഇതിന്റെയെല്ലാം ഫലമായി ഫ്രാൻസിലെ കച്ചവടക്കാരും കർഷകരും സാധാരണജനങ്ങളും സഭയ്ക്കെതിരെ തിരിഞ്ഞു. അവർ കത്തോലിക്കാസഭയെ വെറുത്തു.

ഫ്രഞ്ചുസമൂഹത്തിലെ ഏറ്റവും അടിസ്ഥാനവർഗം കർഷകരായിരുന്നു. എന്നാൽ കൃഷിഭൂമിയുടെ സിംഹഭാഗവും കൈയടക്കിയിരുന്നത് മേൽപ്പറഞ്ഞ സമ്പന്നവർഗമായിരുന്നു. പകലന്തിയോളം പാടത്ത് വിയർപ്പൊഴുക്കിയിട്ടും അരവയർ നിറയ്ക്കാൻ ഇവർക്ക് കഴിഞ്ഞിരുന്നില്ല. കൃഷിഭൂമിയുടെ ഉടമസ്ഥതയും ഇവർക്കില്ലായിരുന്നു. നിത്യദരിദ്രരായ ഈ കർഷകവർഗമാണ് ഫ്രഞ്ചുവിപ്ലവത്തെ ആളിക്കത്തിച്ചത്. കടുത്ത ചൂഷണത്തിനും മർദനത്തിനും വിധേയരായിരുന്നു ഇവർ. സാമൂഹികമോ രാഷ്ട്രീയമോ ആയ യാതൊരുവിധ ആനുകൂല്യങ്ങളും ഇവർക്കുണ്ടായിരുന്നില്ല. എന്നാൽ ഖജനാവിന്റെ സിംഹഭാഗവും നിറയ്ക്കുന്നത് ഇവരുടെ നികുതിപ്പണം കൊണ്ടായിരുന്നു. പാവപ്പെട്ട ഒരു വൃദ്ധകർഷകന്റെ മുതുകിൽ കയറി സവാരിചെയ്യുന്ന ഒരു പ്രഭുവിന്റെയും രാജാവിന്റെയും പുരോഹിതന്റെയും ചിത്രം ഫ്രഞ്ചുവിപ്ലവകാലത്ത് രചിക്കപ്പെട്ടത് വളരെ അർഥവത്താണ്. ഫ്രാൻസിന്റെ നട്ടെല്ലായിരുന്നു കർഷകവർഗം. ഇത്തരത്തിൽ കർഷകർക്കിടയിലും കച്ചവടക്കാർക്കിടയിലും മറ്റുജനവിഭാഗങ്ങൾക്കിടയിലും ഉയർന്നുവന്ന വ്യാപകമായ പ്രതിഷേധമാണ് ഫ്രഞ്ചുവിപ്ലവത്തിന് വഴിതെളിയിച്ചത്.

എന്നാൽ ഫ്രാൻസിലെ ഭൂമിയുടെ നല്ലൊരുഭാഗവും കൃഷിചെയ്യപ്പെടാതെ കിടക്കുകയായിരുന്നു. വിശന്നുവലഞ്ഞ കാട്ടുമൃഗങ്ങളെപ്പോലെ നിലംപൊത്തി മരിച്ചുവീഴാറായ അവസ്ഥയായിരുന്നു സാധാരണജനങ്ങളുടേത്. പതിനെട്ടാം നൂറ്റാണ്ടിലെ ഫ്രഞ്ചുജീവിതത്തിന്റെ ചിത്രമാണ് മൈക്കലറ്റ് വരച്ചുകാണിക്കുന്നത്.

എന്നാൽ ടോക്ക്യൂവില്ലെ എന്ന പ്രസിദ്ധ ഫ്രഞ്ചുചരിത്രകാരൻ മറ്റൊരുചിത്രമാണ് അവതരിപ്പിക്കുന്നത്. *ഫ്രഞ്ചുവിപ്ലവവും പഴയഭരണവും* എന്ന അദ്ദേഹത്തിന്റെ ഗ്രന്ഥത്തിൽ ഫ്രാൻസ് അത്രമാത്രം ദരിദ്രമല്ലായിരുന്നു എന്നാണ് പറയുന്നത്. ഫ്രാൻസിലെ മണ്ണൊരുക്കുന്ന ടില്ലർ എന്ന യന്ത്രം അന്നത്തെക്കാലത്ത് ഏതൊരു യൂറോപ്യൻ രാജ്യത്തേതിന്റേതിനേക്കാളും മെച്ചമായിരുന്നുവത്രെ. മാത്രമല്ല പൗരസ്ത്യയൂറോപ്പിലെ അടിയാളകൃഷിക്കാരെക്കാളും സ്വതന്ത്രരായിരുന്നു ഫ്രാൻസിലെ കൃഷിക്കാർ എന്നാണ് അദ്ദേഹം വാദിക്കുന്നത്. മാത്രമല്ല ഇംഗ്ലണ്ടിലെ അടിയാള കർഷകരിൽനിന്നും വ്യത്യസ്തരായി ഫ്രഞ്ചുകർഷകർ ഭൂമിയുടെ ഉടമകളായിരുന്നത്രെ. അതായത് ചുരുക്കത്തൽ ഫ്രാൻസിന്റെ ദാരിദ്ര്യമല്ല സമൃദ്ധിയാണ് വിപ്ലവത്തിന്റെ കാരണമെന്നാണ് അദ്ദേഹം വാദിക്കുന്നത്.

എന്നാൽ മാർക്സിസ്റ്റ് ചരിത്രകാരന്മാർ വളരെ വ്യത്യസ്തമായ വീക്ഷണമാണ് മുന്നോട്ടുവെക്കുന്നത്. മാർക്സിസ്റ്റ് സിദ്ധാന്തമനുസരിച്ച് ധനികരായ ബൂർഷ്വാവർഗമാണ് ഫ്രഞ്ചുവിപ്ലവത്തിന് നേതൃത്വം കൊടുത്തത്. സമ്പന്നരായ ഈ ബൂർഷ്വാവർഗം രാഷ്ട്രീയ സാമൂഹ്യ മണ്ഡലങ്ങളിലാകെ തങ്ങളുടെ സ്വാധീനം വ്യാപിക്കാൻ തീവ്രമായി അഭിലഷിച്ചു. എന്നാൽ അന്നു നിലനിന്നിരുന്ന ക്രൈസ്തവ-ഫ്യൂഡൽ രീതികളെല്ലാം തന്നെ ബൂർഷ്വാമോഹങ്ങൾക്കെതിരായിരുന്നു. ലൂയി പതിനാറാമന് കീഴിൽ ബാങ്കുകളുടെ എണ്ണം വർധിച്ചിരുന്നു. മുതലാളിത്ത മൂലധന സമാഹരണവും വർധിച്ചു. പൊതുവിൽ രാജ്യത്തിന്റെ ധനം വർധിച്ചു. അങ്ങനെ കൃഷിഭൂമിയുടെയും ഭവനങ്ങളുടെയും വിലയും വർധിച്ചു. മധ്യവർഗത്തിന്റെ ജീവിതനിലവാരം പൊതുവിൽ ഉയർന്നു.

ലാബ്രൗസ്സി എന്ന പ്രസിദ്ധ സാമ്പത്തിക ചരിത്രകാരൻ ഫ്രഞ്ചുവിപ്ലവത്തെക്കുറിച്ച് വിശദമായ പഠനം നടത്തിയിട്ടുണ്ട്. അദ്ദേഹത്തിന്റെ അഭിപ്രായത്തിൽ പഴയഭരണവ്യവസ്ഥയിലെ ഫ്രഞ്ചുസാമ്പത്തിക വ്യവസ്ഥ നേരിട്ട പ്രതിസന്ധിയുടെ പരിണതഫലമാണ് ഫ്രഞ്ചുവിപ്ലവം. വിലവർധന ഒരു പ്രധാനപ്രതിഭാസമായിരുന്നു. എന്നാൽ ജനസംഖ്യാവിസ്ഫോടനം ജനജീവിതത്തെ വിശേഷിച്ചും കർഷകരെ ദുരിതത്തിലാഴ്ത്തി. ലൂയി പതിനാറാമന്റെ കാലത്ത് കാർഷികപാട്ടങ്ങൾ വർധിച്ചു. അതുവ്യവസായങ്ങളെ ബാധിച്ചു. ഇതെല്ലാം സാമ്പത്തികപ്രതിസന്ധി സൃഷ്ടിച്ചിട്ടുണ്ട്. വിദേശവ്യാപാരം ക്ഷയിക്കാൻ തുടങ്ങി. നഗരങ്ങളിലും നാട്ടിൻപുറങ്ങളിലും തൊഴിലില്ലായ്മ പടർന്നുപിടിച്ചു. കൂലിനിരക്ക് കുറഞ്ഞു. ഉൽപ്പാദനനിലവാരം തകർന്നു. 1788-90 ലെ സാമ്പത്തിക പ്രതിസന്ധി ഫ്രാൻസിനെ ആകെ പാപ്പരാക്കി. അങ്ങനെയാണ് ഫ്രാൻസിൽ ഒരു വിപ്ലവം പൊട്ടിപ്പുറപ്പെട്ടത്.

മറ്റൊരു ഫ്രഞ്ചുവിപ്ലവ ചരിത്രകാരനാണ് ജോർജ് ലെഫെബർ. അദ്ദേഹത്തിന്റെ അഭിപ്രായത്തിൽ ഫ്രഞ്ചുവിപ്ലവം മുഖ്യമായും ഒരു കാർഷികവിപ്ലവമാണ്. കാരണം ഫ്രാൻസിലെ കർഷകജനത ലൂയി പതിനാറാ

മന്റെ കാലത്ത് വറചട്ടിയിൽനിന്നും എരിതീയിലേക്ക് വീഴുകയായിരുന്നു. ഫ്രഞ്ചുവിപ്ലവത്തിൽ കർഷകരുടെ പങ്കാളിത്തം വളരെ നിർണായകമായിരുന്നു. ജനസഭ ചേർന്നുകൊണ്ട് ടെന്നീസ്കോർട്ടിൽ നടത്തിയ വിഖ്യാതമായ പ്രതിജ്ഞ ഇതിന്റെ സാക്ഷ്യപത്രമാണ്. കർഷകർ തങ്ങളുടെ ഫ്യൂഡൽ മേലാളന്മാർക്കെതിരെ ഒരൊറ്റ മനുഷ്യനെപ്പോലെ അലറിയടുക്കാൻ തുടങ്ങി. അവർ നികുതികൾ ബഹിഷ്കരിച്ചു. അദ്ദേഹത്തിന്റെ അഭിപ്രായത്തിൽ മുതലാളിവർഗം കർഷകപ്രക്ഷോഭത്തിന്റെ അഗ്നിജ്വാലകളെ അമർത്താൻ ശ്രമിക്കുകയായിരുന്നു.

സാമൂഹ്യനീതിയും സമത്വവും

ജനാധിപത്യവ്യവസ്ഥയുടെ വിജയത്തിന് അത്യന്താപേക്ഷിതമായ രണ്ട് ആശയങ്ങളാണ് സാമൂഹ്യനീതിയും സമത്വവും. ആധുനിക രാഷ്ട്രസങ്കൽപ്പത്തിന്റെ അടിത്തറയാണ് ഈ രണ്ട് ആശയങ്ങളും. എന്നാൽ നാളിന്നുവരെയുള്ള മനുഷ്യവർഗത്തിന്റെ ചരിത്രമെന്നത് സാമൂഹികവും രാഷ്ട്രീയവുമായ അസമത്വങ്ങളുടെ കൂടി ചരിത്രമാണ്. അടിമകളും ഉടമകളും ബ്രാഹ്മണരും ക്ഷുദ്രരും ജന്മിയും കുടിയാനും സമ്പന്നരും ദരിദ്രരും മുതലാളിയും തൊഴിലാളിയും എന്നിങ്ങനെയുള്ള സാമൂഹ്യവിഭജനമാണ് നാളിന്നുവരെ ചരിത്രത്തിൽ നിലനിന്നതും ഇന്നും നിലനിൽക്കുന്നതും.

പ്രാചീന ഇന്ത്യയിൽ സാമൂഹ്യ അസമത്വങ്ങൾ അതിശക്തമായിരുന്നു. ജാതീയവും സാമ്പത്തികവുമായ വിഭജനങ്ങൾ കൂടാതെ വർണവിഭജനവും നിലവിലുണ്ടായിരുന്നു. ഒരു വ്യക്തിയുടെ ജാതി എന്നത് ആ വ്യക്തിയുടെ സാമൂഹ്യപദവിയെ അടിസ്ഥാനപരമായിത്തന്നെ നിർണയിക്കുന്നതായിരുന്നു. ഡോ അംബേദ്കർ ഇങ്ങനെ പറയുന്നു;

> ഇന്നത്തെപ്പോലെ പ്രാചീന കാലത്തും ജാതിയുടെ പ്രശ്നമുണ്ടായിരുന്നു. ജനിച്ച കുഞ്ഞിന്റെ ജാതി അച്ഛന്റേതായിരിക്കണമോ അമ്മയുടെതായിരിക്കണമോ? ഇതുസംബന്ധിച്ച് *മനുസ്മൃതി*യിൽ അവാന്തരവർണപദ്ധതി എന്നൊന്ന് കൊടുത്തിട്ടുണ്ട്. അച്ഛൻ ബ്രാഹ്മണനും അമ്മ ക്ഷത്രിയനുമാണെങ്കിൽ കുഞ്ഞിന്റെ ജാതി ബ്രാഹ്മണനായി ഗണിക്കണമെന്നും, അച്ഛൻ ബ്രാഹ്മണനും അമ്മ വൈശ്യനുമാണെങ്കിൽ കുഞ്ഞിന്റെ ജാതി വൈശ്യനായി പരിഗണിക്കണമെന്നും സ്മൃതിയിൽ പറയുന്നുണ്ട്. പക്ഷേ മനുസ്മൃതിയുടെ മുമ്പുള്ള ഗ്രന്ഥങ്ങളിൽ അച്ഛന്റെ ജാതിയായിരിക്കണം എന്നു പറഞ്ഞിട്ടുള്ളതിന്റെ ഉദാഹരണങ്ങൾ കാണാം. രാജവാസെയുടെ *രാധാമാധവവിലാസ ചമ്പു*വിൽ ഇപ്രകാരമൊരു സൂചനയുണ്ട്. ക്ഷത്രിയ ജാതിയിൽപ്പെട്ട ശന്തനുവിനും ശൂദ്ര ജാതിയിൽപ്പെട്ട ഗംഗയ്ക്കും ഉണ്ടായ ഭീഷ്മൻ ക്ഷത്രിയനായി പരിഗ

ണിക്കപ്പെട്ടു. കൃഷ്ണദ്വൈപായൻ പരാശരന്റെ മകനാണ്. പരാശരൻ ബ്രാഹ്മണനും കൃഷ്ണ ദ്വൈപായന്റെ അമ്മ മത്സ്യഗന്ധി മുക്കുവ സ്ത്രീയും. എങ്കിലും കൃഷ്ണദ്വൈപായൻ ബ്രാഹ്മണനായി പരിഗണിക്കപ്പെട്ടു. ക്ഷത്രിയനായ വിശ്വാമിത്രനും അപ്സരസായ മേനകയ്ക്കുമുണ്ടായ ശകുന്തള ക്ഷത്രിയജാതിയിൽ പെട്ടു. അതുപോലെ ജരത്കാരൻ എന്ന ബ്രാഹ്മണന് ജരത്കരി എന്ന നാഗിണിയിൽ ഉണ്ടായ സന്തതി ബ്രാഹ്മണനാണ്. അച്ഛന്റെ ജാതി കുട്ടികൾക്കും ലഭിക്കുന്നു. ഇന്ന് ഈ പദ്ധതി അംഗീകരിച്ചാൽ അതെങ്ങനെ പഴയ വഴക്കത്തിന്റെ ലംഘനമാകും എന്നാണ് എനിക്കു ചോദിക്കാനുള്ളത് (*ഡോ. അംബേദ്കർ സമ്പൂർണ കൃതികൾ* വാല്യം 40–കേരളഭാഷാ ഇൻസ്റ്റിറ്റ്യൂട്ട്.)

ആര്യന്മാർക്ക് മുമ്പ് നമ്മുടെ രാജ്യത്ത് ജീവിച്ചിരുന്ന പ്രാചീന ഗോത്രവർഗവിഭാഗങ്ങൾക്കിടയിൽ ജാതിവ്യവസ്ഥയുടെ രൂപങ്ങൾ കണ്ടെത്താവുന്നതാണ്. ഇന്ത്യൻ സമൂഹങ്ങളുടെ ഒരു പ്രധാന ഭാഗമാണ് ജാതി. മൂന്നുസഹസ്രാബ്ദങ്ങളായി ഇന്ത്യൻസമൂഹത്തെ കാർന്നുതിന്നുന്ന അർബുദമായി ജാതിവ്യവസ്ഥ ഇന്ത്യയിൽ നിലനിൽക്കുന്നു. ഇന്ത്യൻചരിത്രത്തിന്റെ മാത്രം സവിശേഷതയാണ് ജാതിവ്യവസ്ഥ. ഒരു പൊതുവായ പ്രഭവകേന്ദ്രം, നാമം, തൊഴിൽ, ഉത്സവങ്ങൾ, ആരാധനകൾ, കുലദൈവം, അനുഷ്ഠാനങ്ങൾ എന്നിവയാണ് ജാതിവ്യവസ്ഥയുടെ അടിസ്ഥാനഘടകങ്ങൾ. അതുപോലെതന്നെ വൈവാഹികബന്ധവും മാമൂലുകളും ജാതിവ്യവസ്ഥയുടെ നിർണായക ഘടകങ്ങളാണ്. ഓരോ ജാതീയ വിഭാഗവും അതത് ജാതിയിൽനിന്നുമാത്രം വിവാഹം കഴിക്കുന്നു എന്നതാണ് ജാതിവ്യവസ്ഥയുടെ ഏറ്റവും പ്രധാന സവിശേഷത. മറ്റൊരു പ്രധാനപ്പെട്ട പ്രത്യേകതയാണ് ശുദ്ധിസങ്കൽപ്പം. പ്രാചീനഗോത്രവർഗങ്ങൾക്കിടയിൽത്തന്നെ ഈ ശുദ്ധിസങ്കൽപ്പം ഉണ്ടായിരുന്നു. ഇന്നും പല ഗോത്രവർഗങ്ങൾക്കിടയിലും ഈ ശുദ്ധിസങ്കൽപ്പം നിലനിൽക്കുന്നുണ്ട്. ഒരു ഗോത്രവർഗക്കാരുടെ ഭവനങ്ങളിൽ മറ്റൊരു ഗോത്രവർഗത്തിലെ ആളുകൾ പ്രവേശിക്കുന്നത് ശുദ്ധിസങ്കൽപ്പപ്രകാരം നിഷിദ്ധമാണ്. ഇതാണ് അയിത്താചരണത്തിന്റെ ആരംഭം. ഏറ്റവും ഹീനമായ ഈ അയിത്താചരണത്തെ അസ്പൃശ്യത എന്നും വിളിക്കുന്നു. ലളിതമായി പറഞ്ഞാൽ തൊട്ടുകൂടായ്മയും തീണ്ടിക്കൂടായ്മയും. ശ്രീനാരായണഗുരുവിനെപ്പോലുള്ള നവോത്ഥാന നായകർ ഇത്തരത്തിലുള്ള ഹീനമായ ആചാരങ്ങൾക്കെതിരെ പോരാടിയവരാണ്. ജാതിവ്യവസ്ഥയുടെ ഏറ്റവും ഹീനവും മനുഷ്യത്വരഹിതവുമായ ഫലം ഇതാണ്.

വർണവ്യവസ്ഥയുടെ അഭേദ്യഭാഗമാണ് ജാതിവ്യവസ്ഥ. വർണവ്യവസ്ഥയുടെ ആരംഭം ആര്യന്മാരിൽനിന്നുതന്നെയാണ്. ആര്യസാഹിത്യമായ *ഋഗ്വേദ*ത്തിന്റെ അവസാനഭാഗത്താണ് വർണ–ജാതിവ്യവസ്ഥയെ

ക്കുറിച്ച് പരാമർശിക്കുന്നത്. വിരാട് പുരുഷന്റെ വായിൽനിന്നും ബ്രാഹ്മണരും കൈകളിൽനിന്നും ക്ഷത്രിയരും തുടകളിൽനിന്ന് വൈശ്യരും പാദങ്ങളിൽനിന്ന് ശൂദ്രരും ജനിച്ചുവെന്നാണ് *ഋഗ്വേദം* പറയുന്നത്. ഈ സങ്കൽപ്പത്തെ ബുദ്ധൻ ശക്തമായി എതിർത്തു. എല്ലാ മനുഷ്യരും സ്ത്രീകളുടെ ഗർഭപാത്രത്തിൽനിന്ന് ജനിച്ചവരാണ് എന്ന് ബുദ്ധൻ തന്റെ ശിഷ്യരെ പഠിപ്പിച്ചു. സമൂഹത്തിൽ ബ്രാഹ്മണരും ക്ഷത്രിയരും ആധിപത്യം സ്ഥാപിച്ചതോടെ ഗോത്രവർഗങ്ങൾക്കിടയിലെ പരമ്പരാഗതമായ അയിത്താചരണത്തെ അവർ വർണവ്യവസ്ഥയുമായി ഘടിപ്പിച്ചു. ഇതിൽനിന്നുമാണ് ജാതിവ്യവസ്ഥ ഒരു കർക്കശമായ സാമൂഹിക സംവർഗമായി മാറുന്നത്.

വർണവും ജാതിയും തമ്മിൽ അഭേദ്യമായി ബന്ധപ്പെട്ടിരിക്കുന്നു. വർണമെന്നാൽ നിറമെന്നാണ് അർഥം. ഇന്ത്യയിലെ പൂർവ ആര്യൻ ജനവിഭാഗങ്ങളെ ദസ്യുക്കൾ എന്നാണ് ആര്യന്മാർ വിശേഷിപ്പിക്കുന്നത്. ദസ്യുക്കളെന്നാൽ ദാസന്മാർ എന്നാണ് അർഥം. അവരുടെ നിറം കറുപ്പാണ് എന്നും വേദങ്ങളിൽ സൂചനയുണ്ട്. ഈ കറുത്തനിറത്തെ അവജ്ഞയോടെയാണ് ആര്യന്മാർ കാണുന്നത്. ഇന്ത്യയിലെ ദസ്യുക്കളുടെ നേതാവായിട്ടാണ് കൃഷ്ണനെ *ഋഗ്വേദം* അവതരിപ്പിക്കുന്നത്. ഈ കറുത്തവർഗക്കാരിൽനിന്നും തങ്ങളെ വേർതിരിച്ചുനിർത്താൻവേണ്ടി ആര്യന്മാർ വർണമെന്ന പദവും ഉപയോഗിച്ചു. സവർണർ എന്നുപറഞ്ഞാൽ നല്ലനിറമുള്ളവർ എന്നാണർഥം. ഇന്ത്യയിൽ 1901 ലെ സെൻസസ് അനുസരിച്ച് 2378 ജാതികളുണ്ട്. അനൗദ്യോഗികമായ കണക്കനുസരിച്ച് 3000-ലധികം ജാതികളുണ്ട് ഇന്ത്യയിൽ. ഈ 3000 ത്തിലധികം ജാതിജനവിഭാഗങ്ങളും പൊതുവിൽ നാല് വർണങ്ങളിൽ ഉൾപ്പെടുന്നു. ഈ നാല് വർണത്തെ ചാതുർവർണ്യമെന്നു വിളിക്കുന്നു. ഈ ചാതുർവർണ്യവ്യവസ്ഥയിൽ ബ്രാഹ്മണരും ക്ഷത്രിയരുമാണ് മേൽക്കോയ്മനേടിയത്. ജനസംഖ്യയിൽ വളരെ ചെറിയ ന്യൂനപക്ഷമാണിവർ. സമൂഹത്തിലെ ഏറ്റവും അടിത്തട്ടിലുള്ള ജനവിഭാഗമായിരുന്നു ശൂദ്രന്മാർ. അവർക്ക് മൃഗങ്ങൾക്ക് പ്രവേശനമുണ്ടായിരുന്ന സവർണരുടെ ക്ഷേത്രങ്ങളിൽ കടക്കാൻ പറ്റുമായിരുന്നില്ല. അവർ സവർണരുടെ ദൃഷ്ടിയിൽ പെട്ടുപോയാൽപ്പോലും അത് കുറ്റമായി പരിഗണിക്കപ്പെട്ടിരുന്നു. ഇന്ത്യയിലെ വർണവ്യവസ്ഥയുടെ ഏറ്റവും പ്രധാനപ്പെട്ട സവിശേഷത അതിന്റെ നേതൃത്വം ബ്രാഹ്മണർക്കായിരുന്നു എന്നതാണ്. ബ്രാഹ്മണർ തങ്ങളുടെ സാമ്പത്തികവും സാമൂഹികവുമായ മേൽക്കോയ്മ സ്ഥാപിക്കാൻ വേണ്ടി അവരുടെ ആചാരരീതികൾ സമൂഹത്തിലെ മഹാഭൂരിപക്ഷത്തെക്കൊണ്ട് അംഗീകരിപ്പിക്കുകയായിരുന്നു. രാജാക്കന്മാർപോലും ബ്രാഹ്മണരുടെ ആധിപത്യം അംഗീകരിക്കുകയായിരുന്നു. അങ്ങനെ വളർന്നുവന്ന വർണ-ജാതി വ്യവസ്ഥയുടെ ഭാഗമായിട്ടാണ് ഇന്ത്യയിലെ തൊഴിൽവിഭജനങ്ങളും വളർന്നുവന്നത്. ഓരോ തൊഴിലും അതത് ജാതിവിഭാഗങ്ങൾ

പരമ്പരാഗതമായി നിലനിർത്തേണ്ടിയിരുന്നു. ബ്രാഹ്മണർ ചെയ്യുന്നജോലി മറ്റുവിഭാഗങ്ങൾക്ക് ചെയ്യാൻ പാടില്ലായിരുന്നു. കഠിനമായ ശാരീരികാധ്വാനമുള്ള ജോലികൾ ചെയ്തിരുന്നത് ശൂദ്രരായിരുന്നു. അവർക്ക് വിദ്യാഭ്യാസം ചെയ്യാനോ ഉന്നതമായ പദവികൾ നേടാനോ കഴിയുമായിരുന്നില്ല. ബ്രാഹ്മണർക്കും ക്ഷത്രിയർക്കും മാത്രമേ വിദ്യാഭ്യാസത്തിനുള്ള അവകാശം ഉണ്ടായിരുന്നുള്ളൂ.

മേൽപ്പറഞ്ഞ രീതിയിൽ പരിശോധിക്കുമ്പോൾ ജാതിവ്യവസ്ഥയുടെ അടിസ്ഥാനത്തെപ്പറ്റി കൃത്യമായ നിഗമനങ്ങളിലെത്തിച്ചേരാൻ ചരിത്രകാരന്മാർക്ക് കഴിയുന്നു. ഗോത്രവർഗക്കാരുടെ ഇടയിലെ കുലസങ്കൽപ്പങ്ങളെയും അനുഷ്ഠാനങ്ങളെയും അയിത്താചരണങ്ങളെയും സമൂഹത്തിൽ ഉറപ്പിക്കുന്നതിന് ആര്യന്മാർക്ക് സാധിച്ചു. അതുപോലെതന്നെ ആര്യൻസമൂഹം ഈ ഗോത്രവ്യവസ്ഥയുടെ ശുദ്ധിസങ്കൽപ്പത്തെ വർണവ്യവസ്ഥയുമായി പുനഃസംഘടിപ്പിച്ചു. അങ്ങനെയാണ് ജാതിവ്യവസ്ഥ ഇന്ത്യയിൽ വളർന്നുവരുന്നത്. രക്തബന്ധമാണ് ജാതിവ്യവസ്ഥയുടെ അടിസ്ഥാനഘടകം. ഇന്ത്യയിലെ ജാതിവ്യവസ്ഥ ഒരു സങ്കീർണമായ സാമൂഹികസ്ഥാപനം തന്നെയാണ്. അനുഷ്ഠാനപരവും തൊഴിൽപരവും വംശീയവുമായ സവിശേഷതകൾ ഒത്തിണങ്ങുന്നതാണ് ജാതിവ്യവസ്ഥ. തെക്കെ ഇന്ത്യയിലാണ് ജാതിവ്യവസ്ഥ ഏറ്റവും കഠിനമായി നിലനിന്നിരുന്നത്. അങ്ങനെ ആര്യന്മാരും അനാര്യന്മാരും തമ്മിലുള്ള സവിശേഷമായ സാംസ്കാരിക സമന്വയത്തിൽനിന്നുമാണ് ഇന്ത്യൻജാതിവ്യവസ്ഥ ഉയർന്നുവന്നത് എന്നുമനസിലാക്കാൻ കഴിയും. ആര്യന്മാരും അനാര്യന്മാരും തമ്മിൽ ആദ്യകാലത്ത് വിവാഹബന്ധം നിലനിന്നിരുന്നു. എന്നാൽ ആര്യൻ സമൂഹത്തിൽ സ്ത്രീകളുടെ എണ്ണം ആവശ്യത്തിന് ഉയർന്നതോടെ അവർ സ്വജാതിയിൽനിന്നുള്ള വിവാഹം കർശനമാക്കി. അങ്ങനെ പുതിയൊരു സാമൂഹികമാറ്റം സംഭവിച്ചു. ആദ്യകാലത്ത് ആര്യന്മാർക്കിടയിൽ സ്ത്രീകളുടെ എണ്ണം കുറവായിരുന്നുവെന്ന് അനുമാനിക്കാം. പ്രാകൃത കുടിയേറ്റക്കാരും ആക്രമണകാരികളുമായിരുന്ന ആര്യന്മാർക്കിടയിൽ വർണപരമായോ ജാതീയമായോ വിഭജനങ്ങൾ ഉണ്ടായിരുന്നില്ല. എന്നാൽ അവർ അനാര്യന്മാരുമായി വിവാഹബന്ധത്തിലേർപ്പെട്ടതോടെ അനാര്യന്മാർക്കിടിയിലെ ശുദ്ധിസങ്കൽപ്പവും അനുഷ്ഠാനങ്ങളും സജാതീയ വിവാഹ നിഷ്കർഷകളും സ്വാംശീകരിക്കാൻ തുടങ്ങി. ആദിവാസി സമൂഹങ്ങൾക്കിടയിൽ സ്വജാതീയവിവാഹമാണ് നിലനിന്നിരുന്നത്.

ആര്യന്മാരുടെ ആഗമനത്തിനുമുമ്പുതന്നെ ഇന്ത്യക്കാർക്കിടയിൽ ശുദ്ധിസങ്കൽപ്പം നിലനിന്നിരുന്നുവെന്ന് പ്രശസ്ത ചരിത്രകാരനായ ഡി ഡി കൊസാംബി അഭിപ്രായപ്പെടുന്നു. ആര്യന്മാർക്ക് മുമ്പ് ഇന്ത്യയിൽ നിലനിന്നിരുന്ന സൈന്ധവനാഗരികതയുടെ സ്രഷ്ടാക്കളായ സൈന്ധവർ സ്നാനത്തിനും വസ്ത്രമലക്കലിനും പ്രാധാന്യം കൊടുത്തിരുന്നു. ഇത് ആചാരപരമായ ശുദ്ധിയുടെ തെളിവാണ്. ഇന്ത്യൻഭര

ണഘടനയനുസരിച്ച് അയിത്താചരണം കുറ്റകരമാണ്. ഇന്ത്യയിലെ ജാതിവ്യവസ്ഥയെക്കുറിച്ച് പഠനം നടത്തുമ്പോൾ അത് രൂപംകൊള്ളാൻ ഇടയായ സാമൂഹികസാഹചര്യങ്ങൾ സൂക്ഷ്മമായി പഠിക്കേണ്ടതുണ്ട്. ജാതിവ്യവസ്ഥ രൂപംകൊള്ളുന്നതിന്റെ അടിസ്ഥാനം ആര്യന്മാർക്ക് മുമ്പ് ഇന്ത്യയിൽ അധിവസിച്ചിരുന്ന പ്രാചീന ജനവിഭാഗങ്ങളുടെയും ഗോത്രവിഭാഗങ്ങളുടെയും ഘടനാപരമായ സവിശേഷതയായിരുന്നുവെന്ന യാഥാർഥ്യത്തെ മറച്ചുവെക്കാൻ ചരിത്രകാരന് അവകാശമില്ല. എന്നാൽ ഈ ജാതിവ്യവസ്ഥയെ സാമൂഹികവും രാഷ്ട്രീയവുമായ മേൽക്കോയ്മയായി മാറ്റിയെടുത്ത ആര്യൻ പരിശ്രമങ്ങളെ ന്യായീകരിക്കാൻ ജാതിയുടെ ഉത്ഭവത്തെക്കുറിച്ചുള്ള ചരിത്രയാഥാർഥ്യങ്ങൾ ഉപയോഗപ്പെടുത്താനും പാടില്ല. ഇവിടെയാണ് ചരിത്രവിശകലനത്തിലെ യാഥാർഥ്യബോധം ചരിത്രകാരനെ സഹായിക്കേണ്ടത്. ആര്യന്മാർക്ക് മുമ്പ് ഇന്ത്യയിൽ ജീവിച്ചിരുന്ന ഗോത്രജനവിഭാഗങ്ങൾക്കിടയിലും മറ്റും നിലനിന്നിരുന്ന ശുദ്ധിസങ്കൽപ്പങ്ങൾക്ക് ജാതിവ്യവസ്ഥയുടെ രൂപീകരണത്തിൽ നിർണായകമായ പങ്കുണ്ടായിരിക്കുമ്പോൾത്തന്നെ വളരെ പ്രധാനപ്പെട്ട ഒരു വസ്തുത ചരിത്രവിദ്യാർഥികൾ വിസ്മരിക്കാൻ പാടുള്ളതല്ല. ആര്യന്മാർക്കുമുമ്പുണ്ടായിരുന്ന ആദിവാസിഗോത്രങ്ങൾക്കിടയിലെ ശുദ്ധിസങ്കൽപ്പവുമായി ബന്ധപ്പെട്ടതാണിത്. ഓരോ ഗോത്രവും അതത് ഗോത്രത്തിൽനിന്നുമാത്രം വിവാഹബന്ധത്തിലേർപ്പെടുന്നത് കർശനമായി ആചരിച്ചിരുന്നു. രക്തബന്ധത്തിന്റെ പവിത്രതയാണ് ഈ ശുദ്ധിസങ്കൽപ്പത്തിന്റെ അടിസ്ഥാനഘടകം. അന്യഗോത്രവുമായ വിവാഹബന്ധം സ്ഥാപിച്ചാൽ തങ്ങളുടെ വംശശുദ്ധി നഷ്ടപ്പെടും എന്ന് ഓരോ ഗോത്രവും വിശ്വസിച്ചിരുന്നു. ഓരോ ഗോത്രത്തിനും ഓരോ ദൈവവുമുണ്ടായിരുന്നു. ഗോത്രത്തിന്റെ വംശീയശുദ്ധിസങ്കൽപ്പം അഥവാ രക്തശുദ്ധിസങ്കൽപ്പം ഉറപ്പിക്കാൻ കുലദൈവവിശ്വാസം സഹായകമായി. ഒരു ഗോത്രവുമായി മറ്റൊരുഗോത്രം യാതൊരുതരത്തിലുള്ള ബന്ധവും നിലനിർത്തിയിരുന്നില്ല. മാത്രമല്ല അവർ പരസ്പരം അയിത്താചരണവും നിലനിർത്തിയിരുന്നു. എന്നാൽ അതേസമയംതന്നെ ഒരു ഗോത്രം മറ്റു ഗോത്രങ്ങളുടെ മേൽ ആധിപത്യം ചെലുത്താൻ ഈ ശുദ്ധിസങ്കൽപ്പം ഉപയോഗിച്ചിരുന്നില്ല എന്നതാണ് പ്രധാനപ്പെട്ട വസ്തുത. അതായത് ഗോത്രവർഗ ജനവിഭാഗങ്ങൾ ഒരു ജനസമൂഹമെന്നനിലയിൽ വേറിട്ട് ജീവിക്കാനാണ് തങ്ങളുടെ അയിത്താചരണത്തെ അവലംബമാക്കിയതെങ്കിൽ സവർണർ ഇതര ജനസമൂഹങ്ങളുടെമേൽ ആധിപത്യം ചെലുത്താനാണ് അയിത്താചരണത്തെയും മറ്റു ഘടകങ്ങളെയും ഉപയോഗപ്പെടുത്തിയത്. ഈ വസ്തുത മനസിലാക്കാതെ രണ്ട് അയിത്താചരണങ്ങളും ഒരുപോലെയാണ് എന്ന് വാദിക്കുന്നത് ചരിത്രവസ്തുതകൾക്ക് നിരക്കാത്തതാണ്.

ഇന്ത്യയുടെ സാമൂഹ്യവ്യവസ്ഥ മുഖ്യമായും ജാതിവ്യവസ്ഥയിൽ അധിഷ്ഠിതമായതാണ്. ഈ ജാതിവ്യവസ്ഥ വളരെ കർക്കശമായിരുന്നു.

ബ്രാഹ്മണിസത്തിൽ അധിഷ്ഠിതമായിരുന്നു അത്. ശക്തമായ സാമൂഹിക സംഘടനകളിലൂടെയും പ്രത്യയശാസ്ത്രരൂപങ്ങളിലൂടെയും ഹിംസാത്മകമായ ചിന്താപദ്ധതികളിലൂടെയുമാണ് ബ്രാഹ്മണവ്യവസ്ഥ ഇന്ത്യയിൽ അരക്കിട്ടുറപ്പിച്ചത്. സമൂഹത്തിന്റെ ഭൗതികവും സാംസ്കാരികവുമായ സമ്പത്തുക്കളെല്ലാം ബ്രാഹ്മണരും ക്ഷത്രിയരാജാക്കന്മാരും കൈയടക്കുകയായിരുന്നു. ഉൽപ്പാദനവിഭാഗങ്ങളുടെ ജാതീയ വിഭജനത്തിലൂടെ ബ്രാഹ്മണർ സമൂഹത്തിൽ ആധിപത്യം ചെലുത്തി. ആദ്യകാലത്ത് ഇന്ത്യയിൽ നിലനിന്നിരുന്ന ജനാധിപത്യ സംഘടനകളായിരുന്നു സഭ, സമിതി, ഗണം, ജനപഥം എന്നിവ. ഇവയെല്ലാം തന്നെ ഗോത്ര ജനവിഭാഗങ്ങളുടെ ജീവിതരീതികളിൽ നിന്നും ഉടലെടുത്തതായിരുന്നു. പ്രാചീന ഇന്ത്യയിലെ ജനായത്ത സ്ഥാപനങ്ങളായിരുന്നു ഇവ. എന്നാൽ കാലക്രമത്തിൽ ഗോത്രജനവിഭാഗങ്ങൾക്കും ശൂദ്രന്മാർക്കും ചണ്ഢാലന്മാർക്കും ഈ ജനായത്ത സമിതികളിൽ പ്രവേശനം നിഷേധിക്കപ്പെട്ടു. ആരാണോ ഈ സ്ഥാപനങ്ങൾക്ക് ജന്മം നൽകിയത് ആ ജനതയ്ക്ക് അതിൽ പ്രവേശനം നിഷേധിക്കപ്പെട്ടത് കടുത്ത ജനാധിപത്യധ്വംസനം തന്നെയായിരുന്നു. പ്രാചീന ഇന്ത്യയുടെ ചരിത്രം പരിശോധിക്കുമ്പോൾ ഒരു കാര്യം വ്യക്തമാകും. ഇവിടത്തെ ഗോത്രജനവിഭാഗങ്ങളാണ് ജനാധിപത്യ സംഘടനകൾക്ക് ജന്മം നൽകിയത്. ബ്രാഹ്മണർ അവരുടേതായ വർണാശ്രമ ധർമങ്ങൾ വികസിപ്പിച്ചെടുക്കുകയും ജാതിവിഭജനത്തെ തൊഴിൽ വിഭജനമാക്കി മാറ്റുകയും ചെയ്തു. ഗോത്ര സഭകളും ലോകായത്ത് ജനായത്ത രൂപങ്ങളും ഇന്ത്യൻ ജനാധിപത്യത്തിന്റെ ആദ്യരൂപങ്ങളായിരുന്നു. ഗ്രാമ പഞ്ചായത്തിന്റെ തുടക്കം ഇവിടെനിന്നായിരുന്നു. ഗ്രാമവുമായി ബന്ധപ്പെട്ട കാര്യങ്ങൾ ചർച്ചചെയ്ത് തീരുമാനം എടുത്തിരുന്നു.

ബ്രാഹ്മണരുടെ മേധാവിത്വത്തിനെതിരായി ഉയർന്നുവന്ന ഒട്ടേറെ ചിന്താപദ്ധതികൾ ഇന്ത്യയിലുണ്ടായിരുന്നു. ചാർവാക സിദ്ധാന്തം, ബുദ്ധിസം, ജൈനിസം തുടങ്ങിയവയായിരുന്നു അവ. ബുദ്ധൻ ബ്രാഹ്മണിസത്തിന്റെ ശക്തനായ എതിരാളിയായിരുന്നു. അദ്ദേഹം ആത്മാവിനെക്കുറിച്ചുള്ള സിദ്ധാന്തത്തെ തീരെ അവഗണിച്ചു. ഇത്തരം ചർച്ചകൾ അനാവശ്യമാണെന്ന് അദ്ദേഹം പറഞ്ഞു. ബ്രാഹ്മണരുടെ ശരീരം, ആത്മാവ്, സ്വർഗം, നരകം തുടങ്ങിയ ആശയങ്ങൾക്ക് വിപരീതമായി മനുഷ്യശരീരം ഭൂമി, വായു, ജലം, അഗ്നി എന്നിവയെ അദ്ദേഹം സ്ഥാപിച്ചു. 'ബ്രാഹ്മണഹിതായ ബ്രാഹ്മണസുഖായ' (ബ്രാഹ്മണന്റെ സുഖവും സമൃദ്ധിയുമാണ് പ്രധാനം) എന്ന ആശയത്തിന് പകരം 'ബഹുജനഹിതായ ബഹുജനസുഖായ' (ബഹുജനങ്ങളുടെ സുഖവും സമൃദ്ധിയുമാണ് പ്രധാനം) എന്ന ആശയം ബുദ്ധൻ മുന്നോട്ടുവെച്ചു. ബുദ്ധൻ ശൂദ്രരെയും ചണ്ഢാളരെയും ഗോത്രവർഗക്കാരെയും സംഘടിപ്പിച്ച് 'സംഘങ്ങൾ' സ്ഥാപിച്ചു. ജാതിവ്യവസ്ഥയെയും വർണവ്യവസ്ഥയെയും അദ്ദേഹം എതിർത്തു. സമത്വത്തിലധിഷ്ഠിതമായിരുന്നു ബുദ്ധസംഘങ്ങൾ. ജാതി

മതാതീതമായ മനുഷ്യക്കൂട്ടായ്മയായിരുന്നു അദ്ദേഹം ലക്ഷ്യംവെച്ചത്. ജനങ്ങളുടെ രാഷ്ട്രീയ സാമൂഹ്യ ആവശ്യങ്ങൾക്കുവേണ്ടിയാണ് ഭരണകൂടം നിലനിൽക്കുന്നതെന്ന് ബുദ്ധൻ വാദിച്ചു. ബുദ്ധനും ഒരുതരത്തിലുള്ള സാമൂഹ്യകരാർ സിദ്ധാന്തം അംഗീകരിച്ചു. ജനങ്ങൾ രാഷ്ട്രീയ കാര്യങ്ങൾ നിയന്ത്രിക്കുവാൻ വേണ്ടി രാജാവിനെ തിരഞ്ഞെടുക്കാൻ തീരുമാനിക്കുകയായിരുന്നുവെന്ന് ബുദ്ധൻ പറഞ്ഞു. ജനങ്ങളുടെ സഹജമായ അവകാശങ്ങൾ നിയന്ത്രിക്കുക എന്നതാണ് രാജാവിന്റെ കർത്തവ്യം.

സ്ത്രീ പുരുഷ സമത്വം

ജനാധിപത്യത്തിന്റെയും സോഷ്യലിസത്തിന്റെയും ഒഴിച്ചുകൂടാനാവാത്ത ഒരു പരികൽപ്പനയാണ് സ്ത്രീ പുരുഷ സമത്വം എന്നത്. ആധുനിക ജനാധിപത്യ രാഷ്ട്രങ്ങളെല്ലാം തത്വത്തിലെങ്കിലും ഇതംഗീകരിക്കുന്നു. അതുകൊണ്ട് ജനാധിപത്യത്തിന്റെ അടിത്തറയായി സാമൂഹ്യ സമത്വത്തെ കാണുമ്പോൾ അതിൽ സ്ത്രീ പുരുഷ സമത്വത്തിന് സവിശേഷ പ്രാധാന്യം ഉണ്ട്.

ബ്രാഹ്മണിസം ഒരു ഭാഗത്ത് സ്ത്രീത്വത്തെ മാനിക്കുന്നു എന്നു പറയുമ്പോൾത്തന്നെ പ്രയോഗത്തിൽ സ്ത്രീയെ ലൈംഗികോപകരണമായി കാണുകയും തരംതാഴ്ത്തുകയും ചെയ്യുന്നു. പ്രാചീന ഇന്ത്യയിൽ സ്ത്രീകൾക്ക് വിദ്യാഭ്യാസമോ സാമ്പത്തിക സ്വതന്ത്ര്യമോ ഉണ്ടായിരുന്നില്ല. പുരുഷമേധാവിത്വമായിരുന്നു ഇന്ത്യയിൽ നിലനിന്നിരുന്നത്. സ്ത്രീകൾ ഒരുപാട് പരാധീനതകൾ അനുഭവിച്ചിരുന്നു. ഹിന്ദുനിയമമനുസരിച്ച് ഒരു പുരുഷന് ധാരാളം സ്ത്രീകളെ വിവാഹം കഴിക്കാം. ബംഗാളിൽ നിലനിന്ന കുലീന വിവാഹപദ്ധതി അനുസരിച്ച് ഒരു പുരുഷന് അഞ്ഞൂറ് സ്ത്രീകളെ വരെ വിവാഹം കഴിക്കാം. അത്തരത്തിൽ വിവാഹം കഴിച്ച ഒരാളെപ്പറ്റി അംബേദ്കർ പറഞ്ഞിട്ടുണ്ട്. അയാളുടെ ഭാര്യമാരുടെ പേര് അയാൾ റജിസ്റ്ററിൽ കുറിച്ചുവെച്ചിരുന്നുവത്രെ. സ്ത്രീകൾക്ക് സ്വത്തിൽ പുരുഷന്മാർക്കൊപ്പം അവകാശമുണ്ടായിരുന്നില്ല. അവർക്ക് സമ്മാനമെന്ന നിലയിൽ വിവാഹസമയത്ത് കിട്ടുന്ന പണവും ആഭരണങ്ങളുമാണ് ധനമായി പരിഗണിക്കപ്പെടുന്നത്. അച്ഛനും അമ്മയും രണ്ടു ജാതിക്കാരാണെങ്കിൽ കുട്ടികളുടെ ജാതി അച്ഛന്റെ ജാതി തന്നെയായിരിക്കും. അച്ഛൻ ബ്രാഹ്മണനും അമ്മ ക്ഷത്രിയജാതിയിൽപ്പെട്ടവളുമാണെങ്കിൽ കുഞ്ഞിന്റെ ജാതി ബ്രാഹ്മണനായി ഗണിക്കും. ക്ഷത്രിയജാതിയിൽപ്പെട്ട ശന്തനുവിനും ശൂദ്രജാതിയിൽപ്പെട്ട ഗംഗയ്ക്കും ഉണ്ടായ ഭീഷ്മർ ക്ഷത്രിയനായി പരിഗണിക്കപ്പെടുകയായിരുന്നല്ലോ.

ബൃഹസ്പതിയുടെ നിയമമനുസരിച്ച് വിധവയുടെ സ്വത്തിൽ ആർക്കും അനന്തരാവകാശമില്ല. ചുരുക്കത്തിൽ പ്രാചീന ഇന്ത്യൻ സമൂഹം മുതൽ ഇന്നുവരെ തുടർന്നുവരുന്നത് കടുത്ത സ്ത്രീവിരുദ്ധ ആശയങ്ങളാണ്. *മനുസ്മൃതിയും* മറ്റനേകം നിയമങ്ങളും ഇന്ത്യൻ

സ്ത്രീകളെ അടിമപ്പെടുത്തുന്നതിന് പറ്റിയ നിയമങ്ങളാണ് അനുശാസിക്കുന്നത്. സഹസ്രാബ്ദങ്ങളായി ലിംഗമർദനപാരമ്പര്യവും പുരുഷാധിഷ്ഠിത രതിസങ്കൽപ്പവും പിൻപറ്റുകയാണ് ഹിന്ദുസമൂഹം ചെയ്യുന്നത്.

മറ്റേതൊരു സാമൂഹിക സംവർഗങ്ങളെയും പോലെതന്നെ, കുടുംബഘടനയ്ക്കകത്തെ സ്ത്രീ-പുരുഷ ബന്ധനങ്ങളും നിർദിഷ്ട സമൂഹത്തിലെ വർഗ ഘടനയാൽ ദൃഢീകരിക്കപ്പെടുന്നുവെന്ന മാർക്സിന്റെയും എംഗൽസിന്റെയും നിരീക്ഷണങ്ങൾ ഇവിടെ ശ്രദ്ധേയമാണ്. അതുകൊണ്ടുതന്നെ വർഗസമരവുമായി ബന്ധനപ്പെടുത്തിക്കൊണ്ടുള്ള വിമോചനസമരങ്ങളാണ് ലിംഗമർദനങ്ങൾ അവസാനിപ്പിക്കുന്നത്. എന്നാൽ ലിംഗമർദനങ്ങൾക്കെതിരായ പ്രസ്ഥാനങ്ങളുടെ സവിശേഷ സാംസ്കാരിക മാനങ്ങളെ മാർക്സിസം നിരാകരിക്കുന്നില്ല. റാഡിക്കൽ ഫെമിനിസ്റ്റുകളുടെ ഉത്തരാധുനിക സ്ത്രീപക്ഷ വാദികളും ലിംഗമർദനത്തിനെതിരായി നടത്തുന്ന കപടവായ്ത്താരികൾ അടിസ്ഥാനപരമായും ഇടതുപക്ഷനിലപാടുകൾക്കെതിരായാണ്.

ലിംഗമർദനത്തിന്റെ-കുടുംബത്തിനകത്തും പുറത്തുമുള്ള സ്ത്രീപീഡനത്തിന്റെ സങ്കീർണതകളും കാഠിന്യവും ഗോപ്യമാക്കുന്ന ഒട്ടേറെ സാധ്യതകൾ ആഗോളീകരണ കാലഘട്ടത്തിലുണ്ട്. എൺപതുകളിലും മറ്റും കേരളീയ സമൂഹത്തിൽ നിലനിന്നിരുന്ന സ്ത്രീകളുടെ സാമൂഹികാവിഷ്കാരങ്ങളുടെ കരുത്ത് കുറഞ്ഞുവരുന്നതായിട്ടാണ് കാണുന്നത്. ആഗോളീകരണത്തിന്റെ ഭാഗമായി സ്ത്രീകളുടെ സാമൂഹിക കൂട്ടായ്മയുടെയും പങ്കാളിത്തത്തിന്റെയും വ്യാപനം മുഖ്യമായും ഊന്നുന്നത് ഉൽപ്പാദന-തൊഴിൽ മേഖലകളിലാണ്. ഇത് തീർച്ചയായും ചരിത്രപരമായ കാഴ്ചപ്പാടിൽ ഇന്ത്യൻ സ്ത്രീത്വത്തെ സംബന്ധിച്ചിടത്തോളം രചനാത്മകമായ ദശാപരിണാമമാണ്. കാരണം, ശതാബ്ദങ്ങളായി ഇന്ത്യൻ സമൂഹത്തിൽ വേരുറയ്ക്കപ്പെട്ട ഫ്യൂഡൽ ലിംഗനീതിയിൽനിന്നുമുള്ള വിഛേദനമാണിത്. സ്ത്രീ പുറത്തു ജോലിക്കുപോകുന്നതിനെ ദാർശനികമായി വിലക്കുന്ന അറുപഴഞ്ചൻ മൂല്യസങ്കൽപ്പങ്ങളുടെ തായ്വേരറുക്കുന്നത് മുതലാളിത്തമാണ് (ഇന്ത്യൻ സാഹചര്യത്തിൽ ഇതിന്റെ ഗതിവേഗം ദുർബലവും പരിമിതവുമാണെങ്കിലും). പക്ഷേ മുതലാളിത്ത യുഗം സ്ത്രീകളുടെ സാമൂഹികവും ലിംഗപരവുമായ മർദനത്തിന്റെ തോതിനെ സങ്കീർണമാക്കുന്നു. അത് സ്ത്രീയെ ഉൽപ്പാദനയൂണിറ്റായി മാത്രമേ പരിഗണിക്കുന്നുള്ളൂ. ഗർഭാശയം, പുരുഷന് വിത്ത് വിതച്ച് വിളകൊയ്ത് സ്വന്തമാക്കാനുള്ള ഭൂമിയാണെന്ന ബ്രാഹ്മണ്യസങ്കൽപ്പത്തിന്റെ പുതിയ പതിപ്പാണ് ആഗോളവൽകൃതയുഗത്തിലെ സ്ത്രീ സങ്കൽപ്പം. ചരക്കുൽപ്പാദനത്തിന്റെ അളവും വ്യാപനവും വർധിപ്പിക്കുകയെന്ന മുതലാളിത്തത്തിന്റെ അടിസ്ഥാനലക്ഷ്യത്തിന്റെ അനിവാര്യഫലമാണ്, സാമ്രാജ്യത്വയുഗത്തിൽ സ്ത്രീകൾക്ക് ലഭ്യമാവുന്ന അവസരസമത്വത്തിൽ പലതും. അനിയന്ത്രിതമായി പെരുകുന്ന വിപണികളും ഉപഭോക്തൃവ്യവസ്ഥയും സ്ത്രീയുടെ

രാഷ്ട്രീയവും സാംസ്കാരികവുമായ ആവിഷ്കാരങ്ങളെ റദ്ദ് ചെയ്യുന്നു. ഉൽപ്പാദനേതര സാമൂഹിക പ്രവർത്തനങ്ങളിൽ സ്ത്രീകളുടെ പ്രാതിനിധ്യം മെലിഞ്ഞുവരുന്നത് ഒരുദാഹരണമാണ്. വർധിച്ചുവരുന്ന ഉപഭോക്തൃ 'സാധ്യത' കളുടെ ഇരയായി മാറുന്നത് കൂടുതലും സ്ത്രീകളാണ്.

സ്ത്രീ-പുരുഷ കൂട്ടായ്മയിലൂടെയുള്ള രാഷ്ട്രീയ വിമോചന പ്രസ്ഥാനങ്ങളുമായി കണ്ണിചേർന്നുകൊണ്ടാണ് കേരളത്തിൽ സ്ത്രീകളുടെ സാമൂഹിക ഉണർവ് ദൃശ്യമായത്. സ്ത്രീകളുടെ കുടുംബ-സാമൂഹിക പ്രശ്നങ്ങളെ വിഭാഗീയമായി കണ്ടുകൊണ്ട് 'പുരുഷമേധാവിത്വ' ത്തിനെതിരായി നടത്തേണ്ട 'ലിംഗവിമോചനസമര' ത്തെയാണ് റാഡിക്കൽ ഫെമിനിസ്റ്റുകൾ ഉയർത്തിപ്പിടിക്കുന്നത്. വർഗഘടനയെയും മുതലാളിത്ത ചൂഷണത്തെയും നഗ്നമായി തിരസ്കരിക്കുന്ന ഈ വിഭാഗീയ സങ്കൽപ്പമാണ് ഇന്ന് പല സോഷ്യൽ ആക്ടിവിസ്റ്റുകളും എഴുത്തുകാരും സ്ത്രീ സ്വാതന്ത്ര്യമെന്ന പേരിൽ ഉയർത്തിപ്പിടിക്കുന്നത്. ഇത് യഥാർഥത്തിൽ സ്ത്രീകളുടെ വിമോചനപ്രശ്നങ്ങളെ തടയിടുന്നതും മുതലാളിത്തത്തിന്റെ പുരുഷാധിപത്യനിലപാടുകളെ പ്രോത്സാഹിപ്പിക്കുന്നതുമായ സമീപനമാണ്.

സ്ത്രീ-പുരുഷ ബന്ധങ്ങളിലെ ജനാധിപത്യവൽക്കരണമെന്ന യഥാർഥ വിമോചന ലക്ഷ്യത്തിനു പകരം സ്ത്രീയുടെ സവിശേഷ സ്വത്വ നിർമിതി എന്ന ഉട്ടോപ്യൻ ആദർശത്തെ പ്രതിഷ്ഠിക്കുകയാണ് റാഡിക്കൽ ഫെമിനിസ്റ്റുകൾ. ഒരർഥത്തിൽ ഉത്തരാധുനികരെന്ന് സ്വയം വിശേഷിപ്പിക്കുന്നവരും ഈ റാഡിക്കൽ വീക്ഷണം പിൻപറ്റുന്നതാണ് വൈരുധ്യം. കാരണം ഉത്തരാധുനികതയുടെ പ്രഖ്യാപിത കാഴ്ചപ്പാടനുസരിച്ച് ലക്ഷ്യോന്മുഖമായ യാതൊരു പ്രസ്ഥാനത്തിനും ഇനിയുള്ള കാലഘട്ടങ്ങളിൽ പ്രസക്തിയില്ല. ഫെമിനിസം ഒരു ലക്ഷ്യോന്മുഖപ്രസ്ഥാനവുമായി ബന്ധപ്പെട്ടതാണെന്നതുകൊണ്ടുതന്നെ അതിന് ഉത്തരാധുനികതയുടെ പിൻവെളിച്ചം ലഭിക്കുക അസാധ്യമാണ്.

കാൽപ്പനികതയും പ്രണയവും അസാധ്യമാണെന്ന് പരിതപിക്കുന്ന മധ്യവർഗ ബുദ്ധിജീവികളുടെ ഗൃഹാതുര വീക്ഷണങ്ങൾ ഫ്യൂഡൽകാല ഘട്ടങ്ങളിലെ രതിസങ്കൽപ്പത്തിന്റെ നേർപ്പിച്ച രൂപം മാത്രമാണ്. പ്രണയം വ്യക്തിസ്വത്വം, പ്രണയത്തിന്റെ സ്ഥിരാസ്ഥിര മാനങ്ങൾ, ലൈംഗിക ബന്ധങ്ങളിലെ അധിനിവേശം തുടങ്ങിയ സങ്കൽപ്പനങ്ങളെയും പരികൽപ്പനകളെയും ആശയവാദത്തിന്റെ ജ്ഞാനമണ്ഡലത്തിൽനിന്നുകൊണ്ടാണ് കാൽപ്പനികർ സമീപിക്കുന്നത്. ഏതൊരന്വേഷണത്തിന്റേയും ഫലശ്രുതി സാർഥകമായി സഫലീകരിക്കുന്നത് അന്വേഷണവിഷയത്തെക്കുറിച്ചുള്ള ജ്ഞാനസിദ്ധാന്തപരവും ദാർശനികവുമായ തലത്തെ ഉറപ്പിച്ചുനിർത്തിക്കൊണ്ടായിരിക്കണം. ആൺ-പെൺ ബന്ധങ്ങളിലെ അധിനിവേശ ധാരണകളെയും നിർദിഷ്ട രാഷ്ട്രവ്യവഹാര ഘടന പുന

രുൽപ്പാദിപ്പിക്കുന്ന സ്ത്രീയുടെ മർദിത സ്വത്വമാനങ്ങളെയും അത്തരം വിവാദങ്ങൾ അല്ലെങ്കിൽ ചർച്ചകൾ തുറന്നുകാണിക്കുന്നില്ല.

ജനാധിപത്യപരവും മാനുഷികവുമായ ആൺ-പെൺ ബന്ധത്തിന്റെ വസ്തുനിഷ്ഠവും സാമൂഹികവുമായ ഉള്ളറകൾക്കുനേരെ മുഖം തിരിക്കുന്ന പ്രണയവാദികൾ കാൽപ്പനികലോകത്താണ് ജീവിക്കുന്നത്. സ്ത്രീയുടെ രാഷ്ട്രവ്യവഹാര തലത്തിലെ ഇടപെടലുകളെയും ലിംഗർദനങ്ങളെയും അവളുടെ പ്രണയ-രതിഭാവങ്ങളുമായി ബന്ധിപ്പിച്ച പഠനം നടത്തിയ ഇ പി തോംസൺ, ബാർബറാ, ടെയ്ലർ തുടങ്ങിയവർ കാൽപ്പനികവാദികളുടെ പ്രണയഗൃഹാതുരതകൾ എങ്ങനെയാണ് ഫാസിസ്റ്റുകളുടെ സ്ത്രീ പരിചരണത്തിന്റെ പ്രതിലോമപരതയെ ശക്തിപ്പെടുത്തുന്നത് എന്ന് നിരീക്ഷിച്ചിട്ടുണ്ട്. ബിംബങ്ങളിൽ നിന്നും യാഥാർഥ്യങ്ങളിലേക്കുള്ള യാത്രയാണ് ജനാധിപത്യപരമായ സ്ത്രീപുരുഷ പ്രണയം. സാഡിസത്തിൽനിന്നും നാർസിസത്തിൽനിന്നും അഥവാ പരപീഡാരതിയിൽനിന്നും ആത്മരതിയിൽനിന്നുമുള്ള വിച്ഛേദനത്തിലൂടെ ഒരു വ്യക്തി മറ്റൊരു വ്യക്തിയുമായി ജനാധിപത്യപരമായി ബന്ധം സ്ഥാപിക്കുന്ന അവസ്ഥയിലാണ് യഥാർഥ പ്രണയം സാക്ഷാൽക്കരിക്കപ്പെടുന്നത്. കാൾ മാർക്സും ജന്നിയുമായുള്ള പ്രണയബന്ധം ഇതിന്റെ ഏറ്റവും സമുജ്ജ്വലമായ ഉദാഹരണമാണ്.

വേദനകൾ വേവിച്ചെടുക്കുന്ന ഗൃഹപാത്രമാണ് മുതലാളിത്ത സമൂഹത്തിലെ സ്ത്രീകൾ. മുതലാളിത്ത സമൂഹത്തിന്റെ ഉൽപ്പാദനബലതന്ത്രങ്ങൾ സ്ത്രീ അനുഭവിക്കുന്ന യാതനകളെ ശാശ്വതീകരിക്കുന്നു. ഇതനുസരിച്ച് സ്ത്രീകളെ മുതലാളിത്തം അതിനുമുമ്പുള്ള പിന്തിരിപ്പൻ പ്രത്യയശാസ്ത്രങ്ങളുടെ സഹായത്തോടെ നിർവചിക്കുന്നു. അതിന്റെ അടിസ്ഥാന തത്വങ്ങൾ താഴെപ്പറയുന്നവയാണ്.

1. സ്ത്രീ ക്ഷമയുടെ ആൾരൂപമാണ്.
2. ധർമ ചാരിണിയാണ്.
3. വിശുദ്ധയാണ്.
4. ദൈവികതയുള്ളവളാണ്.
5. വീടിനെ ഭരിക്കുന്നവളാണ്.
6. ശക്തിയുടെ ഉറവിടമാണ്.
7. പാതിവ്രത്യം സൂക്ഷിക്കേണ്ടവളാണ്.
8. പുരുഷന്റെ ഉപഗ്രഹമായി ജീവിക്കേണ്ടവളാണ്.
9. പുരുഷനെ ആനന്ദിപ്പിക്കേണ്ടവളാണ്.
10. പുരുഷനെ അനുസരിക്കേണ്ടവളാണ്.
11. കുട്ടികൾക്കുവേണ്ടി ജീവിക്കേണ്ടവളാണ്.
12. ഉത്തമയായ കുടുംബിനിയാണ്.
13. ഭൂമിയെപ്പോലെ ഉള്ളവളാണ്.

ഇത്തരത്തിൽ വളർന്നുവരുന്ന ഒരു ആശയമണ്ഡലം സ്ത്രീയെ കൂടുതൽ അടിമപ്പെടുത്തുന്നു. അവളുടെ ആശ്രിതത്വത്തെ ശക്തിപ്പെടുത്തുന്നു. പ്രാചീന ഇന്ത്യൻ സമൂഹങ്ങളിൽ വിശേഷിച്ചും ജനകീയ സാംസ്കാരിക പാരമ്പര്യങ്ങളിൽ കുറെക്കൂടി അയവേറിയ കുടുംബപശ്ചാത്തലം ഉണ്ടായിരുന്നു. അധഃസ്ഥിത ജാതിസമൂഹങ്ങളിലെ സ്ത്രീകൾ ഉപരിജാതി സമൂഹങ്ങളിലെ സ്ത്രീകളെക്കാൾ ഗാർഹികസ്വാതന്ത്ര്യം അനുഭവിച്ചിരുന്നുവെന്നതിന് ചരിത്രപരമായ ധാരാളം തെളിവുകളുണ്ട്. കേരളീയ സ്ത്രീത്വത്തിന്റെ രാഷ്ട്രീയപ്രതീകങ്ങളായി പലപ്പോഴും ഉയർത്തിക്കാണിക്കുന്നത് ഉപരിജാതി സമൂഹങ്ങളിലെ സ്ത്രീകളെയാണ്. വിശേഷിച്ചും നമ്പൂതിരി-നായർ സ്ത്രീകളെ. നവോത്ഥാനത്തിന് മുമ്പുള്ള കാലഘട്ടങ്ങളിൽ അധഃസ്ഥിത സ്ത്രീകൾ ഗൃഹാന്തരീക്ഷത്തിൽ പ്രായേണ ജനാധിപത്യപരമായ ആൺ പെൺ ബന്ധം നിലനിർത്തിയിരുന്നുവെന്നതിന് മതിയായ തെളിവുകളുണ്ട്. എന്നാൽ പൊതുസമൂഹത്തിൽനിന്നും അവൾ അകറ്റിനിർത്തപ്പെട്ടു. സവർണരാൽ നിയന്ത്രിക്കപ്പെടുന്ന ക്ഷേത്രങ്ങളിൽനിന്നും ക്ഷേത്രവഴികളിൽനിന്നും അവൾ നിർദയം അകറ്റിനിർത്തപ്പെട്ടു. അയിത്താചരണത്തിന്റെ തുടലുകൾ അവളുടെ പാദങ്ങളെ ബന്ധിച്ചു. സാമൂഹിക പിന്നോക്കാവസ്ഥയുടെ നുകംകൊണ്ട് അവളുടെ ചുമലുകൾ ഞെരിഞ്ഞമർന്നു. വിദ്യാഭ്യാസസാഹചര്യങ്ങൾ നിഷേധിക്കപ്പെട്ടു. കൂലി അടിമത്തത്തിന്റേയും ലൈംഗികപീഡനത്തിന്റെയും യാതനകൾ അവളുടെ ജീവിത വേദനകളെ തീക്ഷ്ണമാക്കി. വെള്ളക്കാർ അവരുടെ വർണവിവേചനനയം കറുത്തവർഗക്കാരുടെ മേൽ അടിച്ചേൽപ്പിച്ചതിന് സമാനമായിരുന്നു ഇത്. ഇന്ത്യൻ സമൂഹത്തിലെ അധഃസ്ഥിത ജാതീയസമൂഹങ്ങൾ സഹസ്രാബ്ദങ്ങളായി അനുഭവിച്ചുപോരുന്നതാണ് ജാതിമർദനം. എന്നാൽ ഈ ജാതീയവും സാമൂഹിക-സാമ്പത്തികപരവുമായ മർദനങ്ങളുടെ തീക്ഷ്ണത ഗാർഹികാന്തരീക്ഷത്തിലെ പരിമിതമായ ജനാധിപത്യവൽക്കരണത്തെ നിഷ്പ്രഭമാക്കുകയാണുണ്ടായത്.

ഉപരിജാതികളിലെ സ്ത്രീകൾ സഞ്ചാരസ്വാതന്ത്ര്യം നിഷേധിക്കപ്പെട്ട് കുടുംബാന്തരീക്ഷത്തിൽ തളയ്ക്കപ്പെടുമ്പോഴും പ്രാന്തീയ സമൂഹങ്ങളിലെ സ്ത്രീകൾ പുറത്ത് ജോലിചെയ്യുന്നതിൽനിന്നും വിലക്കപ്പെട്ടിരുന്നില്ല. നമ്പൂതിരി സമൂഹത്തിലെ സ്ത്രീകളിൽ നല്ലൊരുഭാഗവും ആജീവനാന്ത കന്യകകളാവാൻ വിധിക്കപ്പെട്ടപ്പോൾ പ്രാന്തീയസമൂഹങ്ങളിലെ സ്ത്രീകൾക്ക് വിധവാ വിവാഹം അനുവദിക്കപ്പെട്ടിരുന്നു. അധഃസ്ഥിത സമൂഹങ്ങളിലെ സ്ത്രീകൾ അനുഭവിച്ചത് കൂടുതലും ഉപരിസമൂഹം അടിച്ചേൽപ്പിച്ച സാമ്പത്തിക-സാമൂഹിക മർദനങ്ങളും പുരുഷാധിപത്യവുമാണ്. അതുകൊണ്ടുതന്നെ നവോത്ഥാനാനന്തരസമൂഹത്തിലെ പല സാമുദായിക-സ്ത്രീ നിയമ പരിഷ്കരണങ്ങളും ഉപരിജാതി സമൂഹത്തിലെ സ്ത്രീകളെ ലക്ഷ്യം വെച്ചായിരുന്നു.

ഈ ഉദാഹരണങ്ങളിൽനിന്നുതന്നെ ഗാർഹിക പരിസരത്തിലെ സ്ത്രീ സ്വാതന്ത്ര്യവും സാമൂഹിക പരിസരത്തിലെ സ്ത്രീസ്വാതന്ത്ര്യവും തമ്മിലുള്ള അന്തരം സ്പഷ്ടമാണ്. ഹിന്ദുസമൂഹത്തിലെ കുടുംബനിയമങ്ങളും അനുശാസനങ്ങളും ഉപരിജാതികളിൽ മാത്രം പ്രസക്തമായിരുന്നതിനാൽ ഗാർഹികമായ സ്വാതന്ത്ര്യം ഒരതിരുവരെ അധഃസ്ഥിത സമൂഹത്തിലെ സ്ത്രീകൾ അനുഭവിച്ചിരുന്നു. ആഗോളവൽക്കരണ കാലഘട്ടത്തിലെ ശാസ്ത്ര-സാങ്കേതിക പുരോഗതിയുടെ വർണപ്പകിട്ടുകൊണ്ടൊന്നും മറയ്ക്കാൻ കഴിയാത്ത വൈരൂപ്യമാണ് ഇന്നും മധ്യവർഗ സമൂഹങ്ങളിലെ സ്ത്രീ പുരുഷ ബന്ധങ്ങളിൽ തെളിഞ്ഞുനിൽക്കുന്നത്. സാമൂഹിക-പൗര സ്വാതന്ത്ര്യങ്ങളും വിദ്യാഭ്യാസ-തൊഴിൽ സാഹചര്യങ്ങളും രാഷ്ട്രീയരംഗത്തെ സ്ത്രീ പ്രാതിനിധ്യവും മറ്റും ഗാർഹികരംഗത്തെ ലിംഗാധിനിവേശത്തിൽനിന്നും സ്ത്രീയെ സ്വതന്ത്രയാക്കുന്നതിന്റെ ഉപാധികളല്ല.

ഇവിടെയാണ് മാർക്സിസത്തിന്റെ ലിംഗനീതി സങ്കൽപ്പത്തിന്റെ ശാസ്ത്രീയത വ്യക്തമാകുന്നത്. വർഗഘടനയും സാമൂഹിക ബന്ധങ്ങളുമാണ് ലിംഗനീതിയെയും ഗാർഹികരംഗത്തെ സ്ത്രീ പുരുഷ ബന്ധങ്ങളെയും ആത്യന്തികമായി നിർണയിക്കുന്നതെങ്കിലും കുടുംബഘടനയുടെ സംവർഗപരമായ സവിശേഷതകൾ വളരെയധികം പ്രാധാന്യമുള്ളതാണ്. വർഗസമരത്തിന് കീഴ്പ്പെടുത്തിക്കൊണ്ടുള്ള ജനാധിപത്യപരമായ കുടുംബബന്ധങ്ങൾക്കും ലിംഗനീതിക്കും വേണ്ടിയുള്ള സവിശേഷമായ ജനാധിപത്യ പരിശ്രമങ്ങളിലൂടെയാണ് ആത്യന്തികമായി സ്ത്രീസ്വാതന്ത്ര്യം സംരക്ഷിക്കപ്പെടുക. ഇത്തരം പരിശ്രമങ്ങൾ സ്ത്രീയുടെ വ്യക്തിത്വത്തെയും സ്വത്വത്തെയും മാത്രമല്ല പുനർനിർമിക്കുന്നത്. മറിച്ച് ചരിത്രപരവും സാമൂഹികവുമായ സാഹചര്യങ്ങളാൽ മുരടിച്ചുപോയ പുരുഷസർഗാത്മകതയെയും സാമൂഹിക ബോധത്തെയും അവന്റെ ഇരുളടഞ്ഞ കുടുംബാന്തരീക്ഷത്തിൽനിന്നും പുനരുജ്ജീവിപ്പിച്ച് പ്രകാശമാനമാക്കാൻ സഹായിക്കുന്നു. സ്ത്രീ- പുരുഷ ബന്ധത്തിലെ നിരുപാധികമായ ജനാധിപത്യവൽക്കരണവും സാമൂഹിക-രാഷ്ട്രീയ മണ്ഡലത്തിലെ ജനാധിപത്യ പ്രവർത്തനങ്ങളും കുടുംബത്തിനുള്ളിലെ ജനാധിപത്യപ്രവർത്തനങ്ങളും സ്ത്രീയുടെ എല്ലാവിധത്തിലുള്ള പുരോഗതിയെയും അടിസ്ഥാനപരമായി ശക്തിപ്പെടുത്തുന്നതാണ് എന്ന കാര്യത്തിൽ തർക്കമുണ്ടാവാൻ വഴിയില്ല.

ചൂഷകവർഗത്തിന്റെ പ്രത്യയശാസ്ത്രം സർവമേഖലകളിലും വ്യാപിച്ചുകിടക്കുകയാണ്. ചൂഷകവർഗ പ്രത്യയശാസ്ത്രത്തിന്റെ ഈ വ്യാപനം ആണ് സ്ത്രീകളെ അടിമത്തത്തിൽ തളച്ചിടുന്നതിൽ മുഖ്യപങ്കുവഹിക്കുന്നത്. സ്ത്രീകളെ അപമാനവീകരിക്കുന്നതിൽ എല്ലാ ചൂഷകവർഗ പ്രത്യയശാസ്ത്രങ്ങളും ഒറ്റക്കെട്ടാണ്. ഈ ചൂഷകവർഗപ്രത്യയശാസ്ത്രങ്ങൾക്കകത്താണ്, പൊതുസമൂഹത്തിന്റെ മൂല്യബോധം, സൗന്ദര്യബോ

ധം, ഭാഷ, ആചാരാനുഷ്ഠാനങ്ങൾ, ജീവിതദർശനം, ലൈംഗിക സങ്കൽപ്പങ്ങൾ, കുടുംബബന്ധങ്ങൾ എന്നിവ നിലനിൽക്കുന്നത്. പ്രത്യയശാസ്ത്രത്തിന്റെ ഈ വിവിധ രൂപങ്ങളെ പ്രശ്നവൽക്കരിക്കാതെ സ്ത്രീ പ്രസ്ഥാനത്തിനു മുന്നോട്ടുപോവാൻ കഴിയില്ല.

നന്മ–തിന്മകളെക്കുറിച്ചും ശരി–തെറ്റുകളെക്കുറിച്ചും സാമാന്യബോധമായി നിൽക്കുന്ന ആശയങ്ങളെയാണ് പൊതുവിൽ മൂല്യബോധം എന്നുപറയുന്നത്. എന്നാൽ യഥാർഥത്തിൽ ഒരു നിർദിഷ്ട സമൂഹത്തിലെ വർഗതാൽപ്പര്യങ്ങളെ സംരക്ഷിക്കുന്ന പ്രത്യയശാസ്ത്ര ഉപകരണത്തിന്റെ ഭാഗമാണ് മൂല്യബോധം. ഈ മൂല്യബോധമാണ് സ്ത്രീസമൂഹത്തെ നൂറ്റാണ്ടുകളോളം ചവിട്ടിമെതിച്ചത്. ഈ മൂല്യബോധമാണ് സതി സമ്പ്രദായത്തിന് പൊതുസമൂഹസമ്മതി നേടിക്കൊടുത്തതും ദേവദാസി സമ്പ്രദായവും ഭ്രഷ്ടും നരഹത്യയും സ്ത്രീസമൂഹത്തിനുമേൽ അടിച്ചേൽപ്പിച്ചതും.

നമ്മുടെ പുരുഷതാരസങ്കൽപ്പങ്ങൾ ഇന്നു നിലകൊള്ളുന്നത് ഈ സ്ത്രീവിരുദ്ധാശയങ്ങളുടെ പിൻബലത്തിലാണ്. ഒരു സമൂഹത്തിന്റെ പ്രത്യയശാസ്ത്ര ബോധത്തിനകത്തു തന്നെയാണ് അതിന്റെ സൗന്ദര്യസങ്കൽപ്പങ്ങൾ രൂപംകൊള്ളുന്നത് സ്ത്രീയെ ഭോഗവസ്തുവാക്കി അധ:പതിപ്പിക്കുന്ന സൗന്ദര്യസങ്കൽപ്പമാണ് നമ്മുടെ പൊതുസമൂഹവും അതിന്റെ വിവിധ സാംസ്കാരികരൂപങ്ങളും പേറുന്നത്. ഇതിഹാസങ്ങളും പുരാണങ്ങളും അതിന്റെ കൃത്യമായ ഉദാഹരണങ്ങളാണ്. ഹിന്ദുത്വത്തിന്റെ ദൈവിക സങ്കൽപ്പങ്ങൾപോലും ഇത്തരത്തിലുള്ള ഭോഗാത്മക ലൈംഗികതയുടെ ഉദാഹരണങ്ങളാണ്. സ്ത്രീകളെ സംബന്ധിക്കുന്ന മൂല്യസങ്കൽപ്പങ്ങളും സൗന്ദര്യമാനദണ്ഡങ്ങളും ഒരിക്കലും സ്ത്രീസമൂഹം രൂപപ്പെടുത്തിയതല്ല എന്നതാണ് പ്രധാനം. പുരുഷാധികാരത്തിന്റെ ഭാഗമായി അടിച്ചേൽപ്പിക്കപ്പെട്ടതാണിത്. ലിംഗവിവേചനമാണതിന്റെ ആസ്പദം; സ്വകാര്യസ്വത്തുടമാ ബന്ധമാണതിന്റെ അടിത്തറ. സ്ത്രീകൾക്ക് അവരുടെ സർഗാത്മകത, സ്വാതന്ത്ര്യം എന്നിവ നിഷേധിക്കലാണതിന്റെ ഫലം. അതുപോലെതന്നെയാണ് സൗന്ദര്യസങ്കൽപ്പങ്ങളും. സ്ത്രീ സൗന്ദര്യത്തിന്റെ പൊതുമാനങ്ങളെ നിർവചിക്കുന്ന കാവ്യങ്ങളും മറ്റും നാടുവാഴിത്തത്തിന്റെ ഭോഗാത്മകതയെ ആവിഷ്കരിക്കുകയായിരുന്നു.

താത്രിക്കുട്ടിയെപ്പോലുള്ള സ്ത്രീകൾ നമ്മുടെ പൊതുസൗന്ദര്യബോധത്തിന്റെ ഇരകളായിരുന്നു. സ്ത്രീ ആസ്വദിക്കപ്പെടാനുള്ള വിശിഷ്ടഭോജ്യങ്ങളാണെന്നുള്ളതാണ് നമ്മുടെ പരമ്പരാഗത സൗന്ദര്യസങ്കൽപ്പനം. ഈ സൗന്ദര്യബോധമാണ് ശരീരവെളുപ്പിനെ ആദർശവൽക്കരിച്ചുകൊണ്ട്, ദളിത് സ്ത്രീസമൂഹത്തെ തരംതാഴ്ത്തിയത്. ആഗോളീകരണകാലഘട്ടത്തിൽ ശരീരവെളുപ്പും സൗന്ദര്യവും പുതിയമാനങ്ങൾ തേടുന്നു. സ്ത്രീശരീരത്തെ സ്വയം ഉൽപ്പന്നമാക്കുക, മുതലാളിത്തചര

ക്കുകൾ വിറ്റഴിക്കപ്പെടാനുള്ള പ്രചോദനവും ആവേശവുമാക്കി അതിനെ മാറ്റുക, അതിനുവേണ്ടുന്ന പരസ്യരൂപമായി പെണ്ണുടലിനെ രൂപപ്പെടുത്തുക എന്നതാണ് മുതലാളിത്ത തന്ത്രം. സിനിമ, മോഡലിങ്, പരസ്യം, മാധ്യമം, സൗന്ദര്യമത്സരങ്ങൾ തുടങ്ങിയവയിലൂടെയാണ് മുതലാളിത്തം സ്ത്രീശരീരത്തെ ചരക്കുവൽക്കരിക്കുന്നത്. ഇതിന്റെ വിവിധ മാതൃകകൾ തന്നെയാണ് നമ്മുടെ സിനിമകളും സാഹിത്യരൂപങ്ങളും. സ്ത്രീശരീരത്തിനുമേലുള്ള പുരുഷാധികാരത്തെ ആസ്വദിക്കുന്ന രീതിയിലാണ് നമ്മുടെ പ്രധാന സാഹിത്യകൃതികളും മറ്റും രൂപംകൊണ്ടിട്ടുള്ളത്. ഇത്തരത്തിൽ നമ്മുടെ സാംസ്കാരിക മേഖലയിൽ രൂഢമൂലമായിട്ടുള്ള അധിനിവേശ സൗന്ദര്യസങ്കൽപ്പങ്ങളെ പ്രശ്നവൽക്കരിക്കുകയും പൊളിച്ചെടുക്കുകയും പുത്തൻസൗന്ദര്യ സങ്കൽപ്പനങ്ങൾ നിർമിക്കുകയും ചെയ്യുക എന്നത് പ്രധാനമാണ്. സൗന്ദര്യബോധം എന്നുപറയുമ്പോൾ അത് സ്ത്രീയെ സംബന്ധിക്കുന്നതുമാത്രമല്ല. പുരുഷസങ്കൽപ്പം, ഭാഷ, ശിൽപ്പവൈഭവം തുടങ്ങിയവയെല്ലാം തന്നെ പുരുഷാധിഷ്ഠിത സൗന്ദര്യസങ്കൽപ്പത്തിൽ കെട്ടിപ്പടുത്തതാണ്. ഇതിന്റെയെല്ലാം അടിത്തറ പുരുഷാധികാരം വിളംബരം ചെയ്യുന്ന ഫ്യൂഡൽ സൗന്ദര്യസങ്കൽപ്പമാണ്.

ആശയവിനിമയത്തിന്റെ മാധ്യമമാണ് ഭാഷ എന്നത് ഭാഷയെ സംബന്ധിച്ച പഴയ ഒരു നിർവചനമാണ്. ഒരു വർഗാധിഷ്ഠിതസമൂഹത്തിൽ ഭാഷ നിർവഹിക്കുന്ന ഉത്തരവാദിത്വങ്ങൾ വളരെ സങ്കീർണമാണ്. ഭരണകൂടത്തിന്റെ അധികാര ശാസനകളെ ജനങ്ങളിലെത്തിക്കുകയെന്ന പ്രാഥമിക കടമയാണ് ഭാഷ ചരിത്രത്തിൽ നിർവഹിച്ചത്. ചരിത്രവികാസഘട്ടത്തോടെ അതിന്റെ ധർമങ്ങൾ സങ്കീർണമായി. പൊതുബോധത്തിൽ നിലനിൽക്കുന്ന സാമ്പ്രദായികധാരണകളെ സമൂഹത്തിന്റെ ബോധാബോധമനസിൽ ആഴത്തിൽ പതിപ്പിക്കുകയെന്ന ധർമമാണത് നിർവഹിച്ചത്. സ്ത്രീ പുരുഷ വിവേചനത്തിന്റെയും വർഗവിഭജനത്തിന്റെയും മികച്ച ദൃഷ്ടാന്തമാണ് ഭാഷ. പ്രാചീന ഇന്ത്യയിൽ സ്ത്രീകൾക്ക് സംസ്കൃതം സംസാരിക്കാൻ അവകാശമുണ്ടായിരുന്നില്ല.

ഇന്നും പല ഉത്തരേന്ത്യൻ ഭാഷകളുമെടുത്ത് പരിശോധിച്ചാൽ വ്യക്തമാവുന്ന ഒന്നുണ്ട്. സ്ത്രീകൾക്ക് പ്രത്യേകം വ്യാകരണ നിയമങ്ങളുണ്ടതിൽ. നമ്മുടെ പൊതു വ്യവഹാരഭാഷ പരിശോധിച്ചാൽ അതിലെ സ്ത്രീവിരുദ്ധത ബോധ്യമാവും. നമ്മുടെ പുരാവൃത്തങ്ങൾ, പഴഞ്ചൊല്ലുകൾ എന്നിവ ഇത് സ്പഷ്ടമാക്കുന്നു. സ്ത്രീയെ ആദർശവൽക്കരിക്കുക, സ്ത്രീത്വത്തെ വിഗ്രഹവൽക്കരിക്കുക എന്നീ കീഴ്വഴക്കങ്ങളോടൊപ്പം തന്നെ സ്ത്രീയെ വേശ്യയായും പുറാളിയായും അധഃപതിപ്പിക്കുക എന്നതും ഇതിന്റെ ഭാഗമാണ്. വിധവ, കന്യക, പതിവ്രത തുടങ്ങിയ സവിശേഷ നാമങ്ങളിലൂടെ പുരുഷാധിഷ്ഠിത ഫ്യൂഡൽ അധികാരം അടിച്ചേൽപ്പിക്കപ്പെടുകയായിരുന്നു. സ്ത്രീയെ ഭോഗവസ്തുവായി കാണുന്ന ഒരു ഫ്യൂഡൽ വ്യവസ്ഥയാണ് മേൽപ്പറഞ്ഞ മൂല്യസങ്കൽപ്പങ്ങൾ ഇവിടെ

അടിച്ചേൽപ്പിച്ചത്. ലിംഗപരമായ വിവേചനത്തെ സാധൂകരിക്കുന്നതാണ് പൊതുസമൂഹത്തിൽ നിലനിൽക്കുന്ന മൂല്യസങ്കൽപ്പങ്ങൾ. മതാത്മകപരിവേഷമുള്ളവയാണ് ഇവയിൽ മിക്കതും. എല്ലാ സംഘടിതമതങ്ങളും പൗരോഹിത്യവും സ്ത്രീകൾക്കു നേരെയുള്ള വിവേചനങ്ങളെ ന്യായീകരിച്ചതിന്റെ ചരിത്രാനുഭവം നമുക്കു മുന്നിലുണ്ട്. സ്ത്രീധനംപോലുള്ള പ്രാകൃതാചാരങ്ങളെ നിലനിർത്തുന്ന മൂല്യബോധമാണ് നമ്മുടെ പൊതുസമൂഹത്തിൽ നിലനിൽക്കുന്നത്. സതി, ശീലാവതി തുടങ്ങിയ ആദർശകഥാപാത്രങ്ങളെല്ലാം പുരുഷാധിഷ്ഠിത- സവർണവ്യവസ്ഥയുടെ ഇരകളായിരുന്നു. അത്തരം കഥാപാത്രങ്ങളെ ആദർശ കഥാപാത്രങ്ങളായി സ്വീകരിച്ച വിവേകാനന്ദനും മറ്റും പുരുഷാധിഷ്ഠിത-സവർണ അധികാരത്തെ പിന്തുണയ്ക്കുകയായിരുന്നു. ജീവിതവും സ്വത്വവും നിഷേധിക്കപ്പെട്ട സ്ത്രീകളുടെ നിരവധി ഉദാഹരണങ്ങൾ ഇതിഹാസങ്ങളിലും മറ്റുമുണ്ട്. *മനുസ്മൃതിയും* സംഹിതകളും മറ്റു ഗ്രന്ഥങ്ങളും സ്ത്രീയെ ഗാർഹികവും സാമൂഹികവുമായ അടിമത്തത്തിൽ തളച്ചിടുന്നതിനുവേണ്ടി രൂപംകൊണ്ടവയാണ്. ഈ കാലഹരണപ്പെട്ട സ്ത്രീവിരുദ്ധാശയങ്ങളെ ആധുനികകാലഘട്ടത്തിൽ പുനരവതരിപ്പിക്കാനുള്ള ശ്രമങ്ങളാണ് ഇവിടെ നടക്കുന്നത്. സാഹിത്യം, സിനിമ, വിദ്യാഭ്യാസം, സംസ്കാരം എന്നിവയിലൂടെ ഈ സ്ത്രീവിരുദ്ധാശയങ്ങൾ ഇന്ന് പ്രക്ഷേപിക്കപ്പെടുകയാണ്. സാങ്കേതികമായി നമ്മുടെ സമൂഹം വികാസം പ്രാപിച്ചെങ്കിലും ആന്തരികതലത്തിൽ ഇന്നും സ്ത്രീവിരുദ്ധമായ ആശയങ്ങളാണ് നിലകൊള്ളുന്നത്. സ്ത്രീകൾക്കെതിരായി ഹിന്ദുത്വവാദികൾ നടത്തുന്ന ശരീരാക്രമണങ്ങളെ ന്യായീകരിക്കുന്ന ഒരു പൊതുമനസ്സ് ഇവിടെ രൂപംകൊള്ളുന്നുണ്ടോ എന്ന് സംശയിക്കേണ്ടിയിരിക്കുന്നു. നമ്മുടെ സാംസ്കാരികരൂപങ്ങളിൽ ചിതറിക്കിടക്കുന്ന അധിനിവേശ മൂല്യസങ്കൽപ്പങ്ങളെ പ്രശ്നവൽക്കരിക്കാതെ സ്ത്രീ പ്രശ്നങ്ങൾക്ക് മുന്നോട്ടുപോകാനാവില്ല. സ്ത്രീസമൂഹത്തെ പൊതുവിൽ നിന്ദിക്കുന്ന സംഭാഷണങ്ങൾക്ക് സിനിമാതീയറ്ററിൽ വലിയ സ്വീകാര്യതയാണ്.

വ്യവസ്ഥയുടെ രീതിയിതാണ്. ഇത്തരം സ്ത്രീവിരുദ്ധത നമ്മുടെ സാഹിത്യഭാഷയിലും വ്യവഹാരഭാഷയിലും വ്യാപകമാണ്. പുരുഷാധിഷ്ഠിത വർഗവ്യവസ്ഥയുടെ രുചിയും അഭിരുചിയും ചിഹ്നങ്ങളും രൂപകങ്ങളും വഴക്കങ്ങളും അബോധങ്ങളും പ്രത്യയശാസ്ത്രങ്ങളും ചേർന്നതാണ് നമ്മുടെ പൊതുഭാഷ. ഇത്തരത്തിൽ നമ്മുടെ സാംസ്കാരികതയിലും ഭാഷയിലും ലീനമായ സ്ത്രീവിരുദ്ധതയെ പ്രശ്നവൽക്കരിക്കേണ്ടത് സ്ത്രീപ്രസ്ഥാനങ്ങളുടെ പ്രധാന ഉത്തരവാദിത്വമാണ്.

നഗ്നമായ സ്ത്രീവിരുദ്ധതയാണ് നമ്മുടെ പൊതുസമൂഹത്തിൽ വ്യാപനം ചെയ്യപ്പെട്ട ആചാരാനുഷ്ഠാനങ്ങളിൽ പ്രകടമാവുന്നത്. ഇത്തരം ഹീനമായ ആചാരാനുഷ്ഠാനങ്ങളെ എതിർത്തുകൊണ്ടാണ് നമ്മുടെ നവോത്ഥാന-ദേശീയ-പുരോഗമനപ്രസ്ഥാനങ്ങൾ വളർന്നുവന്നത്.

സവർണഹിന്ദുത്വത്തിന്റെ അധീശത്വം അടിച്ചേൽപ്പിക്കപ്പെടുന്ന ആചാരാനുഷ്ഠാനങ്ങൾ ഇന്നും നമ്മുടെ സമൂഹത്തിൽ പ്രബലമാണ്. കീഴാളത്ത-ജനകീയ ആചാരങ്ങളുടെയും മറ്റു മർദിതവർഗസംസ്കാരങ്ങളുടെയും മേൽ സവർണമേധാവിത്വം അരക്കിട്ടുറപ്പിക്കുകയാണിന്ന്. ഈ പുറാളി വിഭാഗത്തെ ഹിന്ദുത്വവൽക്കരിക്കാനുള്ള ശ്രമവും നടക്കുന്നു. ജനനം, മരണം, വിദ്യാഭ്യാസം, വിവാഹം തുടങ്ങിയവയെല്ലാം മതാധിഷ്ഠിതമായ ആചാരാനുഷ്ഠാനങ്ങളുടെ കൂട്ടിലൊതുക്കുന്നു. ശാസ്ത്രീയവും മതനിരപേക്ഷവും ജനാധിപത്യപരവുമായ ആശയങ്ങളെ തകിടംമറിക്കുകയാണിതിന്റെ ലക്ഷ്യം: സ്ത്രീധനസമ്പ്രദായം പോലുള്ള ഹീനമായ ആചാരങ്ങളെ നമ്മുടെ നവോത്ഥാന നായകർ ശക്തമായ രീതിയിൽ എതിർത്തിരുന്നു. എന്നാലിന്ന് ഈ സമ്പ്രദായത്തിന് പൊതുസമ്മതി ലഭിച്ചിരിക്കയാണ്. വിവാഹത്തെ ആഘോഷമാക്കിമാറ്റുന്നു. മതനിരപേക്ഷവും ജനാധിപത്യപരവുമായ ഒരു വിവാഹ സങ്കൽപ്പം ഇനിയും നാം വളർത്തിക്കൊണ്ടുവന്നിട്ടില്ല. ഇത്തരം ആചാരങ്ങളുടെ ഫലമായി പെൺകുട്ടികൾ കുടുംബത്തിന് ഭാരമായി മാറുന്നു; കുടുംബം ഭീകരമായ സാമ്പത്തിക ഞെരുക്കങ്ങളിൽപ്പെടുന്നു. ആത്മഹത്യകളും കൊലപാതകങ്ങളും നിരന്തരമായ മാനസിക-ശാരീരിക പീഡകളും ലൈംഗികമർദനങ്ങളും തുടരുന്നു. സ്വത്തവകാശത്തിൽ സ്ത്രീകൾക്ക് തുല്യത, വിവാഹബന്ധത്തിൽ ഏർപ്പെടാനും ബന്ധം വിച്ഛേദിക്കാനുമുള്ള തുല്യാവകാശം, കുട്ടികളെ വളർത്തുന്നതിലുള്ള തുല്യപങ്കാളിത്തം തുടങ്ങിയവ നടപ്പാക്കണം. രാഷ്ട്രീയവും സാംസ്കാരികവുമായ എല്ലാ മേഖലകളിലും തുല്യപങ്കാളിത്തവും സ്വാതന്ത്ര്യവും വികസിപ്പിക്കണം. മനുഷ്യാവകാശ പരവും ഭരണഘടനാപരവുമായ അവകാശങ്ങൾക്കുവേണ്ട പ്രക്ഷോഭം ഉയർന്നുവരേണ്ടതുണ്ട്.

ഫ്യൂഡൽ മുതലാളിത്തസമൂഹത്തിന്റെ അധിനിവേശ പ്രത്യയശാസ്ത്രമാണിന്ന് സ്ത്രീബോധത്തിലേക്ക് പ്രക്ഷേപിക്കപ്പെടുന്നത്. സ്ത്രീയെ ആവിഷ്കരിക്കുന്നതും വിലയിരുത്തുന്നതും നിർവചിക്കുന്നതും സ്ത്രീയിൽ വളർന്നുവരുന്നതും ഇത്തരം അവമാനവീകരിക്കപ്പെട്ട ബോധമാണ്. പുരുഷന്റെ ഉപഗ്രഹമാവാനും പുരുഷവികാരങ്ങൾ സഫലമാക്കാനും പുരുഷജീവിതം പൂർണമാക്കാനുമുള്ളതാണ് സ്ത്രീജന്മമെന്ന ബോധത്തിന്റെ വിവിധരൂപങ്ങൾ വിന്യസിക്കപ്പെടുന്നു. സിനിമ, സീരിയൽ, പ്രസിദ്ധീകരണങ്ങൾ തുടങ്ങി എല്ലാ സാംസ്കാരിക തുറസുകളിലും ഇതിന്റെ വിന്യാസം കാണാം. വിവാഹം കഴിക്കുക, മാതാവാവുക എന്നിവയാണ് സ്ത്രീയുടെ ഏറ്റവും അടിസ്ഥാനലക്ഷ്യങ്ങളെന്നും അവളുടെ സ്ഥാനം അടുക്കളയിലും കിടപ്പറയിലുമാണെന്നുമുള്ള ധാരണ ശക്തിപ്പെടുന്നു. സാമൂഹികവും സർഗാത്മകവുമായ അസ്തിത്വത്തെ നിഷേധിക്കുന്ന പ്രവണതയാണിത്. വളർന്നുവരുന്ന മൂലധനാധിഷ്ഠിതവും ഉപഭോഗാധിഷ്ഠിതവുമായ സംസ്കാരങ്ങൾക്കനുസരിച്ചാണിന്ന്

പെൺകുട്ടികൾ വളർത്തപ്പെടുന്നത്. സാമൂഹികവും മാനസികവുമായ പ്രസ്ഥാനങ്ങളിൽനിന്നുമകന്ന് ധനാധിഷ്ഠിതവും കുടുംബമാത്രാധിഷ്ഠിതവുമായ ഒരു ജീവിതദർശനമാണിന്ന് വളർന്നുവരുന്നത്. നമ്മുടെ വിദ്യാലയങ്ങൾ മാധ്യമം തുടങ്ങിയവയും ഇതിന്റെ പരിശീലനകേന്ദ്രങ്ങളാണ്. കമ്പോള സംസ്കാരത്തിന്റെ ഇരകളാക്കപ്പെടുന്നതിൽ പ്രധാനം സ്ത്രീകളാണ്. സ്ത്രീയുടെ അഭിരുചിയെ കമ്പോളത്തിനനുസൃതമായി രൂപപ്പെടുത്തുകയും വളർത്തുകയും ചെയ്യുകയെന്നതാണ് മൂലധനതന്ത്രം. ആഗോളീകരണകാലഘട്ടത്തിൽ സ്ത്രീശരീരം സ്വയം ഒരു ചരക്കും യഥാർഥ ചരക്കുകൾക്കു വേണ്ടിയുള്ള പരസ്യലോകത്തിലെ പ്രചോദനവും കമ്പോളത്തിന്റെ ഇരയുമാണ്.

ടൂറിസത്തിന്റെ വ്യാപനത്തോടെ സ്ത്രീശരീരം കൂടുതൽ ചരക്കുവൽക്കരിക്കപ്പെടുന്നു. ഇന്ത്യൻ ടൂറിസത്തെപ്പറ്റി പ്രതിപാദിക്കുന്ന ഇന്റർനാഷണൽ ബ്രോഷറുകളിൽ കേരളത്തിലെ സ്ത്രീശരീരം വിന്യസിക്കപ്പെടുന്നത് ഈ രീതിയിലാണ്. സെക്സ് ടൂറിസത്തിന്റെ വ്യാപനം ആശങ്കാജനകമാണ്. സ്ത്രീശരീരത്തെ കമ്പോളവൽക്കരിക്കുന്നതിന്റെ ഭാഗമായി ആരോഗ്യവ്യവസായം ഇന്നു തടിച്ചുകൊഴുക്കുന്നു. ഗർഭധാരണം, പ്രസവം ഇവയെയെല്ലാം ചരക്കുവൽക്കരിക്കാനുള്ള ശ്രമങ്ങൾ നടക്കുന്നു. സ്ത്രീ ഒരു ശരീരം മാത്രമാണെന്ന ധാരണ വളർത്തുകയാണ് മുതലാളിത്തം ചെയ്യുന്നത്. ഇന്റർനെറ്റിന്റെയും വിവരസാങ്കേതിക വിദ്യയുടെയും മേഖലയിലുണ്ടായ വളർച്ച സാംസ്കാരികതയുടെ ഒരു വികാസഘട്ടംതന്നെയാണ്. പക്ഷേ, ഈ മേഖല, സ്ത്രീ ഉടലിനേയും അവളുടെ അധ്വാനശക്തിയെയും ചൂഷണം ചെയ്യുന്ന മേഖലയായി മാറുന്നു. മുതലാളിത്തത്തിനനുകൂലമായി വാചാലരാവാനും പുരോഗമനപ്രസ്ഥാനങ്ങളെ നിരാകരിക്കാനും വേണ്ടി ആധുനിക മുതലാളിത്തമാധ്യമം പെൺകുട്ടികളെ വൻതോതിൽ ഉപയോഗപ്പെടുത്തുന്നു. സമൂഹത്തിന്റെ പൊതുബോധത്തെ ഉപയോഗപ്പെടുത്തിയാണ് ഇത് സംഭവിക്കുന്നത്.

മുതലാളിത്ത അണുകുടുംബവ്യവസ്ഥ, മുതലാളിത്തത്തിന്റെ മൂലധനതാൽപ്പര്യത്തിനു വഴങ്ങുന്ന ഒന്നാണ്. അതനുസരിച്ച് ചരക്കുകൾ കൂടുതൽ വിറ്റഴിക്കുന്നു. ഗൃഹനിർമാണവസ്തുക്കൾ, ഗാർഹിക ഉപകരണങ്ങൾ, ആഹാരം, സാങ്കേതിക സൗകര്യങ്ങൾ എന്നിവ കൂടുതൽ വിപണനം ചെയ്യപ്പെടുന്നു. ഇൻഷൂറൻസ്, സേവിങ്സ്-ബാങ്കിങ് മേഖലകൾ വികസിക്കുന്നതും അണുകുടുംബവുമായി ബന്ധപ്പെട്ടതാണ്. പഴയ കൂട്ടുകുടുംബവ്യവസ്ഥയുടെ തകർച്ച വ്യക്തികളിൽ കൂടുതൽ അന്യവൽക്കരണവും അരക്ഷിതാവസ്ഥയും വളർത്തിയെടുത്തിരിക്കുന്നു. ഇത് മൂലധനശക്തികൾക്കും ഗുണകരമായി മാറുന്നു. പഴയ കൂട്ടുകുടുംബവ്യവസ്ഥയിൻകീഴിൽ സ്ത്രീകളുടെ അധ്വാനഭാരം ഇരട്ടിയായിരുന്നു. ഭർത്താവുൾപ്പെടെയുള്ള നിരവധി പുരുഷന്മാർക്കുവേണ്ടി അവൾ സേവനം ചെയ്യേണ്ടിയിരുന്നു. അതുകൊണ്ടുതന്നെ ഫ്യൂഡൽ കുടുംബം/മുതലാ

ളിത്ത അണുകുടുംബം എന്ന ദ്വന്ദ്വത്തിനപ്പുറമുള്ള ഒരു ജനാധിപത്യ കുടുംബസങ്കൽപ്പം ഉയർന്നുവരേണ്ടതുണ്ട്.

മുതലാളിത്ത കുടുംബം പുരുഷാധികാരത്തിലധിഷ്ഠിതമാണ്. സ്വതന്ത്രമായ വ്യക്തിത്വം സ്ത്രീക്ക് നിഷേധിക്കുന്ന അന്തരീക്ഷമാണ് കുടുംബത്തിൽ നിലനിൽക്കുന്നത്. മതവിശ്വാസം, ഫ്യൂഡൽ-മുതലാളിത്ത മൂല്യങ്ങൾ ഇവയെല്ലാം സ്ത്രീക്കുമേൽ അടിച്ചേൽപ്പിക്കപ്പെടുകയാണ്. കുട്ടിക്കാലത്തുതന്നെ സ്ത്രീയെന്ന നിലയിലുള്ള സാംസ്കാരികവും പ്രത്യയശാസ്ത്രപരവുമായ നിർമിതി നടക്കുന്നുണ്ട്. ഇതിനെതിരായ ഒരു ജനാധിപത്യ-സോഷ്യലിസ്റ്റ് സംസ്കാരം വളർത്തിയെടുക്കേണ്ടതുണ്ട്. വിദ്യാലയങ്ങളിൽ ശാസ്ത്രീയമായ ലൈംഗികവിദ്യാഭ്യാസം നടപ്പാക്കേണ്ടതുണ്ട്. ആൺ-പെൺ കൂട്ടായ്മയിലൂടെ പാചകം പോലുള്ള വിഷയങ്ങൾ പഠനത്തിന്റെ ഭാഗമായി മാറണം. ലോക സ്ത്രീപ്രസ്ഥാനങ്ങളെക്കുറിച്ചുള്ള ചരിത്രപരവും സൈദ്ധാന്തികവുമായ അറിവുകളും നമുക്കാർജിക്കേണ്ടതുണ്ട്. ഒപ്പം വിപുലമായ സ്ത്രീസാഹിത്യം വായിക്കുകയും ചർച്ചചെയ്യപ്പെടുകയും വേണം.

7

ജനാധിപത്യവും പൗരസമൂഹവും

ആധുനിക രാഷ്ട്രസങ്കൽപ്പത്തിന്റെ അടിസ്ഥാനഘടകമാണ് പൗരസമൂഹം. രാഷ്ട്രത്തിന്റെ അടിസ്ഥാനശിലയായിട്ടാണ് പൗരസമൂഹത്തെ പരിഗണിക്കുന്നത്. പൗരന്മാർക്ക് നീതിനിഷ്ഠവും ജനാധിപത്യപരവുമായ ഒരു ജീവിതം നയിക്കാൻ ആവശ്യമായതെല്ലാം സൃഷ്ടിക്കുക എന്നതാണ് ആധുനികസമൂഹത്തിൽ രാഷ്ട്രത്തിന്റെ മുഖ്യധർമം. ഇതിനുവേണ്ടുന്ന സാഹചര്യങ്ങളെയും അവസരങ്ങളെയും പൊതുവിൽ പൗരാവകാശങ്ങൾ എന്നുവിളിക്കുന്നു. പ്രശസ്ത രാഷ്ട്രീയചിന്തകനായ ഹാരോൾഡ് ലാസ്കി ഇങ്ങനെ പറയുന്നു;

> രാഷ്ട്രങ്ങൾ അറിയപ്പെടുന്നത് അവ പ്രദാനം ചെയ്യുന്ന അവകാശങ്ങളുടെ പേരിലാണ്. പൗരന്മാർക്ക് അവകാശങ്ങൾമാത്രമല്ല കടമകളുമുണ്ട്. രാഷ്ട്രത്തിനോട് പ്രതിബദ്ധതയുള്ളവരാണ് പൗരന്മാർ. അവർ രാഷ്ട്രത്തിന്റെ അടിസ്ഥാനങ്ങളായ ഭരണഘടനയും നിയമവാഴ്ചയും മറ്റ് ജനാധിപത്യസ്ഥാപനങ്ങളുടെ കീഴ് വഴക്കങ്ങളും മറ്റും അനുസരിക്കാൻ ബാധ്യസ്ഥരാണ്. എന്നാൽ ഈ അനുസരണ എന്നുപറയുന്നത് മുകളിൽനിന്നും അടിച്ചേൽപ്പിക്കപ്പെടുന്നതല്ല. അനുസരണ കാണിക്കുവാൻവേണ്ടി അല്ല പൗരസമൂഹം നിലനിൽക്കുന്നത്. രാഷ്ട്രത്തിന്റെയും പൗരസമൂഹത്തിന്റെയും നിലനിൽപ്പ് എന്നത് അവിഭാജ്യമാണ്. ഒന്നിനെ മറ്റൊന്നിൽനിന്നും അടർത്തിക്കാണാൻ കഴിയുകയില്ല. മുഴുവൻ സമൂഹത്തിന്റെയും ക്ഷേമത്തിനുവേണ്ടിയാണ് പൗരസമൂഹം നിലനിൽക്കുന്നത്. പൗരസമൂഹം രാഷ്ട്രത്തോടുകാണിക്കുന്ന പ്രതിബദ്ധത രാഷ്ട്രം തിരിച്ച് പൗരസമൂഹത്തോടും കാണിക്കേണ്ടതു

ണ്ട്. എല്ലാ വ്യക്തികൾക്കും മാനസികവും ശാരീരികവും സാംസ്കാരികവുമായി പൂർണമായി വികസിക്കാനുള്ള എല്ലാ സാഹചര്യങ്ങളും പ്രദാനം ചെയ്യുക എന്നതും പൗരന്മാർക്ക് നിയമപരിരക്ഷ നൽകുക എന്നതും രാഷ്ട്രത്തിന്റെ ആത്യന്തികധർമങ്ങളാണ്.

അങ്ങനെ രാഷ്ട്രവും പൗരസമൂഹവും സംഘർഷങ്ങളില്ലാതെ പരസ്പരസഹകരണത്തിന്റെ മേഖലയിൽ പ്രവർത്തിക്കുന്ന ഒരു സാമൂഹ്യവ്യവസ്ഥയാണ് ജനാധിപത്യവ്യവസ്ഥ. രാഷ്ട്രവും പൗരസമൂഹവും തമ്മിലുള്ള സംഘർഷം ജനാധിപത്യത്തെ ദുർബലപ്പെടുത്തുന്നു. വ്യക്തികളുടെയും പൗരസമൂഹത്തിന്റെയും താൽപ്പര്യങ്ങൾ ഒരിക്കലും പരസ്പരം ഏറ്റുമുട്ടാൻ പാടുള്ളതല്ല. പൊതുവായ ക്ഷേമത്തിനും പുരോഗതിക്കും വേണ്ടി വ്യക്തികൾ നിലകൊള്ളുന്ന ആരോഗ്യകരമായ സാമൂഹ്യവ്യവസ്ഥയാണ് ജനാധിപത്യത്തിന്റെ അടിത്തറ. ഒരു വ്യക്തിക്ക് തന്റെ യഥാർഥ വ്യക്തിത്വം പ്രകാശിപ്പിക്കാനും വികസിപ്പിക്കാനും അത്യന്താപേക്ഷിതമായ സാമൂഹ്യവും രാഷ്ട്രീയവും സാംസ്കാരികവുമായ പരിതസ്ഥിതികളെ പൊതുവിൽ അവകാശങ്ങൾ എന്നു നിർവചിക്കാം. ഏതൊരുവ്യക്തിയുടെയും സമൂഹത്തിന്റെയും അടിസ്ഥാനപരമായ അവകാശം എന്നത് ജീവിക്കാനുള്ള അവകാശമാണ്. കാരണം മനുഷ്യരുടെ ഭൗതികമായ അസ്തിത്വം ഉറപ്പുവരുത്തിയില്ലെങ്കിൽ അവരുടെ വളർച്ചയും വികാസവും മറ്റു കഴിവുകളും എല്ലാം തന്നെ വെറുമൊരുസങ്കൽപ്പം മാത്രമാവുമല്ലോ. അതുകൊണ്ടാണ് ജീവിതത്തിനുള്ള അവകാശം അഥവാ ജീവിക്കാനുള്ള അവകാശം ഏറ്റവും അടിസ്ഥാനപരമാണെന്ന് പറയുന്നത്. അവകാശമെന്നാൽ സ്വന്തം ഇച്ഛകളെയും അഭിലാഷങ്ങളെയും തൃപ്തിപ്പെടുത്താനുള്ള അധികാരമാണ്. വ്യക്തികൾക്ക് ജൈവപരമായ അധികാരമുണ്ട്. ഈ ജൈവപരമായ അധികാരത്തെ സംരക്ഷിക്കുക എന്നതാണ് ജനാധിപത്യവ്യവസ്ഥയിൽ ഭരണകൂടത്തിന്റെ കടമ എന്നുപറയുന്നത്. ഒരു വ്യക്തിയുടെ എല്ലാ അഭിലാഷങ്ങളും ന്യായയുക്തമാവണമെന്നില്ല. പൊതുസമൂഹത്തിന് ദ്രോഹകരമാവാത്ത വ്യക്തികളുടെ ജൈവപരമായ അഭിലാഷങ്ങളെയും താൽപ്പര്യങ്ങളെയും പരിരക്ഷിക്കേണ്ടത് ജനാധിപത്യവ്യവസ്ഥയിൽ രാഷ്ട്രത്തിന്റെ കടമയാണ്. പൊതുസമൂഹത്തിന്റെ താൽപ്പര്യവുമായി ഏറ്റുമുട്ടാത്ത അഭിലാഷങ്ങളെ അവകാശങ്ങളെന്നുവിളിക്കാം. എന്നാൽ അതേസമയംതന്നെ വ്യക്തികളുടെ വ്യക്തിസ്വാതന്ത്ര്യത്തെ അടിസ്ഥാനപരമായി പരിക്കേൽപ്പിക്കാത്ത താൽപ്പര്യങ്ങളെ മാത്രമേ പൊതുതാൽപ്പര്യമെന്ന് വിശേഷിപ്പിക്കാൻ പറ്റുകയുള്ളൂ.

എല്ലാത്തരം അവകാശങ്ങളും യുക്തിബോധത്തിലും ധാർമികതയിലും അധിഷ്ഠിതമായിരിക്കണം എന്നതാണ് ജനാധിപത്യത്തിന്റെ അന്തഃസത്ത. മറ്റുള്ളവരെ നശിപ്പിക്കാനോ സ്വയം നശിക്കാനോ വ്യക്തികൾക്ക് അവകാശമില്ല. അതുകൊണ്ടാണ് നിയമങ്ങൾ നടപ്പാക്കാനുള്ള

അധികാരം രാഷ്ട്രത്തിലും അതിന്റെ ഏജൻസികളിലും നിക്ഷിപ്തമായിരിക്കുന്നത്. അതുകൊണ്ടാണ് ആത്മഹത്യയും വധവും നിയമവിരുദ്ധമാണെന്ന് പറയുന്നത്. ആത്മഹത്യചെയ്യാനുള്ള ഒരു വ്യക്തിയുടെ ആഗ്രഹത്തെ വ്യക്തിപരമായ അവകാശമായി കാണാൻകഴിയില്ല. ആത്മഹത്യചെയ്യാൻ വ്യക്തിക്ക് അവകാശമില്ല. കാരണം അത് അയുക്തിപരവും ധാർമികതക്ക് നിരക്കാത്തതുമാണ്. എന്നാൽ ജീവിക്കാനുള്ള അവകാശം മൗലികമായ വ്യക്തിസ്വാതന്ത്ര്യമാണ്. കാരണം അത് യുക്തിക്ക് നിരക്കുന്നതാണ്. അത് ധാർമികതയ്ക്ക് നിരക്കുന്നതുമാണ്. എല്ലാ വ്യക്തികൾക്കും മാർഗദർശകമായ അവകാശങ്ങളായിരിക്കണം വ്യക്തിപരമായ അവകാശങ്ങൾ. എന്നാൽ അതേസമയംതന്നെ പഴഞ്ചൻ വിശ്വാസങ്ങളും ആചാരങ്ങളും നിലനിൽക്കുന്ന ഒരു സമൂഹത്തിൽ അവയെയെല്ലാംതന്നെ കാലാനുസൃതമായി പരിഷ്കരിക്കാനും മാറ്റാനും പ്രേരിപ്പിക്കുന്നതായിരിക്കണം മൗലികാവകാശങ്ങൾ. ഉദാഹരണത്തിന് ആരാധനാസ്വാതന്ത്ര്യവും വിശ്വാസസ്വാതന്ത്ര്യവും മൗലികാവകാശങ്ങളാണ്. എന്നാൽ ഈ അവകാശങ്ങൾ ഒരിക്കലും മറ്റൊരുവ്യക്തിയുടെ അതേ സ്വാതന്ത്ര്യത്തെത്തന്നെ ഹനിക്കുവാൻ പാടുള്ളതല്ല. അതുകൊണ്ടാണ് നരബലി, സതി, ശിശുഹത്യ തുടങ്ങിയ ആചാരങ്ങളെ ആധുനിക ഇന്ത്യൻ സമൂഹം നിയമവിരുദ്ധമായി പ്രഖ്യാപിച്ചത്.

കാട്ടുമൃഗങ്ങളുടെ പ്രവർത്തനരീതികളല്ല ആധുനിക ജനാധിപത്യസമൂഹം വിഭാവനം ചെയ്യുന്ന അവകാശങ്ങൾ. സമത്വത്തിനുള്ള അവകാശമാണ് ജനാധിപത്യത്തിന്റെ ഏറ്റവും അടിസ്ഥാനപരമായ ഘടകം.

മൗലികാവകാശങ്ങൾ

മൗലികാവകാശങ്ങൾ ഉറപ്പുവരുത്തുക എന്നുള്ളതാണ് ഒരു ജനാധിപത്യവ്യവസ്ഥയുടെ വിജയത്തിന്റെ അടിസ്ഥാനം. ആധുനിക ജനാധിപത്യഭരണഘടനകളിൽ മൗലികാവകാശങ്ങൾ ഉൾച്ചേർത്തിട്ടുണ്ട്. വ്യക്തികളുടെ അവകാശങ്ങൾ പ്രകൃതിദത്തമാണ് എന്ന ഒരു സിദ്ധാന്തം വളരെക്കാലം മുമ്പുതന്നെ ആവിഷ്കരിക്കപ്പെട്ടിരുന്നു. ഭരണഘടനാദത്തമായ അവകാശങ്ങളുടെ അടിസ്ഥാനത്തിലാണ് ആധുനിക പൗരസമൂഹം നിലനിൽക്കുന്നത്.

അമേരിക്കൻ സ്വാതന്ത്ര്യസമരത്തിന്റെ ഏറ്റവും മഹത്തായ ഒരധ്യായമാണ് അമേരിക്കൻ സ്വാതന്ത്ര്യപ്രഖ്യാപനം. എല്ലാ മനുഷ്യരും തുല്യരാണെന്നും എല്ലാ മനുഷ്യരുടെയും ജീവൻ സ്വാതന്ത്ര്യം സുഖം സാധിതമാക്കാനുള്ള അവകാശം എന്നിവയെല്ലാം വിളംബരം ചെയ്യുകയാണ് ഈ പ്രഖ്യാപനം ചെയ്യുന്നത്. മനുഷ്യനീതിക്കുവേണ്ടി നിലകൊള്ളാനുള്ളതാണ് ഈ പ്രഖ്യാപനം. അമേരിക്കൻ സ്വാതന്ത്ര്യപ്രഖ്യാപനത്തിന്റെ അടിസ്ഥാനത്തിലാണ് അമേരിക്കൻ ഭരണഘടന രൂപംകൊള്ളുന്നത്. ലോകമെങ്ങുമുള്ള സ്വാതന്ത്ര്യസ്നേഹികൾക്ക് പ്രചോദനം നൽകുന്ന

മഹത്തായ പ്രഖ്യാപനമാണിത്. എബ്രഹാം ലിങ്കൺ ഈ പ്രഖ്യാപനത്തെ വാഴ്ത്തിയിട്ടുണ്ട്.ഫ്രഞ്ചുവിപ്ലവത്തിന്റെ ഭാഗമായി രൂപംകൊണ്ട് 'മനുഷ്യാവകാശ പ്രഖ്യാപന' ത്തിന് പ്രചോദനം നൽകിയത് അമേരിക്കൻ സ്വാതന്ത്ര്യപ്രഖ്യാപനമാണ്. മനുഷ്യരുടെ അവകാശങ്ങൾ നേടിയെടുക്കാൻ വേണ്ടിയുള്ള ആഹ്വാനമായിരുന്നു ഇത്. കോളനി ജനതയും കൊളോണിയൽ ശക്തികളും തമ്മിലുള്ള വൈരുധ്യത്തിന്റെ പ്രതിഫലനമായിരുന്നു ഇത്. കോളനിജനതയുടെ ദേശീയബോധത്തിന്റെയും ദേശീയവികാരത്തിന്റെയും ബഹിർസ്ഫുരണമായിരുന്നു അവകാശ പ്രഖ്യാപനം. 1776 ലാണ് സ്വാതന്ത്ര്യപ്രഖ്യാപനം നിലവിൽ വരുന്നത്. 1776 ജൂലൈ 4–നാണ് അമേരിക്കൻ പാർലമെന്റ് ഈ പ്രഖ്യാപനം പുറപ്പെടുവിക്കുന്നത്. ഇതു തയാറാക്കിയത് തോമസ് ജഫേഴ്സണായിരുന്നു.

അമേരിക്കൻ സ്വാതന്ത്ര്യപ്രഖ്യാപനത്തോടെ കോളനി ജനതയുടെ ദേശീയവികാരം ആർത്തിരമ്പാൻ തുടങ്ങി. ബ്രിട്ടീഷ് കൊളോണിയൽ ശക്തിയും അമേരിക്കൻ ജനതയും തമ്മിലുള്ള സമരം മൂർഛിക്കാൻ തുടങ്ങി. ഇതിന്റെ ഭാഗമായി അമേരിക്കയിൽ ഒരു സ്വതന്ത്ര ഭരണസമ്പ്രദായത്തെക്കുറിച്ച് ആലോചനകൾ നടന്നു. കോളനി ജനതയുടെ ദേശീയസ്വത്വത്തെ അംഗീകരിച്ചുകൊണ്ടുള്ള ചർച്ചകളും സമ്മേളനങ്ങളും നടന്നു. എല്ലാ കോളനികളും തമ്മിൽ ഐക്യം സ്ഥാപിക്കുവാൻ വേണ്ടിയുള്ള ശ്രമങ്ങൾ നടന്നു. വിവിധ കോളനികളുടെ പ്രാതിനിധ്യം, കേന്ദ്രഭരണം തുടങ്ങിയവയെല്ലാം ചർച്ച ചെയ്യപ്പെട്ടു. കോളനികൾക്കിടയിൽ പല വിഷയങ്ങളിലും അഭിപ്രായവ്യത്യാസങ്ങളുണ്ടായിരുന്നു. എങ്കിലും 1781 ൽ കോളനികൾ തമ്മിൽ ഐക്യപ്പെട്ടുകൊണ്ടുള്ള പ്രമാണങ്ങൾ നിലവിൽവന്നു. പതിമൂന്ന് സ്റ്റേറ്റുകൾക്കും സ്വതന്ത്രമായി ഭരിക്കാനുള്ള അവകാശം പ്രഖ്യാപനം ചെയ്യപ്പെട്ടു. സപ്തവൽസരയുദ്ധം അവസാനിച്ചതോടെ അമേരിക്കയിലെ 13 കോളനികൾക്കും സ്വാതന്ത്ര്യം നൽകാൻ ബ്രിട്ടൺ തീരുമാനിച്ചു. ജോർജ് വാഷിങ്ടണെ പോലുള്ള നേതാക്കളുടെ ഇച്ഛാശക്തിയും സമരവീര്യവും അമേരിക്കൻ സ്വാതന്ത്ര്യവിജയത്തിന് വളരെയേറെ സഹായകമായി. ലോകജനതയ്ക്കുമുഴുവൻ എക്കാലവും പ്രചോദനം നൽകുന്ന മഹത്തായ സമരമായിരുന്നു അമേരിക്കൻ സ്വാതന്ത്ര്യസമരം.

അമേരിക്കൻ സ്വാതന്ത്ര്യപ്രഖ്യാപനം പോലെതന്നെ മഹത്തായ മറ്റൊരു സ്വാതന്ത്ര്യപ്രഖ്യാപനമായിരുന്നു ഫ്രഞ്ച് സ്വാതന്ത്ര്യപ്രഖ്യാപനം. അതിന്റെ അടിസ്ഥാനതത്വങ്ങൾ മൗലികാവകാശങ്ങളെ സംബന്ധിച്ച ആധുനിക സങ്കൽപ്പങ്ങളിൽ അധിഷ്ഠിതമായിരുന്നു അവയെ ഇങ്ങനെ സംഗ്രഹിക്കാം;

1. ജീവിക്കാനുള്ള ആവകാശം.
2. സ്വാതന്ത്ര്യത്തിനുള്ള അവകാശം.
3. വ്യക്തികളെ അന്യായമായി അറസ്റ്റുചെയ്യാൻ പാടില്ല.

4. അന്യായമായി ശിക്ഷിക്കാൻ പാടില്ല.
5. അന്യായമായ നികുതി പാടില്ല.

ലോകത്തിലെ പ്രധാനപ്പെട്ട സ്വാതന്ത്ര്യസമരങ്ങളിലും വിപ്ലവങ്ങളിലും പ്രേരകശക്തിയായി വർത്തിച്ചത് മൗലികാവകാശങ്ങളോടുള്ള ജനങ്ങളുടെ തീവ്രമായ പ്രതിബദ്ധതയായിരുന്നു. അമേരിക്കയിലെ പ്രശസ്തമായ ആഭ്യന്തരസമരത്തിൽ അടിമത്തവ്യവസ്ഥിതിക്കെതിരായ ശക്തമായ വികാരം അലയടിച്ചുയർന്നിരുന്നു. ജനാധിപത്യത്തെക്കുറിച്ചുള്ള ആധുനിക സങ്കൽപ്പം പടുത്തുയർത്തിയ എബ്രഹാം ലിങ്കന്റെ രാഷ്ട്രീയ ഇടപെടൽ അമേരിക്കയിലെ മൃഗീയമായ അടിമവ്യവസ്ഥ അവസാനിപ്പിക്കുന്നതിലേക്കെത്തിച്ചു.

അമേരിക്കയിലെ വടക്കൻ സ്റ്റേറ്റുകളും തെക്കൻ സ്റ്റേറ്റുകളും തമ്മിലുള്ള സംഘർഷത്തിന്റെ അടിസ്ഥാനം അടിമത്തവ്യവസ്ഥിതിയായിരുന്നു. ഇതിന്റെ പേരിൽ രണ്ടു മേഖലകളും തമ്മിൽ ചേരിതിരിഞ്ഞ് നടത്തിയ യുദ്ധമാണ് അമേരിക്കയിലെ ആഭ്യന്തരയുദ്ധം(1861–1865) ആഭ്യന്തരയുദ്ധം അടിമത്തവ്യവസ്ഥിതിയുടെ നിർമാർജനത്തിന് കാരണമായി. എന്നാൽ അടിമത്തമില്ലാതാക്കാൻ വേണ്ടിനടത്തിയ യുദ്ധമായിരുന്നില്ല ഇത്. മറിച്ച് യുദ്ധത്തിന്റെ ഫലമായി അടിമത്തം ഇല്ലാതാവുകയായിരുന്നു. വടക്കൻ സ്റ്റേറ്റുകാർ നിലനിർത്തിയത് ഒരു വ്യാവസായിക വ്യവസ്ഥയാണ്. ന്യൂഇംഗ്ലണ്ട്, ന്യൂയോർക്ക്, ന്യൂജേഴ്സി, പെൻസിൽവേനിയ, ഒഹായോ, ഇൻഡ്യാന, ഇല്ലിനോയി, മിഷിഗൺ, അയോവ, വിസ്കോൺസിൻ എന്നീ സ്റ്റേറ്റുകളായിരുന്നു വടക്കൻ സ്റ്റേറ്റുകൾ എന്നപേരിൽ അറിയപ്പെട്ടത്. 1840 നും 1850 നും ഇടയ്ക്കുള്ള കാലത്ത് അവിടേക്കുള്ള പാശ്ചാത്യരുടെ കുടിയേറ്റം ഗണ്യമായി വർധിച്ചു. വടക്കൻ സ്റ്റേറ്റുകൾ വ്യാവസായികമായി പുരോഗതി പ്രാപിച്ചുകൊണ്ടിരിക്കുകയായിരുന്നു. അവിടെ പല പ്രധാന ഫാക്ടറികളും അക്കാലത്ത് ഉയർന്നുവന്നു. വ്യാവസായിക വിപ്ലവവും സാങ്കേതികപുരോഗതിയും മുതലാളിത്തത്തിന്റെ ആവിർഭാവവും വടക്കൻസ്റ്റേറ്റുകളെയും സ്വാധീനിച്ചു. മുതലാളിത്തത്തിന്റെ എല്ലാ ഗുരുതരമായ പ്രശ്നങ്ങളും ഇവിടത്തെ സമൂഹത്തെ സ്വാധീനിച്ചിരുന്നു. സാമൂഹികമായ അസമത്വം, ദാരിദ്ര്യവൽക്കരണം, വർഗസംഘർഷങ്ങൾ, നഗരവൽക്കരണം, കുട്ടികളുടെയും സ്ത്രീകളുടെയും കഷ്ടപ്പാടുകൾ, പരിസ്ഥിതി തകർച്ച, ജനസംഖ്യാവിസ്ഫോടനം ജോലിസമയത്തിലെ ദൈർഘ്യം, ആരോഗ്യപ്രതിസന്ധി, തൊഴിലില്ലായ്മ ഇവയെല്ലാം അമേരിക്കൻ സ്റ്റേറ്റുകളിലെ ജനജീവിതത്തെ ഗുരുതരമായി ബാധിച്ചിരുന്നു. അക്കാലത്ത് അമേരിക്കയിൽ ധാരാളം തുണിമില്ലുകളുണ്ടായിരുന്നു. ഈ തുണിമില്ലുകൾ നിയന്ത്രിച്ചിരുന്നത് ഒരു പിടിസമ്പന്നരായിരുന്നു.

വടക്കൻസ്റ്റേറ്റുകളിൽ നിലനിന്ന സാമൂഹ്യവ്യവസ്ഥിതി സ്വാഭാവികമായും അവിടെ ചില മാറ്റങ്ങൾ സൃഷ്ടിച്ചു. അതായത് ജനാധിപത്യപരമായ ആശയങ്ങൾക്ക് അവിടെ പ്രചാരം ലഭിച്ചു. തെക്കൻ സ്റ്റേറ്റുകളിൽ

നിലനിന്നതുപോലുള്ള അടിമത്തവ്യവസ്ഥയായിരുന്നില്ല വടക്കൻ സ്റ്റേറ്റുകളിലേത്. വടക്കൻ സ്റ്റേറ്റുകളിലെ തൊഴിലാളികൾക്ക് സംഘടിതബോധമുണ്ടായിരുന്നു. എന്നാൽ തെക്കൻസ്റ്റേറ്റുകളിലെ അടിമകൾക്ക് സംഘടിക്കാനുള്ള സ്വാതന്ത്ര്യമോ മനുഷ്യാവകാശമോ ഒന്നുമുണ്ടായിരുന്നില്ല. അവർ കന്നുകാലികളെപ്പോലെ കമ്പോളത്തിൽ വിൽക്കപ്പെടുകയും വാങ്ങപ്പെടുകയും ചെയ്തു. വടക്കൻസ്റ്റേറ്റുകളിലെ തൊഴിലാളികൾക്ക് തങ്ങൾ സ്വതന്ത്രവ്യക്തികളാണെന്ന ബോധമുണ്ടായിരുന്നു. അടിമത്തവ്യവസ്ഥിതി തെറ്റാണെന്ന് വടക്കൻസ്റ്റേറ്റുകാർ നേരത്തെ തിരിച്ചറിഞ്ഞിരുന്നു. അതുകൊണ്ടുതന്നെ അവർക്കിടയിൽ അടിമത്തത്തിനെതിരായ വികാരം നിലനിന്നിരുന്നു. എന്നാൽ അമേരിക്കയിലെ മുതലാളിത്ത വ്യവസ്ഥിതിയെ നിലനിർത്തിയത് വടക്കൻസ്റ്റേറ്റുകളിലെ അടിമകളായിരുന്നു. അതുകൊണ്ടുതന്നെ അമേരിക്കയിലെ വ്യവസായികൾ അടിമത്തത്തിനനുകൂലമായിരുന്നു.

അമേരിക്കൻ ആഭ്യന്തര വിപ്ലവത്തിലെന്നപോലെ അമേരിക്കൻ സ്വാതന്ത്ര്യസമരത്തിലും പ്രേരകശക്തിയായി വർത്തിച്ചത് മൗലികാവകാശങ്ങൾക്കുവേണ്ടിയുള്ള അടങ്ങാത്ത അഭിലാഷമായിരുന്നു. ഫ്രഞ്ച് വിപ്ലവത്തിലും റഷ്യൻവിപ്ലവത്തിലും ചൈനീസ് വിപ്ലവത്തിലും എല്ലാം തന്നെ മൗലികാവകാശങ്ങൾ ഒരു പ്രധാനപ്പെട്ട രാഷ്ട്രീയ പ്രേരകശക്തിയായി വർത്തിച്ചു. അങ്ങനെ ആധുനിക ലോകത്ത് ഉയർന്നുവന്ന എല്ലാ പ്രസ്ഥാനങ്ങളിലും പ്രചോദനശക്തിയായി വർത്തിച്ച മൗലികാവകാശങ്ങൾ ആധുനിക പൗരസമൂഹത്തിന്റെ അടിസ്ഥാനസങ്കൽപ്പമായി നിലകൊള്ളുന്നു. ഇന്ത്യൻ ഭരണഘടനയിൽ ഏറ്റവും മൗലികമായിട്ടുള്ളത് പൗരന്മാരുടെ മൗലികാവകാശങ്ങളാണ്. ഇതിൽ വ്യക്തിസ്വാതന്ത്ര്യത്തിന് വളരെയധികം പ്രാധാന്യം നൽകുന്നുണ്ട്.

ഇന്ത്യൻ ഭരണഘടനയുടെ 19-ാം വകുപ്പുമുതൽ 22-ാം വകുപ്പുവരെ വ്യക്തിസ്വാതന്ത്ര്യങ്ങളുടെ വിശദീകരണമാണ്. അവ താഴെപ്പറയുന്നവയാണ്;

1. പ്രസംഗത്തിനും അഭിപ്രായത്തിനുമുള്ള സ്വാതന്ത്ര്യം.
2. സമാധാനപരമായി യോഗംചേരാനുള്ള സ്വാതന്ത്ര്യം.
3. അസോസിയേഷനുകളും സംഘടനകളും രൂപീകരിക്കാൻ.
4. ഇന്ത്യൻ പ്രദേശത്ത് സ്വതന്ത്രമായി സഞ്ചരിക്കാൻ.
5. ഇന്ത്യൻ പ്രദേശത്ത് എവിടെയും താമസിക്കാനും ജീവിക്കാനും.
6. ഇഷ്ടമുള്ള തൊഴിൽ ചെയ്യാനും വ്യാപാരവ്യവസായങ്ങൾ നടത്താനും.

ഇന്ത്യൻ ഭരണഘടനയ്ക്ക് രൂപംകൊടുത്തപ്പോൾ സ്വത്തുണ്ടാക്കാനും അത് കൈവശംവെക്കാനുമുള്ള അവകാശം മൗലികാവകാശങ്ങളിൽ ഉൾപ്പെടുത്തിയിരുന്നു. എന്നാൽ 44-ാം ഭേദഗതി അനുസരിച്ച് ആ അവകാശം പിന്നീട് നീക്കംചെയ്യപ്പെട്ടു.

മൗലികാവകാശങ്ങൾ അഥവാ പൗരാവകാശങ്ങൾ ഒരു ജനാധിപത്യവ്യവസ്ഥയുടെ നട്ടെല്ലാണ്. പൗരാവകാശങ്ങളെ ഇങ്ങനെ സംഗ്രഹിക്കാം.

1. ജീവിക്കാനുള്ള അവകാശം.
2. തൊഴിലിനുള്ള അവകാശം.
3. സ്വാതന്ത്ര്യത്തിനുള്ള അവകാശം.
4. ഭാഷണ സ്വാതന്ത്ര്യം.
5. വിദ്യാഭ്യാസത്തിനുള്ള അവകാശം.
6. സ്വത്തവകാശം.
7. ആരാധനാ സ്വാതന്ത്ര്യം.

മൗലികാവകാശങ്ങൾ കൂടാതെ പ്രധാനപ്പെട്ട ചില രാഷ്ട്രീയാവകാശങ്ങൾ കൂടിയുണ്ട്. മൗലികാവകാശങ്ങളുടെ അടിത്തറയിലാണ് ഈ രാഷ്ട്രീയാവകാശങ്ങൾ നിലനിൽക്കുന്നത്. മൗലികാവകാശങ്ങൾ സംരക്ഷിക്കണമെങ്കിൽ രാഷ്ട്രീയാവകാശങ്ങൾ കൂടിയേ കഴിയൂ. ആധുനിക ജനാധിപത്യവ്യവസ്ഥയുടെ അടിത്തറയാണിത്. രാഷ്ട്രത്തിലെ പൗരന്മാരുടെ അവകാശങ്ങൾ സംരക്ഷിക്കപ്പെടുമ്പോൾ മാത്രമേ ഒരു ജനാധിപത്യവ്യവസ്ഥ നിലനിൽക്കുകയുള്ളൂ. അല്ലാത്തപക്ഷം അത് വർഗസംഘർഷങ്ങൾകൊണ്ടും കലാപങ്ങൾകൊണ്ടും മുഖരിതമാവും. ഏകാധിപത്യപ്രവണതകളും ഫാസിസ്റ്റ് പ്രവണതകളും അവിടെ ശക്തിപ്പെടാം. പല രാഷ്ട്രങ്ങളും ജനാധിപത്യരാഷ്ട്രങ്ങളാണെന്ന് സ്വയം അവകാശപ്പെടുന്നുണ്ടെങ്കിലും മൗലികാവകാശങ്ങൾ സംരക്ഷിക്കുന്നതിൽ ഇത്തരം രാഷ്ട്രങ്ങൾ വലിയ പ്രാധാന്യം കൽപ്പിക്കുന്നില്ല. പൗരന്മാരുടെ അവകാശങ്ങൾ ലംഘിക്കപ്പെടുമ്പോൾ ജനാധിപത്യവ്യവസ്ഥ ദുർബലമാവുന്നു.

ഭരിക്കാനും ഭരിക്കപ്പെടാനുമുള്ള അവകാശം പൗരന്മാർക്കുണ്ടെന്ന് പുരാതന ഗ്രീക്കുകാർ വിശ്വസിച്ചിരുന്നു. പൗരന്മാരുടെ രാഷ്ട്രീയാധികാരത്തിന്റെ മുകളിലാണ് പ്രാചീന ഗ്രീക്ക് രാഷ്ട്രസങ്കൽപ്പം കെട്ടിപ്പടുക്കപ്പെട്ടത്. പ്രധാന രാഷ്ട്രീയാവകാശങ്ങൾ താഴെക്കൊടുക്കുന്നു;

1. വോട്ടവകാശം.
2. തിരഞ്ഞെടുപ്പിന് നിൽക്കാനുള്ള അവകാശം.
3. ഉദ്യോഗം വഹിക്കാനുള്ള അവകാശം.
4. വിമർശിക്കാൻ.
5. ചെറുക്കാൻ.

രാഷ്ട്രീയാവകാശങ്ങൾ ശക്തമായി സംരക്ഷിക്കപ്പെടുമ്പോൾ മാത്രമേ ഒരു രാഷ്ട്രം മുന്നോട്ടു പോവുകയുള്ളൂ. രാഷ്ട്രീയാവകാശങ്ങളും മൗലികാവകാശങ്ങളും പരസ്പര ബന്ധിതമാണ്. ആധുനിക ജനാധിപത്യ വ്യവസ്ഥ നേരിടുന്ന ഏറ്റവും വലിയ വെല്ലുവിളി പൗരസമൂഹത്തിന്റെ അവകാശങ്ങൾ നേരിടുന്ന വെല്ലുവിളിതന്നെയാണ്. ഒരു പൗരന്റെ ഏറ്റവും വലിയ സ്വത്ത് ജീവനാണ്. അതുകൊണ്ടാണ് ജീവിക്കാനുള്ള

അവകാശം ഏറ്റവും വലിയ മൗലികാവകാശമായി അംഗീകരിക്കപ്പെട്ടത്. മറ്റെല്ലാ അവകാശങ്ങളും ഇതിന്റെ തുടർച്ചയാണ്. ഒരു വ്യക്തിയുടെയും ജീവൻ വെല്ലുവിളിക്കപ്പെടരുത്. അതൊരിക്കലും ബാഹ്യശക്തികളാൽ നിർണയിക്കപ്പെടരുത്. അതൊരിക്കലും മറ്റുള്ളവരുടെ കാരുണ്യത്തിന് മുകളിലാവാൻ പാടില്ല. സ്വതന്ത്രമായും നിർഭയമായും ജീവിക്കാനുള്ള അവകാശം മൗലികാവകാശത്തിന്റെ നട്ടെല്ലാണ്. അതുപോലെതന്നെ ആത്മരക്ഷയ്ക്കുവേണ്ടി ചെറുത്തുനിൽക്കാനുള്ള സ്വാതന്ത്ര്യം വളരെ പ്രധാനപ്പെട്ടതാണ്. ഒരുവ്യക്തിയുടെയും ജീവനെടുക്കാനുള്ള അവകാശം മറ്റുവ്യക്തികൾക്കോ വ്യക്തിക്കോ രാഷ്ട്രത്തിനോ ഇല്ല. കൊലപാതകം, തുടങ്ങിയ ക്രൂരകൃത്യങ്ങൾ തെളിയിക്കപ്പെടുമ്പോൾ മാത്രമേ ഭരണകൂടങ്ങൾക്കുപോലും വധശിക്ഷ നടപ്പാക്കാൻ പറ്റുകയുള്ളൂ. അതുകൊണ്ടു തന്നെ പല രാഷ്ട്രങ്ങളും വധശിക്ഷ നിർത്തലാക്കിയിട്ടുണ്ട്. ആത്മഹത്യയും നിയമപരമായി കുറ്റകൃത്യമാണ്. പല രാഷ്ട്രീയ വിപ്ലവ ഘട്ടങ്ങളിലും വ്യാപകമായ ഹിംസകൾ നടന്നിട്ടുണ്ട്. അതിന്റെ സാഹചര്യം എടുത്തുപറയേണ്ടതാണ്. നൂറ്റാണ്ടുകളായി ഒരു ജനത അതിന്റെ പൗരാവകാശങ്ങൾ നിഷേധിക്കപ്പെടുമ്പോൾ ഉണ്ടാവുന്ന പൊട്ടിത്തെറിയാണ് വിപ്ലവം. ഫ്രഞ്ചുവിപ്ലവത്തിന്റെ ഒരു പ്രധാന കാരണം തന്നെ ഈ പൗരാവകാശ ലംഘനമായിരുന്നു. അതുകൊണ്ട് വിപ്ലവത്തിനുശേഷം അല്ലെങ്കിൽ വിപ്ലവത്തിന്റെ ഒരു പ്രധാന രാഷ്ട്രീയ സംഭവമായി ഉയർന്നുവന്നത് ബാസ്റ്റൈലിന്റെ പതനമായിരുന്നു.

ബാസ്റ്റൈൽ കോട്ട എന്ന കുപ്രസിദ്ധമായ ജയിലിന്റെ തകർച്ച ഫ്രഞ്ചുവിപ്ലവ ചരിത്രത്തിലെ അവിസ്മരണീയമായ ഒരു സംഭവമാണ്. 1382 ൽ ആണ് ഈ കോട്ട പണികഴിപ്പിച്ചത്. പിൽക്കാലത്ത് ഇത് ഫ്രാൻസിന്റെ ഔദ്യോഗിക ജയിലായിമാറി. വോൾട്ടയറെപ്പോലുള്ള വിഖ്യാതചിന്തകർ ഈ ജയിലിൽ കഴിഞ്ഞവരാണ്. രാജവാഴ്ചയ്ക്കും കത്തോലിക്കാമതത്തിനും എതിരെ പോരാടിയവരെയെല്ലാം ഈ ജയിലിലാണ് പാർപ്പിച്ചത്. അതുപോലെതന്നെ പുരോഗമന ചിന്താഗതിക്കാരായ ഒട്ടേറെ യുവാക്കൾ ഈ കാരാഗൃഹത്തിൽ അടയ്ക്കപ്പെട്ടവരാണ്.

ഫ്രഞ്ചുവിപ്ലവത്തിന് തിരികൊളുത്തപ്പെട്ട സംഭവങ്ങളിൽ ഒന്നായിരുന്നു ബാസ്റ്റൈലിന്റെ പതനം. 1789 ജൂലൈമാസത്തിൽ ഫ്രഞ്ചുജനത സായുധരായി ബാസ്റ്റൈൽകോട്ടയിലേക്ക് ഇരച്ചുകയറി. ആയുധങ്ങളുടെ ഒരു വൻശേഖരം കൂടിയായിരുന്നു ബാസ്റ്റൈൽ ജയിൽ. ഫ്രഞ്ചുസ്വേച്ഛാധിപത്യ വാഴ്ചയുടെ തകർച്ചയുടെ പ്രതീകമായിരുന്നു ബാസ്റ്റൈലിന്റെ പതനം. ജനക്കൂട്ടം സായുധരായി ജയിലിലേക്ക് അലറിയടുത്തപ്പോൾ അവരെ നേരിടാൻ രാജസൈന്യവും ഉണ്ടായിരുന്നു. എന്നാൽ രാജസൈനികർക്ക് ജനകീയസൈന്യത്തെ നേരിടാൻ കഴിഞ്ഞില്ല. ജനക്കൂട്ടം ബാസ്റ്റൈൽ കോട്ടയിലെ ആയുധങ്ങൾ പിടിച്ചെടുത്തു. ജയിലിലെ തടവുകാരെ മുഴുവൻ വിമോചിപ്പിച്ചു. ജയിലറുടെ ശിരസ്സ് വെട്ടിയെടുത്ത്

ബാസ്റ്റൈൽ കോട്ടയുടെ പതനം ചിത്രകാരന്റെ ഭാവനയിൽ

ഒരു കുന്തമുനയിൽ കുത്തിയുയർത്തി തെരുവുനീളെ ഘോഷയാത്രനടത്തി. പാരീസ്നഗരം മുഴുവൻ ഒരേസമയം വിറങ്ങലിക്കുകയും അതേസമയം പ്രക്ഷുബ്ധമായ വിപ്ലവകാഹളത്തിൽ വിജ്രുംഭിക്കുകയും ചെയ്തു. അങ്ങനെ ലോകപ്രസിദ്ധമായ ഫ്രഞ്ചുവിപ്ലവത്തിന്റെ രക്തയവനികയുയർന്നു. ഇതിനുശേഷം രക്തരൂക്ഷിതമായ നിരവധി സംഭവങ്ങൾ ഫ്രാൻസിൽ അരങ്ങേറി. നിരവധി മന്ത്രിമാരെ വിപ്ലവകാരികൾ ശിരഛേദം ചെയ്തു. പാരീസ്നഗരം മുഴുവൻ വിപ്ലവകാരികളുടെ കൈകളിലമർന്നു. ഏതെങ്കിലും ഒരു രാഷ്ട്രീയപ്പാർട്ടിയുടെയോ സംഘടനയുടെയോ നേതാവിന്റേയോ ആസൂത്രണമനുസരിച്ച് നടന്ന വിപ്ലവമായിരുന്നില്ല ഇത്. ജനങ്ങളുടെ സ്വച്ഛന്ദമായ വിപ്ലവവീര്യത്തിന്റെയും ഉയിർത്തെഴുന്നേൽപ്പിന്റെയും രാഷ്ട്രീയാവിഷ്കാരമായിരുന്നു ഇത്. അക്ഷരാർഥത്തിൽ ഒരു ജനകീയ കലാപം. തൊഴിലാളി സ്ത്രീകളും കാർഷികത്തൊഴിലാളികളും തെരുവുപെണ്ണുങ്ങളും പാരീസ്നഗരത്തിൽ ആഹ്ലാദഭരിതമായി നൃത്തം ചെയ്തു.

ബാസ്റ്റൈൽകോട്ടയുടെ പതനം ഒരു തുടക്കം മാത്രമായിരുന്നു. ഈ സംഭവം ഫ്രാൻസിലെങ്ങും മിന്നൽപ്പിണരുകൾ സൃഷ്ടിച്ചു. ഇടിമുഴക്കത്തിനുശേഷമുള്ള പേമാരിപോലെ ഫ്രാൻസിന്റെ നാനാദിക്കുകളിൽ നിന്നും ജനക്കൂട്ടം പാരീസിലേക്ക് പ്രവഹിക്കാൻ തുടങ്ങി. അണക്കെട്ട് പൊട്ടിയൊഴുകുന്ന ജലപ്രവാഹം പോലെ ജനങ്ങൾ ജന്മിവർഗത്തിനും

പുരോഹിതവർഗത്തിനുമെതിരെ ആയുധമെടുക്കാൻ തുടങ്ങി. കുലീന വർഗക്കാരുടെ മണിമേടകളിലേക്ക് കൈയിൽകിട്ടിയ ആയുധവുമായി ജനക്കൂട്ടം ഇരച്ചുകയറി. അവിടെ സൂക്ഷിച്ചുവെച്ച വിലപ്പെട്ട സമ്പത്തുകൾ കവർന്നെടുത്തു. പത്തായപ്പുരകൾ പൊളിച്ച് ധാന്യച്ചാക്കുകൾ ഗ്രാമങ്ങളിലേക്ക് എടുത്തുകൊണ്ടുവന്നു. പ്രഭുക്കന്മാരുടെ പാടങ്ങൾക്ക് തീവെച്ചു. ജൂലൈ 14 ന് നടന്ന ബാസ്റ്റൈലിന്റെ പതനം പിന്നീട് നാടൊട്ടുക്കും ആവർത്തിക്കപ്പെടാൻ തുടങ്ങി. ഇതെല്ലാം കണ്ട് അധികാരിവർഗം നടുങ്ങി.

ബാസ്റ്റൈലിന്റെ പതനത്തെത്തുടർന്ന് നിരവധി മാറ്റങ്ങൾ ഫ്രാൻസിലുണ്ടായി. ഫ്രാൻസിലെ ദേശീയസഭയാണ് ഇതിന് നേതൃത്വം കൊടുത്തത്. ജന്മിമാരുടെ സവിശേഷാധികാരങ്ങൾ എടുത്തുകളഞ്ഞു. ഫ്രഞ്ച് വിപ്ലവത്തിന്റെ ഏറ്റവും മഹത്തായ നേട്ടം ആഗസ്റ്റ് 12-ാം തിയതി തയാറാക്കിയ 'മനുഷ്യാവകാശപ്രഖ്യാപനം' (Declaration of the Rights of Man) ആയിരുന്നു. ദേശീയസഭയാണ് ഇത് പാസാക്കിയത്. ലോകചരിത്രത്തിലെതന്നെ നിർണായകമായ ഒരു പ്രഖ്യാപനമായിരുന്നു ഇത്. 'സത്യം, സമത്വം, സാഹോദര്യം' എന്നീ ഫ്രഞ്ചുവിപ്ലവ ആശയങ്ങൾ ഉൾച്ചേർന്ന മഹത്തായ പ്രഖ്യാപനമായിരുന്നു ഇത്. ആധുനിക ജനാധിപത്യ ആശയങ്ങളുടെ അടിത്തറയാണിത്. രാജാധികാരത്തെയും പ്രഭുത്വത്തെയും നിഷേധിച്ചുകൊണ്ട് പൗരാവകാശങ്ങൾക്കും വ്യക്തിസ്വാതന്ത്ര്യങ്ങൾക്കും നിയമവാഴ്ചയ്ക്കും ഭരണഘടനാപരമായ ജനാധിപത്യ ക്രമത്തിനും അടിത്തറയിടുന്ന പ്രഖ്യാപനമാണിത്. ഈ പ്രഖ്യാപനത്തിന്റെ അടിസ്ഥാനത്തിലാണ് ഫ്രാൻസിൽ പുതിയൊരു ഭരണഘടന രൂപംകൊള്ളുന്നത്. എന്നാൽ ഫ്രഞ്ചുവിപ്ലവം രാജവാഴ്ചയെ തീർത്തും ഇല്ലായ്മ ചെയ്തിട്ടില്ല. മറിച്ച് ഭരണഘടനയെ മാനിച്ചുകൊണ്ടും ദേശീയസഭയെ അംഗീകരിച്ചുകൊണ്ടും ഉള്ള രാജവാഴ്ചയാണ് ഫ്രാൻസിൽ സ്ഥാപിതമായത്.

ഇതിനിടയിൽ ഫ്രാൻസിൽ ആകമാനം ജനകീയപ്രക്ഷോഭങ്ങൾ ശക്തിപ്പെട്ടുവരികയായിരുന്നു. ഒരു വലിയ ക്ഷാമത്തിന്റെ എരിതീയിലായിരുന്നു ഫ്രാൻസ്. ആയിരക്കണക്കിന് ജനങ്ങൾ ആഹാരത്തിനുവേണ്ടി തെരുവുകൾതോറും മുദ്രാവാക്യങ്ങൾ മുഴക്കി. ജനമഹാസമുദ്രം വേഴ്സൈസ് കൊട്ടാരത്തിലേക്ക് പ്രകടനമായി നീങ്ങി. പ്രക്ഷുബ്ധരായ ജനങ്ങൾ രാജസൈന്യത്തോടേറ്റുമുട്ടി. വിശന്നുവലഞ്ഞ പുരുഷാരം രാജകൊട്ടാരത്തിലേക്ക് ഇരച്ചുകയറി. രാജ്ഞിയെയും മറ്റും ശാരീരികമായി അക്രമിച്ചു. പ്രക്ഷുബ്ധരായ ജനങ്ങൾ രാജാവിനെയും കുടുംബാംഗങ്ങളെയും വലിച്ചിഴച്ച് പാരീസ്നഗരത്തിലേക്ക് നടത്തിച്ചു. ആയിരക്കണക്കിന് ജനങ്ങൾ ഹർഷാരവം മുഴക്കി. ഏറ്റവും കൂടുതൽ സ്ത്രീകൾ പങ്കെടുത്ത ജനമഹാസമുദ്രമായിരുന്നു അത്.

ഈ സംഭവം ഫ്രഞ്ചുരാജവാഴ്ചയെ സംബന്ധിച്ചിടത്തോളം ഏറ്റവും അപമാനകരമായിരുന്നു. ലോകചരിത്രത്തിൽ ഇതിനുസമാനമായ മറ്റൊരു

സംഭവം ഇല്ല എന്നുതന്നെ പറയാം. പാരീസ്നഗരത്തിലെ തെരുവുസ്ത്രീകൾ രാജ്ഞിയെ അവഹേളിച്ചുകൊണ്ട് മുദ്രാവാക്യം മുഴക്കി. അത് രാജ്ഞിയുടെ മനസിനെ മുറിവേൽപ്പിച്ചു. എങ്ങനെയെങ്കിലും കലാപത്തെ അടിച്ചമർത്തണമെന്ന ചിന്ത അവരുടെ മനസിൽ ഇരച്ചുകയറി. രാജ്ഞിയുടെ കുബുദ്ധിയിൽനിന്നും ഉടലെടുത്ത ഒരു പലായനം അവിടെ നടന്നു. 1791 ജൂലൈ 20-ാം തിയതിയാണ് അത് സംഭവിച്ചത്. രാജകുടുംബാംഗങ്ങൾ മുഴുവൻ ആരുമറിയാതെ ഒരു കുതിരവണ്ടിയിൽ അജ്ഞാതമായ ഒരു സ്ഥലത്തേക്ക് യാത്രയായി. യഥാർഥത്തിൽ വിപ്ലവകാരികളെ അടിച്ചമർത്താൻ കഴിയില്ലെന്ന ഉത്തമബോധ്യത്തിൽനിന്നും തനിക്കേൽക്കേണ്ടിവന്ന കടുത്ത അപമാനത്തിൽനിന്നും രക്ഷപ്പെടാൻ വേണ്ടിയാണ് രാജ്ഞി ശ്രമിച്ചത്. എന്നാൽ അപ്രതീക്ഷിതമെന്നുപറയട്ടെ വഴിക്കുവെച്ച് ജനങ്ങൾ രാജാവിനെയും കുടുംബാംഗങ്ങളെയും കുതിരവണ്ടിയിൽനിന്നും പിടിച്ചിറക്കി രാജകൊട്ടാരത്തിലേക്ക് നടത്തിച്ചു. രാജാവിനെയും കുടുംബാംഗങ്ങളെയും ജനങ്ങൾ തെറികൊണ്ട് അഭിഷേകം ചെയ്തു. രാജാവിന്റെ മുഖത്ത് ജനങ്ങൾ കാർക്കിച്ചുതുപ്പി. പാരീസ് വരെ നടത്തിച്ചശേഷം രാജകുടുംബാംഗങ്ങളെ ജയിലിലടച്ചു. ഫ്രാൻസിലെ എന്നല്ല ലോകത്തിലെ ഒരു രാജ്യത്തിന്റെ ചരിത്രത്തിലും ഇതുപോലൊരുസംഭവം ഉണ്ടായിട്ടില്ല. എന്നാൽ ദേശീയസഭ രാജാവിനെ വധിക്കുകയുണ്ടായില്ല. ദേശീയസഭയും രാജാവും തമ്മിൽ ഒരു ഒത്തുതീർപ്പുണ്ടായി. ഭരണഘടനാപരമായി രാജ്യം ഭരിക്കാമെന്ന് രാജാവ് സമ്മതിച്ചു.

ജീവിക്കാനുള്ള അവകാശം കഴിഞ്ഞാൽ പിന്നെ വരുന്ന ഏറ്റവും പ്രധാനപ്പെട്ട അവകാശമാണ് തൊഴിലിനുള്ള അവകാശം. കാരണം തൊഴിൽചെയ്യാതെ ജീവിതം നിലനിർത്തുക എന്നത് അസാധ്യമാണ് എന്നതുതന്നെ. സ്വന്തം ഉപജീവനം തേടാനുള്ള മനുഷ്യരുടെ അവകാശത്തെ നിലനിർത്തിക്കൊണ്ടല്ലാതെ ആധുനികജനാധിപത്യവ്യവസ്ഥയ്ക്ക് മുന്നോട്ടുപോകാനാവില്ല. തൊഴിൽചെയ്യാനുള്ള അവകാശംമാത്രമല്ല തൊഴിലിന് ന്യായമായ കൂലി കിട്ടാനുള്ള അവകാശവും മനുഷ്യനുണ്ട്. അതുകൊണ്ടാണ് സോഷ്യലിസ്റ്റ് പ്രസ്ഥാനങ്ങളും കമ്യൂണിസ്റ്റ് പ്രസ്ഥാനങ്ങളും തൊഴിലാളികളുടെ അവകാശത്തിന് മുഖ്യപരിഗണന നൽകുന്നത്. ആധുനികലോകത്ത് സോഷ്യലിസ്റ്റ് രാഷ്ട്രങ്ങൾ മാത്രമാണ് തൊഴിലാളികൾക്ക് രാഷ്ട്രവ്യവസ്ഥയിൽ പങ്കാളിത്തം നൽകിയത്. സോവിയറ്റ് യൂണിയനിൽ തൊഴിലിനുള്ള അവകാശം മൗലികാവകാശമായി അംഗീകരിക്കപ്പെടുകയും അത് നിയമപരമായി പരിരക്ഷിക്കപ്പെടുകയും ചെയ്തിരുന്നു. എന്നാൽ ഇന്ത്യൻഭരണഘടനയിൽ തൊഴിലിനുള്ള അവകാശം മൗലികാവകാശങ്ങളിലൊന്നായി അംഗീകരിക്കപ്പെട്ടിരുന്നില്ല. പക്ഷേ നിർദേശകതത്വങ്ങളിൽ അവയെ ഉൾക്കൊള്ളിച്ചിട്ടുണ്ട്. തൊഴിൽ നൽകാനുള്ള കടമ ഒരു ധാർമിക കടമയായി ഇന്ത്യ അംഗീകരിക്കുന്നു. എന്നാൽ ഗ്രേറ്റ് ബ്രിട്ടൺ തുടങ്ങിയ രാജ്യങ്ങളിൽ പൗരന്മാർക്ക് തൊഴിൽ

നൽകുക എന്നത് നിയമപരമായ രാഷ്ട്രീയ ഉത്തരവാദിത്വമാണ്. തൊഴിൽ ചെയ്യാൻ കഴിയാത്തവർക്ക് പരിരക്ഷനൽകുക, തൊഴിലില്ലാത്തവർക്ക് തൊഴിലില്ലായ്മാ ആനുകൂല്യങ്ങൾ നൽകുക എന്നിവയും ഈ കടമകളുടെ ഭാഗമാണ്.

സ്വാതന്ത്ര്യത്തിനുള്ള അവകാശം

ആധുനിക ജനാധിപത്യവ്യവസ്ഥിതിയുടെ അടിസ്ഥാനപരമായ ഘടകമാണ് സ്വാതന്ത്ര്യത്തിനു നൽകുന്ന മുന്തിയ പരിഗണന. സ്വാതന്ത്ര്യത്തിന്റെ അഭാവത്തിൽ ആധുനിക രാഷ്ട്രം എന്നത് ഒരു ഇരുളടഞ്ഞ സംഭവമായി മാറും. അതുകൊണ്ടുതന്നെ സ്വാതന്ത്ര്യത്തിന് നൽകുന്ന ഏതൊരുപരിഗണനയും ജനാധിപത്യത്തെ ശക്തിപ്പെടുത്തുന്നതാണ്. ഒരു വ്യക്തിയെ നിയമവിധേയമായിട്ടല്ലാതെ ഒരിക്കലും അറസ്റ്റുചെയ്യാനോ ശിക്ഷിക്കാനോ പാടില്ല. ആ വ്യക്തി നിയമലംഘനം നടത്തിയെന്ന് കോടതിയിൽ തെളിയിക്കപ്പെട്ടാലല്ലാതെ ജയിലിലടയ്ക്കാനോ ശിക്ഷിക്കാനോ പാടില്ല. ഈ തത്വം മാഗ്നാക്കാർട്ടയിൽ ഉൾക്കൊള്ളിച്ചിരുന്നു. വിചാരണ കൂടാതെ പൗരന്മാരെയും വ്യക്തികളെയും തടവിലിടാൻ പാടില്ല എന്ന തത്വം അടിസ്ഥാനപരമായ സ്വാതന്ത്ര്യസങ്കൽപ്പത്തിലധിഷ്ഠിതമാണ്. ജനാധിപത്യത്തിന്റെ ഏറ്റവും വലിയ ശത്രുവാണ് സ്വാതന്ത്ര്യനിഷേധം. മനുഷ്യർ മനുഷ്യരെ തമ്മിൽ വേർതിരിക്കുന്ന സംസ്കാരവും സ്വേഛാധിപത്യവും സ്വാതന്ത്ര്യത്തിന്റെ ഏറ്റവും വലിയ വെല്ലുവിളികളാണ്. ഭരണഘടനാ ശിൽപ്പിയായ ഡോ. അംബേദ്കർ ഇങ്ങനെ പറയുന്നു;

> ജനാധിപത്യത്തിന് പ്രധാനമായി രണ്ടു ശത്രുക്കളുണ്ട്- ഒന്ന്, സ്വേച്ഛാധിപത്യം, രണ്ട്, മനുഷ്യനും മനുഷ്യനും തമ്മിൽ ഭേദമംഗീകരിക്കുന്ന നീതിയും സംസ്കാരവും. അമേരിക്കൻ സ്വാതന്ത്ര്യത്തെക്കുറിച്ചു പറയുമ്പോൾ ബകൽ പ്രതിപാദിക്കുന്നു; സ്വേച്ഛാധികാരംമൂലം നിർമിക്കപ്പെടുന്ന ശക്തിയും സാമൂഹികസംഘടനയും സ്ഥിരമായിരിക്കുകയില്ലെന്ന്. കാരണം, സ്വേച്ഛാധികാരത്തിന്റെ പ്രേരണയ്ക്ക് സ്വതഃസിദ്ധമായ അബാധിത സ്വരൂപമില്ല. ആ പ്രേരണ ഇല്ലാതായാൽ സംഘടനയ്ക്ക് ഇളക്കം തട്ടും. കമ്യൂണിസ്റ്റ് ഭരണം അബാധിതമല്ലാതിരിക്കാൻ ഇതാണ് കാരണം. അതുപോലെതന്നെ, മനുഷ്യനും മനുഷ്യനും തമ്മിൽ വ്യത്യാസം കാണിക്കുന്ന നീതിയും സാമൂഹിക-സാമ്പത്തിക അസമത്വത്തെ പുരസ്കരിക്കുന്ന സംസ്കാരവും — ഇവ രണ്ടും ജനാധിപത്യത്തിന് വലിയ അപായം വരുത്തും.
>
> ഹിന്ദുമതത്തെക്കുറിച്ചു പറയുകയാണെങ്കിൽ അതിൽ മുഖ്യമായും മൂന്നു വലിയ വർഗങ്ങളുണ്ട്. ആദ്യം, ഏറ്റവും താഴത്തെ പരമ

ദളിതവർഗം, ഈ വർഗത്തെ മതം സാമൂഹികമായും സാമ്പത്തികമായും അടിച്ചമർത്തിയിരിക്കുന്നു. രണ്ടാമത്തെ വർഗത്തിൽ ബ്രാഹ്മണേതരും പിന്നാക്കക്കാരുമാണ്. ഈ വർഗം താമരതമ്യേന ഭേദപ്പെട്ട നിലയിലാണ്. അതിന് ഉയർച്ചയും പരിവർത്തനവും വരുത്താൻ വിദ്യാഭ്യാസത്തിന്റെ അഭാവത്തിൽ, കാലം കൂടുതലെടുക്കും. മൂന്നാമത്തേതും അവസാനത്തേതുമായ വർഗം ബ്രാഹ്മണരും അവരോട് തുല്യരായവരും അടങ്ങുന്നതാണ്. ഈ വർഗത്തിനുമാത്രം മതം വിശിഷ്ടമായ അധികാരങ്ങൾ കൊടുത്തിട്ടുണ്ട്. ഈ വർഗം അവരുടെ അധികാരത്തിലും ഉപഭോഗത്തിലും കൈവെക്കുന്നവരോട് പ്രതികാരം ചെയ്യാതിരിക്കുകയില്ല. കാലാനുസൃതമായ മാറ്റങ്ങൾക്ക് അവർ തയാറല്ല. കാരണം, അവർക്ക് ഉന്നത സ്ഥാനം കൊടുക്കുന്ന മതത്തെ, അവർക്ക് അങ്ങനെതന്നെ മുന്നോട്ടു കൊണ്ടുപോകണം. അവർ മാറ്റങ്ങളെയെല്ലാം സംശയത്തോടെ വീക്ഷിക്കുന്നു; അവരുടെ ബൗദ്ധികവൃത്തി വേദങ്ങളുടെയപ്പുറം നോക്കുന്നില്ല. എനിക്കാണെങ്കിൽ, ബഹുജനസമുദായത്തെ ഉപേക്ഷിക്കാൻ വയ്യ. എന്റെ മേൽ എന്തെല്ലാം വിമർശനങ്ങൾ ഉണ്ടായാലും ഈ രാജ്യത്ത് ബുദ്ധമതത്തിന്റെ ഭാവിയെക്കുറിച്ച് ഞാൻ വലിയൊരു ശുഭാപ്തിവിശ്വാസിയാണ്.

ബ്രഹ്മാവിന്റെ വായിൽനിന്ന് ബ്രാഹ്മണനും കൈകളിൽനിന്ന് ക്ഷത്രിയനും, വയറിൽനിന്ന് വൈശ്യനും, കാലുകളിൽനിന്ന് ശൂദ്രനും നിർമിക്കപ്പെട്ടുവെന്ന അടിസ്ഥാനത്തിലുള്ള ഹിന്ദുമത രചന മനുഷ്യത്വത്തെ അപമാനിക്കുന്നതും ബുദ്ധിയെ ഭേദ്യം ചെയ്യുന്നതും ഈശ്വരനെ ഉപദ്രവിക്കുന്നതും ആണ്. ഇത്തരം മതരചനയിൽ സമത്വം ഒരിക്കലും വേരോടുകയില്ല, വ്യക്തിവികാസം ഒരിക്കലും പൂർണമാവുകയില്ല. അതുകൊണ്ട് സമ്പൂർണ ചിന്തയ്ക്കു ശേഷം എനിക്കു തോന്നുന്നു, താഴെയുള്ളവർ ഈ വിചാരസരണിക്കെതിരെ വിപ്ലവം ചെയ്യണം, അല്ല, അവർ ആ മതം ത്യജിക്കണം. അതിന്റെ അർഥമെന്താണെന്നാൽ ഇങ്ങനെയുള്ള മതമുപേക്ഷിച്ച് സർവസമത്വവും മാനവഐക്യവും സ്ഫുരിക്കുന്ന ബുദ്ധന്റെ പാഠങ്ങളെ അവർ അംഗീകരിക്കണം. അതുകൊണ്ട്, ഞാനെന്റെ സഹോദരന്മാരോട്, അവസാനമായി വിളിച്ചുപറയുന്നു, മുക്തി സാധിക്കണമെങ്കിൽ ബുദ്ധമതത്തിന്റെ ദീക്ഷയെടുക്കൂ. പാശ്ചാത്യ ചരിത്രം നോക്കിയാൽ, രാജ്യത്തെയും മതത്തെയും വിഭജിച്ചതിനാൽ ഉണ്ടായ യുദ്ധം ചരിത്രപരമായി വളരെ തെറ്റായിപ്പോയി. മതത്തെ മാനവജീവിതത്തിൽനിന്നും ഇപ്രകാരം വേർതിരിക്കാൻ കഴിയില്ല. മറിച്ച്, മാനവജീവിതത്തിന്റെ എല്ലാംതന്നെ, അധിഷ്ഠാനം തന്നെ, മതമാണ്. എല്ലാ കാര്യങ്ങളുടെയും ആന്തരിക പ്രേരണ

യാണത്. ചിന്തകന്മാർക്കും ഇക്കാര്യം ശ്രദ്ധിക്കാതെവയ്യ. റോമയുടെ പതനത്തെക്കുറിച്ച് ഗിബ്ബൺ എഴുതിയിട്ടുള്ള പുസ്തകം വായിച്ചിട്ടുള്ളവർക്ക് ഒരു കാര്യം വ്യക്തമാവും. ക്രിസ്തുമതത്തെക്കുറിച്ചറിഞ്ഞ റോമിലെ അടിമകൾ പട്രീഷ്യന്മാരുടെ കീഴിലുള്ള അടിമത്തത്തിൽ മടുപ്പുതോന്നി യുക്തിക്കുവേണ്ടി ആ മതത്തെ ആശ്ലേഷിച്ചു. റോമിൽ ക്രിസ്തുമതത്തിലേക്കുള്ള ആദ്യത്തെ കാൽവെയ്പുകൾ അടിമകളുടേതായിരുന്നു എന്നത് ഒരു ചരിത്ര സത്യമാണ്. അതുകൊണ്ട്, പരിതസ്ഥിതിയെല്ലാം അവലോകനം ചെയ്തു പറയാം. നമ്മുടേമേൽ ഉണ്ടാകുന്ന അന്യായങ്ങളും അഴിമതികളും ഇല്ലാതാക്കാൻ ബുദ്ധമതത്തിന്റെ വിത്തു വിതയ്ക്കാതെ സാധ്യമല്ല എന്ന് പറയാം. (*ഡോ. അംബേദ്കർ സമ്പൂർണകൃതികൾ*-വാല്യം 40)

ഭാഷണസ്വാതന്ത്ര്യം

വ്യക്തികൾക്ക് സ്വതന്ത്രമായി ചിന്തിക്കാനും അഭിപ്രായം പ്രകടിപ്പിക്കാനും ഉള്ള അവകാശം ജനാധിപത്യത്തിന്റെ നിലനിൽപ്പിന് അത്യന്താപേക്ഷിതമാണ്. അത് പൗരന്മാരുടെ വിലപ്പെട്ട അവകാശമാണ്. ചിന്തിക്കാനുള്ള സ്വാതന്ത്ര്യത്തെ അടിച്ചമർത്താൻ ആർക്കും അവകാശമോ അധികാരമോ ഇല്ല. വ്യക്തികളെല്ലാം പൊതുസമൂഹമോ രാഷ്ട്രമോ പറയുന്ന രീതിയിൽ ചിന്തിക്കണമെന്ന് പറയുന്നത് അസംബന്ധമാണ്. കാരണം, മനുഷ്യമനസിന് ഏത് രീതിയിൽ വേണമെങ്കിലും ചിന്തിക്കാം. മനുഷ്യന്റെ ചിന്തയാണ് ലോകത്തിലെ പ്രധാനപ്പെട്ട മാറ്റങ്ങളും പുരോഗതികളും സൃഷ്ടിച്ചത്. ഒരു നൂറ് ചിന്തകൾ വിടരട്ടെ എന്ന മാവോ സെതൂങ്ങിന്റെ വാക്കുകൾ പ്രതിഫലിപ്പിക്കുന്നത് ചിന്തയുടെ സ്വാതന്ത്ര്യത്തെയാണ്. ബഹുമുഖമായി ചിന്തിക്കാനും ആ ചിന്തകളെ ബഹുമുഖമായി പ്രകാശിപ്പിക്കാനുമുള്ള സാമൂഹ്യവും സാംസ്കാരികവുമായ അന്തരീക്ഷമാണ് ഒരു ജനാധിപത്യവ്യവസ്ഥ എന്നുപറയുന്നത്. എന്നാൽ പല സമൂഹങ്ങളിലും ചിന്താസ്വാതന്ത്ര്യം അടിച്ചമർത്തപ്പെടുന്നത് നാം കാണുന്നു. മധ്യകാലഘട്ടത്തിൽ യൂറോപ്പിൽ ചിന്താസ്വാതന്ത്ര്യം അതിക്രൂരമായി അടിച്ചമർത്തപ്പെട്ടിരുന്നു. അന്ന് കത്തോലിക്കാമേധാവിത്വം അനുശാസിക്കുന്ന രീതിയിൽ മാത്രമേ ചിന്തിക്കാൻ പാടുണ്ടായിരുന്നുള്ളൂ. ശാസ്ത്രചിന്തകളെ മധ്യകാലഘട്ടം അടിച്ചമർത്തി. നിരവധി ശാസ്ത്രപ്രതിഭകളെയും ബുദ്ധിജീവികളെയും തടവിലിടുകയും പീഡിപ്പിക്കുകയും ചെയ്തു.

ബൈബിളിലെ ആശയങ്ങൾക്കെതിരായി ചിന്തിക്കുകയും എഴുതുകയും ചെയ്യുന്നവരെയെല്ലാം കത്തോലിക്കാ മതം കഠിനമായി ശിക്ഷിച്ചു. അക്കാലത്ത് യൂറോപ്പിൽ പലയിടങ്ങളിലും മതദ്രോഹവിചാരണക്കോടതി

നിലനിന്നിരുന്നു. നിരവധി ശാസ്ത്രകാരന്മാരെയും ചിന്തകന്മാരെയും എഴുത്തുകാരെയും മതദ്രോഹവിചാരണക്കോടതി ക്രൂരമായി ശിക്ഷിച്ചു. നവോത്ഥാനത്തോടുകൂടി ക്രൈസ്തവചിന്തകൾ ചോദ്യംചെയ്യപ്പെടാൻ തുടങ്ങി. മനുഷ്യനെ സംബന്ധിച്ച പുതിയൊരു കാഴ്ചപ്പാട് നവോത്ഥാനം സൃഷ്ടിച്ചു. ഇറ്റലി, ജർമനി, ഇംഗ്ലണ്ട്, ഫ്രാൻസ് തുടങ്ങിയ നിരവധി രാജ്യങ്ങളിൽ നവോത്ഥാനം അതിന്റെ അലയൊലികൾ സൃഷ്ടിച്ചു. നവോത്ഥാനത്തിന്റെ ഭാഗമായി മതനവീകരണവും ജ്ഞാനോദയവും വൈജ്ഞാനിക വിപ്ലവങ്ങളും രാഷ്ട്രീയവിപ്ലവങ്ങളും വ്യാവസായിക കാർഷിക വിപ്ലവങ്ങളും ലോകത്തുണ്ടായി. പതിനാലും പതിനഞ്ചും പതിനാറും നൂറ്റാണ്ടുകളിൽ യൂറോപ്പിലെങ്ങും അടയടിച്ച പുതിയ പരിവർത്തനത്തെയാണ് നവോത്ഥാനം എന്നുവിശേഷിപ്പിക്കുന്നത്.

ഇറ്റലിയിലാണ് നവോത്ഥാനം ആരംഭിച്ചത്. ഫ്ളോറൻസിലും മറ്റ് ഇറ്റാലിയൻ നഗരങ്ങളിലും ഈ കാലഘട്ടത്തിൽ ഒരു വൈജ്ഞാനിക വിപ്ലവം തന്നെ നടന്നു. ഹ്യൂമനിസമാണ് പാശ്ചാത്യനവോത്ഥാനത്തിന്റെ ഏറ്റവും മഹത്തായ ഒരാശയം. ഇരുണ്ടയുഗത്തിലെ മതാന്ധതയ്ക്കുപകരം നവോത്ഥാനനായകർ രൂപംകൊടുത്ത ഒരു പ്രധാന ആശയമായിരുന്നു ഹ്യൂമനിസം. മധ്യകാലഘട്ടത്തിൽ ദൈവത്തിനും പുരോഹിതന്മാർക്കുമായിരുന്നു പ്രാധാന്യം. ദൈവത്തെ ആദർശവൽക്കരിക്കുന്ന സാഹിത്യവും കലയുമാണ് മധ്യകാലഘട്ടത്തിൽ സൃഷ്ടിക്കപ്പെട്ടിട്ടുള്ളത്. ഭക്തിക്കും വിശ്വാസത്തിനും സ്തുതിഗീതങ്ങൾക്കും സങ്കീർത്തനങ്ങൾക്കും ആചാരങ്ങൾക്കും ആയിരുന്നു കൂടുതൽ പ്രാധാന്യം. അതുകൊണ്ടുതന്നെ സ്വതന്ത്രചിന്തയെയും ഭാവനയെയും പ്രോത്സാഹിപ്പിക്കാൻ മധ്യകാലഘട്ടത്തിന് കഴിഞ്ഞില്ല. എന്നാൽ ഇരുണ്ടകാലം എന്നുവിളിക്കപ്പെടുന്ന ഈ കാലത്തുപോലും സ്വതന്ത്രചിന്തയുടെയും അന്വേഷണങ്ങളുടെയും ഭാവനയുടെയും രചതരേഖകൾ ലോകത്തിന്റെ പല ഭാഗങ്ങളിൽ തെളിഞ്ഞുവന്നിരുന്നു എന്നത് വളരെ പ്രധാനപ്പെട്ട ഒന്നാണ്. അറബികളും മറ്റു സഞ്ചാരികളും മധ്യകാലഘട്ടത്തിൽ അന്വേഷണാത്മകതയുടെ ഒരു വലിയലോകം സൃഷ്ടിച്ചിരുന്നു. ശാസ്ത്രത്തിന്റെയും സംസ്കാരത്തിന്റെയും മേഖലകളിൽ അറബികൾ നൽകിയിട്ടുള്ള സംഭാവനകൾ സമാനതകളില്ലാത്തതാണ്. കാരണം പാശ്ചാത്യനവോത്ഥാനം ആരംഭിക്കുന്നതിനു മുമ്പുതന്നെ അറബികൾ ലോകത്തിൽ അവരുടെ മഹത്തായ സംഭാവനകൾ നൽകിക്കഴിഞ്ഞിരുന്നു.

ഇറ്റലിയായിരുന്നു നവോത്ഥാനത്തിന്റെ കളിത്തൊട്ടിൽ. ദൈവങ്ങൾക്കുപകരം മനുഷ്യനെ കേന്ദ്രസ്ഥാനത്ത് പ്രതിഷ്ഠിച്ചുകൊണ്ടുള്ള ഒരു സംസ്കാരമാണ് ഇക്കാലത്ത് ഇറ്റലിയിൽ ഉയർന്നുവന്നത്. ഹ്യൂമനിസം എന്ന സങ്കൽപ്പം പണ്ട് ഗ്രീസിൽ നിലനിന്ന ഒരു മഹത്തായ ആശയമായിരുന്നു. ഗ്രീക്ക് ക്ലാസിക്കുകളിലും കലാരൂപങ്ങളിലും മനുഷ്യന്റെ അചഞ്ചലമായ ഇഛാശക്തിയും അന്വേഷണപരതയും കാണാൻ കഴിയും.

കാലത്തോടും വിധിയോടും ചരിത്രത്തോടും പടപൊരുതുന്ന അജയ്യനായ മനുഷ്യന്റെ ഇതിഹാസങ്ങളാണ് *ഇലിയഡും* *ഒഡീസിയും*. അതുപോലെതന്നെ സോഫോക്ലിസിന്റെ *ആന്റിഗണിയും* *ഈഡിപ്പസും* മനുഷ്യന്റെ വിധിയോടുള്ള പോരാട്ടത്തെ മനോഹരമായി ആവിഷ്കരിക്കുന്നു. എന്നാൽ ക്രൈസ്തവകാലഘട്ടത്തിൽ മനുഷ്യൻ പാപിയായി ചിത്രീകരിക്കപ്പെടുന്നു. മനുഷ്യൻ ആത്യന്തികമായി കുറ്റവാളിയും പാപിയും ആണ് എന്നതാണ് ക്രൈസ്തവ വീക്ഷണം. മനുഷ്യന്റെ ജന്മംതന്നെ ആദിപാപത്തിന്റെ സൃഷ്ടിയാണ് എന്ന് അനുശാസിക്കുന്ന *ബൈബിൾ* ആണ് ക്രൈസ്തവലോകത്തിന്റെ അടിസ്ഥാന സങ്കൽപ്പങ്ങളെ രൂപപ്പെടുത്തിയത്. അതുകൊണ്ടുതന്നെ മനുഷ്യൻ ആത്യന്തികമായി തരംതാഴ്ത്തപ്പെടുകയും ദൈവ മഹത്വവൽക്കരിക്കപ്പെടുകയും ചെയ്തു. നവോത്ഥാനത്തോടുകൂടി ഇതിനെല്ലാം മാറ്റംവന്നു. മനുഷ്യന്റെ പ്രതീക്ഷകൾക്കും വേദനകൾക്കും സ്വപ്നങ്ങൾക്കും വിസ്മയങ്ങൾക്കും വിജയങ്ങൾക്കും ഉന്നതമായ സ്ഥാനം കലയിലും സാഹിത്യത്തിലും ഉണ്ടായി. ഇക്കാലത്ത് മനുഷ്യനായിരുന്നു കലയുടെ കേന്ദ്രബിന്ദു.

നവോത്ഥാനകാലത്ത് ജ്വലിച്ചുനിന്ന മഹാനായ ശാസ്ത്രപ്രതിഭയായിരുന്നു ഗലീലിയോ ഗലീലി. അദ്ദേഹം വിശ്വപ്രസിദ്ധനായ ഭൗതികശാസ്ത്രജ്ഞനും ജ്യോതിശാസ്ത്രജ്ഞനും ദാർശനികനുമായിരുന്നു. ആധുനികശാസ്ത്രത്തിന്റെ പിതാവെന്നറിയപ്പെടുന്ന ഗലീലിയോ ഇറ്റലിയിലെ പിസാ നഗരത്തിലാണ് ജനിച്ചത്. ആധുനിക ജ്യോതിശാസ്ത്രരംഗത്ത് മഹത്തായ സംഭാവനകൾ ചെയ്ത വ്യക്തിയായിരുന്നു അദ്ദേഹം. പരന്ന വായനയും ആഴത്തിലുള്ള ചിന്തയുമാണ് അദ്ദേഹത്തെ മഹോന്നതനായ ശാസ്ത്രകാരനായി ഉയർത്തിയത്. ദൂരദർശിനിയുടെ കണ്ടുപിടുത്തമാണ് ഗലീലിയോയെ പ്രശസ്തനാക്കിയത്. എന്നാൽ ഗലീലിയോക്ക് മുൻപും ദൂരദർശിനി ഉണ്ടായിരുന്നു. ഗലീലിയോ നിർമിച്ച ദൂരദർശിനി കൂടുതൽ ശാസ്ത്രീയവും പ്രയോജനപ്രദവുമായിരുന്നു. അതിലൂടെ കൂടുതൽ വലിതായി വസ്തുക്കളെ കാണാൻ കഴിഞ്ഞിരുന്നു. അതുപോലെതന്നെ തനിക്ക് മുമ്പുള്ള ദൂരദർശിനിയെക്കാൾ കൂടുതൽ ദൂരത്തുള്ള വസ്തുക്കളെ കാണാൻ ഗലീലീയോയുടെ ദൂരദർശിനി സഹായകമായി. ഗലീലിയോയുടെ ഏററവും മഹത്തായ കണ്ടുപിടുത്തം സൗരയൂഥത്തെക്കുറിച്ചുള്ളതാണ്. സൂര്യൻ ഭൂമിക്കുചുറ്റും കറങ്ങുന്നുവെന്നായിരുന്നു ഗലീലിയോയ്ക്കുമുമ്പുണ്ടായിരുന്ന ധാരണ. അദ്ദേഹം പ്രശസ്തനായ ഒരു വാനനിരീക്ഷകനായിരുന്നു. തന്റെ വാനനിരീക്ഷണത്തിലൂടെ അദ്ദേഹം സൂര്യൻ ഭൂമിയെ ചുറ്റുന്നു എന്ന ധാരണ തിരുത്തി. ലോകത്തിന്റെ കേന്ദ്രം സൂര്യനാണെന്നും അതുനിശ്ചലമാണെന്നുമുള്ള ഗലീലിയോയുടെ പ്രസ്താവന മതവിരുദ്ധമാണെന്ന് ക്രിസ്ത്യൻ പുരോഹിതന്മാർ പ്രഖ്യാപിച്ചു. ബൈബിൾപോലുള്ള മതഗ്രന്ഥങ്ങളിൽ പറയുന്നതാണ് അന്തിമമായ ശാസ്ത്രമെന്ന് പുരോഹിതർ ആക്രോശിച്ചു. അവരുടെ അഭിപ്രായത്തിൽ

ഭൂമിയാണ് ലോകത്തിന്റെ കേന്ദ്രം. മാത്രമല്ല ഭൂമി നിശ്ചലമാണ്. ഭൂമി സ്വയം ചുറ്റുകയും സൂര്യനെ ചുറ്റുകയും ചെയ്യുന്നുവെന്ന ഗലീലിയോയുടെ നിരീക്ഷണം അവരെ പ്രകോപിപ്പിച്ചു. അതിന് അവർ ഗലീലിയോക്കെതിരെ കുറ്റപത്രം തയാറാക്കി വിചാരണചെയ്യാൻ തീരുമാനിച്ചു. ഗലീലിയോ പുരോഹിതരുടെ മുന്നിൽവന്നു. ഗലീലിയോയുടെ ശാസ്ത്രീയവിശദീകരണങ്ങളൊന്നും തന്നെ മതാന്ധരായ പുരോഹിതരുടെ മതദ്രോഹവിചാരണക്കോടതി സ്വീകരിച്ചില്ല. അവർ ഗലീലിയോയെ ശിക്ഷിക്കാൻ തീരുമാനിച്ചപ്പോൾ സ്വയം രക്ഷയ്ക്കായി ഗലീലിയോ അനുരഞ്ജനത്തിന് തയാറാവുകയായിരുന്നു. പുരോഹിതർ പറയുന്നതാണ് ശരിയെന്ന് അദ്ദേഹം സമ്മതിച്ചുകൊടുത്തു. എന്നാൽ താൻ അങ്ങനെ പറയുമ്പോഴും ഭൂമി ചുറ്റിക്കൊണ്ടിരിക്കുകയാണ് എന്നർഥം വരുന്നരീതിയിൽ അദ്ദേഹം പറഞ്ഞതായി കേൾക്കുന്നു. പക്ഷേ, അതുകൊണ്ടൊന്നും ഗലീലിയോ കുറ്റവിമുക്തനായില്ല. അദ്ദേഹത്തിന് ഒൻപത് സംവത്സരങ്ങൾ ജയിലിൽ കിടക്കേണ്ടിവന്നു.

ഐതിഹാസികമായ ഒരു വ്യക്തിത്വമായിരുന്നു ഗലീലിയോ. ലോകപ്രസിദ്ധ ജർമൻ നാടകകൃത്തും കവിയുമായ ബർത്തോൾഡ് ബ്രെഹ്ത് തന്റെ *ഗലീലിയോ ഗലീലി* എന്ന ഗ്രന്ഥത്തിൽ ഈ ഐതിഹാസികമായ ജീവിതത്തെ ആവിഷ്കരിക്കുന്നുണ്ട്. പൗരോഹിത്യത്തിനും അതിന്റെ അസംബന്ധജഡിലമായ വിശ്വാസപ്രമാണങ്ങൾക്കും എതിരെ കലഹിച്ച പ്രോജ്വലമായ വ്യക്തിത്വമായിരുന്നു ഗലീലിയോ. സോക്രട്ടീസിനെപ്പോലെ അദ്ദേഹം സത്യത്തിനുവേണ്ടി ധീരമായി പടപൊരുതി. സോക്രട്ടീസ് തത്വചിന്തകൻ ആയിരുന്നെങ്കിൽ ഗലീലിയോ ശാസ്ത്രകാരൻ ആയിരുന്നു എന്ന പ്രധാനവ്യത്യാസം മാത്രം. രണ്ടുപേരും അടിസ്ഥാനപരമായി ധീരന്മാരായ അന്വേഷകരായിരുന്നു. ജീവിതകാലം മുഴുവൻ ശാസ്ത്രത്തിനുവേണ്ടി സമർപ്പിക്കപ്പെട്ട ജീവിതമായിരുന്നു ഗലീലിയോയുടേത്. അദ്ദേഹം ജ്യോതിശാസ്ത്രത്തിനുനൽകിയ സംഭാവനകൾ മനുഷ്യരാശിക്കുതന്നെ വലിയൊരു മുതൽക്കൂട്ടാണ്.

ഇന്നുലോകം വളരെ ലളിതമെന്നുകരുതുന്ന പല ശാസ്ത്രീയസംഭവങ്ങളും ഗലീലിയോവിന്റെ കാലത്ത് നിഗൂഢതകളായിരുന്നു. നക്ഷത്രങ്ങളെയും ഗ്രഹങ്ങളെയും ദൈവികലോകത്തെ അത്ഭുതങ്ങളായിട്ടാണ് ലോകം കണ്ടത്. മതവിശ്വാസവും പൗരോഹിത്യവും ഈ നിഗൂഢതകളെ ഉറപ്പിക്കുകയായിരുന്നു. എന്നാൽ ഗലീലിയോ പ്രപഞ്ചത്തിന്റെ അനന്തതയെക്കുറിച്ച് ചിന്തിച്ചു. നിദ്രാരഹിതമായ രാവുകൾ വാനനിരീക്ഷണത്തിനും ഗവേഷണത്തിനുമായി ചെലവഴിച്ചു. വീനസ് എന്നപേരിൽ അറിയപ്പെടുന്ന ഏറ്റവും ജ്വലിക്കുന്ന ഗ്രഹത്തെക്കുറിച്ച് അദ്ദേഹം വളരെയേറെ നിരീക്ഷണം നടത്തി. വീനസ് എന്നു പാശ്ചാത്യർ വിളിക്കുന്ന ഗ്രഹത്തെ ശുക്രൻ എന്നാണ് മലയാളത്തിൽ വിളിക്കുന്നത്. ചന്ദ്രനെപ്പോലെ തന്നെശുക്രനും ചെറുതാവുകയും വലുതാവുകയും ചെയ്യുന്നുണ്ടെന്ന്

അദ്ദേഹം കണ്ടെത്തി. ഭൂമിയിൽനിന്നു നോക്കുമ്പോൾ ചന്ദ്രനും ശുക്രനും വലുതാവുകയും ചെറുതാവുകയും ചെയ്യുന്നതായി തോന്നുന്നതാണ്. ഇതിനുകാരണം ഗ്രഹങ്ങളുടെ ഭ്രമണമാണെന്നും സൂര്യപ്രകാശം പ്രതിഫലിപ്പിക്കുന്നതുകൊണ്ടാണെന്നും അദ്ദേഹം കണ്ടെത്തി. ഭൂമിക്കഭിമുഖമായി ഇരിക്കുമ്പോൾ സൂര്യപ്രകാശം പ്രതിബിംബിക്കുന്ന ഭാഗം മാത്രമേ നമുക്ക് കാണാൻ കഴിയൂ.

ഗലീലിയോയുടെ കണ്ടുപിടുത്തങ്ങളിൽ പ്രധാനപ്പെട്ട ഒന്നായിരുന്നു ഭാരം കുറഞ്ഞതും ഭാരം കൂടിയതുമായ വസ്തുക്കളുടെ ചലനത്തെക്കുറിച്ചുള്ളത്. അരിസ്റ്റോട്ടിൽ എന്ന ഗ്രീക്ക് ചിന്തകൻ അഭിപ്രായപ്പെട്ടത് ഭാരം കൂടിയതും കുറഞ്ഞതുമായ ഒരു വസ്തു താഴോട്ടിട്ടാൽ ഭാരംകൂടിയത് ആദ്യം നിലത്തുവീഴുന്നു എന്നാണ്. ഗലീലിയോ പിസാഗോപുരത്തിന്റെ മുകളിൽനിന്ന് നടത്തിയ പരീക്ഷണങ്ങളിലൂടെ അരിസ്റ്റോട്ടിലിന്റെ വാദത്തെ ഖണ്ഡിച്ചു.

ആകാശത്തിൽ അനന്തകോടി നക്ഷത്രങ്ങളുണ്ടെന്ന് ഗലീലിയോ അഭിപ്രായപ്പെട്ടു. സൂര്യന് ചുറ്റും നിരവധി ഗ്രഹങ്ങൾ ഉള്ളതുപോലെ മറ്റുനക്ഷത്രങ്ങൾക്കും ഗ്രഹങ്ങളുണ്ടാവാൻ സാധ്യതയുണ്ടെന്ന് ഗലീലിയോ അഭിപ്രായപ്പെട്ടു. അതുപോലെതന്നെ ചന്ദ്രനിൽ ഭൂമിയെപ്പോലെ തന്നെ പർവതങ്ങളും താഴ്‌വാരങ്ങളും മണ്ണുമുണ്ടെന്ന് കണ്ടുപിടിച്ചത് അദ്ദേഹമാണ്. അദ്ദേഹത്തിന്റെ എല്ലാ ശാസ്ത്രീയനിരീക്ഷണങ്ങളെയും അസഹിഷ്ണുതയോടെയാണ് പൗരോഹിത്യം നേരിട്ടത്. അവർ അദ്ദേഹത്തെ മാനസികമായും ശാരീരികമായും വേട്ടയാടുകയായിരുന്നു.

ഗലീലിയോവിന്റെ കുടുംബം പരമ്പരാഗതമായിത്തന്നെ വൈജ്ഞാനികരംഗത്ത് കഴിവുതെളിയിച്ചിരുന്നു. ഇറ്റലിയിലെ തസ്കനിയിൽ പിസാനഗരത്തിലാണ് അദ്ദേഹം ജനിച്ചത്. അദ്ദേഹത്തിന്റെ പിതാവിന്റെ പേര് വിൻസൻസിയോ എന്നായിരുന്നു. അദ്ദേഹം നവോത്ഥാനത്തിന്റെ ശാസ്ത്രീയഭൂമികയിലേക്ക് രംഗപ്രവേശനം ചെയ്യുമ്പോൾ ക്രൈസ്തവമതത്തിനകത്ത് നവീകരണപ്രസ്ഥാനം തുടങ്ങിക്കഴിഞ്ഞിരുന്നു. 1564 ലാണ് ഗലീലിയോ ജനിച്ചത്. ഗലീലിയോ തന്റെ മുൻഗാമിയായിരുന്ന പോളണ്ടുകാരനായ കോപ്പർനിക്കസിന്റെ ശാസ്ത്രീയ നേട്ടങ്ങൾ സ്വാംശീകരിച്ചിരുന്നു. അതുപോലെതന്നെ തന്റെ കാലഘട്ടത്തിലെ മറ്റുശാസ്ത്രകാരന്മാരുമായും അദ്ദേഹം ആശയവിനിമയം നടത്തിയിരുന്നു. അക്കാലത്ത് യൂറോപ്യൻരാജ്യങ്ങളിലെല്ലാംതന്നെ ജ്ഞാനോദയത്തിന്റെ കാലഘട്ടമായിരുന്നു. കുട്ടിക്കാലത്തുതന്നെ ഗലീലിയോക്ക് സംഗീതത്തിൽ താൽപ്പര്യമുണ്ടായിരുന്നു. അച്ഛനെപ്പോലെ മകനും ഒരു ഗിറ്റാറിസ്റ്റായിരുന്നു. കുറെക്കാലം ഗലീലിയോ സന്യാസിമഠത്തിൽ താമസിച്ചിരുന്നു. കുറേക്കാലത്തിനുശേഷം ഗലീലിയോ വൈദ്യശാസ്ത്രം പഠിക്കാൻ തുടങ്ങി. അതുപോലെതന്നെ വാനനിരീക്ഷണത്തിൽ അദ്ദേഹം അടങ്ങാത്ത ഉത്സാഹം കാണിച്ചിരുന്നു. ഒപ്പം ഗണിതശാസ്ത്രവും അദ്ദേഹം

പഠിക്കാൻതുടങ്ങി. വൈദ്യശാസ്ത്രജ്ഞനായിരുന്നു ഗലീലിയോ ആണ് ആദ്യമായി നാഡീസ്പന്ദനം അറിയാൻവേണ്ടിയുള്ള ഉപകരണം (നാഡീസ്പന്ദനമാപിനി) സ്ഥാപിച്ചത്.

ഗലീലിയോ നല്ല ഒരു വായനക്കാരനായിരുന്നു. അദ്ദേഹത്തിന്റെ ഗ്രന്ഥശാലയിൽ ഒരുലക്ഷത്തോളം ഗ്രന്ഥങ്ങളുണ്ടായിരുന്നു എന്നാണ് പറയപ്പെടുന്നത്. വൈജ്ഞാനിക രംഗത്ത് വളരെയേറെ സംഭാവനകൾ നൽകിയ ഗലീലിയോ കുറെക്കാലം യൂണിവേഴ്സിറ്റി പ്രൊഫസറായി ജോലിചെയ്തു. ഗലീലിയോവിന്റെ ജീവിതസഖി മരിനഗാംബ ആയിരുന്നു. ഗലീലിയോ ആ സ്ത്രീയെ വിവാഹം കഴിക്കാതെതന്നെ ജീവിതസഖിയാക്കി. ഗലീലിയോക്ക് അവരിൽ മൂന്നുകുട്ടികളുണ്ടായിരുന്നു. പതിനെട്ട് വർഷക്കാലം അദ്ദേഹം പാദുവായൂണിവേഴ്സിറ്റിയിൽ അധ്യാപകനായി ജോലിചെയ്തു. പാദുവാസർവകലാശാലയിൽ പ്രൊഫസറായിരിക്കവെയാണ് അദ്ദേഹം ജ്യോതിശാസ്ത്രരംഗത്ത് മഹത്തായ കണ്ടുപിടുത്തങ്ങൾ നടത്തിയത്. സ്വന്തംജീവിതകാലത്ത് പുരോഹിതന്മാരിൽനിന്നും കത്തോലിക്കാ സഭയിൽനിന്നും നിരന്തരം പീഡനങ്ങൾ ഏറ്റുവാങ്ങിയ ഗലീലിയോ ഒരു ഗ്രന്ഥകാരൻകൂടിയായിരുന്നു. അദ്ദേഹം കടലിലെ തിരമാലകളെപ്പറ്റി ഒരുഗ്രന്ഥം രചിച്ചിരുന്നു. *തിരമാലകളെപ്പറ്റിയുള്ള സംവാദം* എന്നായിരുന്നു അതിന്റെ പേര്. ഭൂമി ചലിക്കുന്നതുകൊണ്ടാണ് അഥവാ ഭ്രമണം ചെയ്യുന്നതുകൊണ്ടാണ് കടലിൽ തിരമാലകൾ ഉണ്ടാവുന്നത് എന്നയാൾ സമർഥിച്ചു. എന്നാൽ ആ വാദഗതി തെറ്റായിരുന്നു എന്ന് പിന്നീട് ബോധ്യപ്പെട്ടു. ചന്ദ്രന്റെ ആകർഷണബലം കൊണ്ടാണ് തിരമാലകൾ താഴുകയും ഉയരുകയും ചെയ്യുന്നത് എന്ന് പിന്നീട് തെളിയിക്കപ്പെട്ടു. ഗലീലിയോവിന്റെ ശാസ്ത്രനിഗമനങ്ങളിൽ ചിലതെല്ലാം തെറ്റായിരുന്നെങ്കിലും അദ്ദേഹം ശാസ്ത്രത്തിന് നൽകിയ നേട്ടങ്ങൾ മഹത്തായതായിരുന്നു. ഗലീലിയോയെ 9 വർഷക്കാലം തടവിലിടുകയും പീഡിപ്പിക്കുകയും ചെയ്ത കത്തോലിക്കാസഭ പിൽക്കാലത്ത് അതിൽ കുമ്പസാരിച്ചു. ലോകം എക്കാലവും ആദരിക്കുന്ന ഗലീലിയോവിനെ അംഗീകരിക്കാൻ കത്തോലിക്കാ സഭപോലും തയാറായിരിക്കുന്നുവെന്നത് വിസ്മയകരമാണ്. ആധുനികശാസ്ത്രത്തിന്റെ വളർച്ചയ്ക്ക് നിർണായകമായ സംഭാവനകൾ ചെയ്ത ഗലീലിയോ 1642 ൽ അന്തരിച്ചു.

ഇത്തരത്തിൽ ചിന്താ സ്വാതന്ത്ര്യത്തിന് നിരോധനം ഏർപ്പെടുത്തിയിട്ടും ഗലീലിയോവിനെപ്പോലെ എത്രയോ പ്രതിഭകൾ നിലവിലുള്ള ഭരണകൂടത്തിന്റെയും സമൂഹത്തിന്റെയും എതിർപ്പുകളെ ലംഘിച്ച് മുന്നോട്ടുപോയി. ഇതിന്റെയെല്ലാം ഫലമായിട്ടാണ് ആധുനിക ജനാധിപത്യസമൂഹം രൂപപ്പെട്ടത്. മനുഷ്യന് ആന്തരികമായ ഒരു ശക്തിവിശേഷമുണ്ട്. തന്റെ ചിന്തകളെ പ്രകാശിപ്പിക്കാനും ആശയവിനിമയം നടത്താനുമുള്ള പ്രേരണയാണത്. കല, സാഹിത്യം ശാസ്ത്രം, രാഷ്ട്രീയ സങ്കൽപ്പങ്ങൾ ഇതെല്ലാം ഉയർന്നുവന്നതിനു പിന്നിൽ മനുഷ്യന്റെ ഈ ആന്തരികമായ

പ്രേരണയ്ക്ക് അനിഷേധ്യമായ സ്ഥാനമുണ്ട്. ഭരണകൂടം ചിന്താസ്വാതന്ത്ര്യത്തെ അടിച്ചമർത്തിയാൽ ഒരു തരത്തിലല്ലെങ്കിൽ മറ്റൊരു തരത്തിൽ ആ അടിച്ചമർത്തപ്പെട്ട ചിന്തകൾ സമൂഹത്തിൽ തിരിച്ചുവരും. അത് ഭരണകൂടങ്ങളെയും അതിന്റെ സ്ഥാപനങ്ങളെയും തകർത്തു തരിപ്പണമാക്കും. ചരിത്രത്തിൽ മേൽവിവരിച്ച ഗലീലിയോവിന്റെ ഉദാഹരണത്തിന് സദൃശമായി വേറെയും ധാരാളം ഉദാഹരണമുണ്ട്. അടിച്ചമർത്തപ്പെട്ട ഒരു ചിന്തയെ പിന്നീട് വരുന്ന തലമുറകൾ ഏറ്റെടുക്കുകയും അതിന് പുനർജന്മം നൽകുകയും ചെയ്യും. നവോത്ഥാനകാലഘട്ടം ഇതിന്റെ ഏറ്റവും വലിയ ഉദാഹരണമായിരുന്നു.

പുരാതനലോകത്ത് ചിന്താസ്വാതന്ത്ര്യത്തിനുവേണ്ടി പോരാടിയ ഒട്ടേറെ മഹാന്മാരുണ്ട്. ഭരണകൂടത്തിന്റെ അടിച്ചമർത്തലിന് വിധേയരായി പീഢനവും മരണവും ഏറ്റുവാങ്ങേണ്ടിവന്ന നിരവധി മഹാന്മാരുണ്ട്. അതിൽ എടുത്തുപറയേണ്ട പേരാണ് സോക്രട്ടീസിന്റേത്. അഭിപ്രായസ്വാതന്ത്ര്യം നിർഭയമായി പ്രകാശിപ്പിച്ചതിന് ഏഥൻസിലെ സ്വേച്ഛാധിപത്യഭരണകൂടം സോക്രട്ടീസിന് മരണശിക്ഷ വിധിക്കുകയായിരുന്നു. ഇതുപോലെ ആധുനിക ലോകത്തും ധാരാളമാളുകൾ ഉയർന്നചിന്തകൾ പ്രകടിപ്പിച്ചതിനും ഭരണകൂടത്തെ ചോദ്യം ചെയ്തതിനും പീഢനമേറ്റുവാങ്ങേണ്ടി വന്നിട്ടുണ്ട്. ഫാസിസത്തിനുകീഴിൽ അനേകായിരം പേർ തടവറകളിൽ അടയ്ക്കപ്പെട്ടു. അനേകായിരങ്ങൾ കൊലചെയ്യപ്പെട്ടു. ജനാധിപത്യത്തിന്റെ പ്രാണവായുവാണ് ആവിഷ്കാരസ്വാതന്ത്ര്യം. എന്നാൽ ജനാധിപത്യ സമൂഹം എന്നുവിളിക്കപ്പെടുന്ന പല സമൂഹങ്ങളിലും ചിന്തകന്മാർക്കും കലാകാരന്മാർക്കും സാഹിത്യകാരന്മാർക്കും സാഹിത്യകാരികൾക്കും വിലക്കുകൾ ഏർപ്പെടുത്തുന്നതും സാഹിത്യകൃതികൾ നിരോധിക്കുന്നതും നാം കാണുന്നു. സൽമാൻ റുഷ്ദി, തസ്ലീമ നസ്രീൻ, എം എഫ് ഹുസൈൻ, കസാൻ ദ സാക്കീസ് തുടങ്ങി നിരവധി പ്രതിഭകൾക്ക് ഭരണകൂടത്തിന്റെയും യാഥാസ്ഥിതിക സമൂഹത്തിന്റെയും എതിർപ്പുകൾ നേരിടേണ്ടിവന്നിട്ടുണ്ട്.

ഭാഷണ സ്വാതന്ത്ര്യവും പത്രപ്രവർത്തന സ്വാതന്ത്ര്യവും എല്ലാം തന്നെ പരസ്പരബന്ധിതമാണ്. എല്ലാ വ്യക്തികൾക്കും ആവിഷ്കാര സ്വാതന്ത്ര്യമുണ്ട്. പൊതുജനങ്ങളുടെയും വ്യക്തികളുടെയും അഭിപ്രായങ്ങളെ പ്രകാശിപ്പിക്കുകയും രൂപപ്പെടുത്തുകയും ചെയ്യുന്നതിൽ പത്രങ്ങൾക്ക് വളരെ പ്രധാനപ്പെട്ട പങ്കുവഹിക്കാനുണ്ട്. സ്വദേശാഭിമാനി രാമകൃഷ്ണപിള്ള, കേസരി ബാലകൃഷ്ണപിള്ള തുടങ്ങിയവർ നിർഭയമായി തങ്ങളുടെ ആശയങ്ങൾ പ്രകടിപ്പിച്ച പത്രാധിപരായിരുന്നു. സർക്കാരും ജനങ്ങളും തമ്മിൽ പരസ്പരം അറിയുന്നതും മനസിലാക്കുന്നതും പത്രമാധ്യമങ്ങളിലൂടെയാണ്. ഇന്ന് പത്രങ്ങളെക്കൂടാതെ ഇലക്ട്രോണിക് മാധ്യമങ്ങൾകൂടി ശക്തിപ്പെട്ടിരിക്കുകയാണ്. എന്നാൽ പലപ്പോഴും മാധ്യമങ്ങൾ ഭരണകൂടത്തിന്റെ പിന്തിരിപ്പൻ ആശയങ്ങളെ എതിർക്കുന്നതിനു

പകരം ഭരണകൂടത്തിന്റെ നയങ്ങളെ പിൻതുണയ്ക്കുന്നതാണ് കാണുന്നത്.

പത്രമാധ്യമങ്ങൾക്ക് ജനാധിപത്യവ്യവസ്ഥയെ സംരക്ഷിക്കുന്നതിൽ വളരെ പ്രധാനപ്പെട്ട പങ്കുവഹിക്കാനുണ്ട്. പത്രമാധ്യമങ്ങളെ പൊതുവിൽ നാലാം എസ്റ്റേറ്റ് എന്നാണ് വിളിക്കുന്നത്. ജനാധിപത്യത്തിന്റെ അടിസ്ഥാനസ്തംഭങ്ങളിൽ ഒന്നാണ് പത്രമാധ്യമങ്ങൾ. പത്രസ്വാതന്ത്ര്യമെന്നത് കേവലമായ ഒരു സ്വാതന്ത്ര്യമല്ല. സമൂഹത്തിലെ മതസൗഹാർദവും മതനിരപേക്ഷതയും സംരക്ഷിക്കുന്നതിൽ പത്രമാധ്യമങ്ങൾക്ക് മഹത്തായ പങ്കുവഹിക്കാനുണ്ട്. സ്വന്തമിഷ്ടപ്രകാരം വ്യക്തികൾക്കോ ഗ്രൂപ്പുകൾക്കോ എതിരായി അപവാദ വ്യവസായം നടത്താനുള്ള സ്വാതന്ത്ര്യം പത്രമാധ്യമങ്ങൾക്കില്ല. അടിയന്തരാവസ്ഥ കാലഘട്ടത്തിൽ ഇന്ത്യയിൽ പത്രങ്ങൾക്ക് സ്വാതന്ത്ര്യം നിഷേധിക്കപ്പെട്ടു.

വിദ്യാഭ്യാസത്തിനുള്ള അവകാശം

മൗലികാവകാശങ്ങളിൽ ഏറ്റവും പ്രധാനപ്പെട്ട മറ്റൊരവകാശമാണ് വിദ്യാഭ്യാസത്തിനുള്ള അവകാശം. വ്യക്തികളുടെയും സമൂഹത്തിന്റെയും പൗരബോധവും സാമൂഹ്യബോധവും ഉയരാൻ വിദ്യാഭ്യാസം അത്യന്താപേക്ഷിതമാണ്. വിദ്യാഭ്യാസമില്ലാത്ത ഒരു സമൂഹത്തിൽ ജനാധിപത്യബോധം ഉണ്ടാവുക എന്നത് വളരെ പ്രയാസകരമാണ്. വിദ്യാഭ്യാസം എന്നതുകൊണ്ട് അർഥമാക്കുന്നത് കേവലം ഔപചാരിക വിദ്യാഭ്യാസമല്ല. ഔപചാരികവിദ്യാഭ്യാസം ഒരു സമൂഹത്തിന്റെ അടിസ്ഥാനപരമായ വിദ്യാഭ്യാസത്തിന്റെ ഒരു ഘടകം മാത്രമാണ്. മനുഷ്യന്റെ വ്യക്തിത്വം വികസിക്കുവാൻ വിദ്യാഭ്യാസം അത്യാവശ്യമാണ്. പ്രകൃതിയെക്കുറിച്ചും സമൂഹത്തെക്കുറിച്ചുമുള്ള ശാസ്ത്രീയമായ ധാരണയെയാണ് പൊതുവിൽ വിദ്യാഭ്യാസം എന്നതുകൊണ്ട് ഉദ്ദേശിക്കുന്നത്. വിദ്യാഭ്യാസം ലഭിക്കാൻ ഏതൊരുപൗരനും അവകാശമുണ്ട്. അതുകൊണ്ട് ആധുനിക ജനാധിപത്യരാഷ്ട്രങ്ങൾ പ്രാഥമിക വിദ്യാഭ്യാസവും നിർബന്ധിതവും സൗജന്യവുമാക്കിക്കൊണ്ട് ഈ മൗലികാവകാശത്തെ പരിരക്ഷിക്കാൻ ശ്രമിക്കുന്നു. എന്നാൽ മിക്ക രാഷ്ട്രങ്ങളും ഇത് ചെയ്യുന്നില്ല. സമ്പന്നരെന്നോ ദരിദ്രരെന്നോ വ്യത്യാസമില്ലാതെ എല്ലാവർക്കും വിദ്യാഭ്യാസം നൽകാൻ ഭരണകൂടത്തിന് ബാധ്യതയുണ്ട്. എന്നാൽ പഴയകാലത്ത് വിദ്യാഭ്യാസം സമ്പന്നരുടെയും ഉയർന്നജാതിക്കാരുടെയും കുത്തകാവകാശമായിരുന്നു. അതുപോലെ സ്ത്രീകൾക്കും വിദ്യാഭ്യാസം നിഷേധിക്കപ്പെട്ടിരുന്നു. ഇന്ത്യയിൽ ആദ്യകാലത്ത് ബ്രാഹ്മണർക്കും ക്ഷത്രിയർക്കും മാത്രമേ വിദ്യാഭ്യാസത്തിനുള്ള അവകാശമുണ്ടായിരുന്നുള്ളൂ. പ്രാചീന ഇന്ത്യയിൽ ശൂദ്രന്മാർക്കും ചണ്ഡാലന്മാർക്കും ഒന്നുംതന്നെ വിദ്യാഭ്യാസത്തിനുള്ള അവകാശം ഉണ്ടായിരുന്നില്ല. ബ്രാഹ്മണമേധാവിത്വമായിരുന്നു അക്കാ

ലത്ത് ഇന്ത്യയിൽ നിലനിന്നിരുന്നത്. വേദം പഠിക്കുന്ന ശൂദ്രന്മാർക്ക് കടുത്ത ശിക്ഷ നൽകാൻ *മനുസ്മൃതി*യും മറ്റനേകം നിയമങ്ങളും അനുശാസിച്ചിരുന്നു. സംസ്കൃതഭാഷ പഠിക്കാനുള്ള അവകാശം ബ്രാഹ്മണർക്കുമാത്രമേ ഉണ്ടായിരുന്നുള്ളൂ. ഇന്ത്യയുടെ ഇതിഹാസങ്ങളും പുരാണങ്ങളുമെല്ലാംതന്നെ വ്യക്തമാക്കുന്നത് ഭൂരിപക്ഷം വരുന്ന ജനങ്ങൾക്കും വിദ്യാഭ്യാസത്തിനുള്ള അവകാശം നിഷേധിക്കപ്പെട്ടിരുന്നു എന്നാണ്.

വിദ്യാഭ്യാസത്തിനും രാഷ്ട്രീയ സാംസ്കാരിക അവകാശങ്ങൾക്കും വേണ്ടിയുള്ള പോരാട്ടങ്ങളിലൂടെയാണ് ആധുനിക ജനാധിപത്യവ്യവസ്ഥ രൂപംകൊണ്ടത്.

നവോത്ഥാനകാലത്ത് യൂറോപ്പിലെങ്ങും വൈജ്ഞാനിക രംഗത്ത് ഒരു കുതിച്ചുചാട്ടം തന്നെയുണ്ടായി. ഇറ്റലിയിൽ ഫ്ളോറൻസ് തുടങ്ങിയ പ്രദേശങ്ങളിൽ ഇതിന്റെ ശക്തമായ അലയൊലിയുണ്ടായി. അന്നുവരെ ക്രൈസ്തവ മതവിശ്വാസങ്ങളായിരുന്നു വിദ്യാഭ്യാസരംഗത്തും വൈജ്ഞാനികരംഗത്തും പ്രബലമായി നിലനിന്നത്. എന്നാൽ നവോത്ഥാനത്തോടുകൂടി ഹ്യൂമനിസം പ്രചരിപ്പിക്കപ്പെടാൻ തുടങ്ങി. അതിന്റെ ഭാഗമായി ക്ലാസിക്കൽ ഗ്രീക്ക് കൃതികൾ വിവർത്തനം ചെയ്യപ്പെടുകയും ഏറെ വായിക്കപ്പെടുകയും ചെയ്തു. 14–ാംനൂറ്റാണ്ടോടു കൂടി ഈ പ്രവണത ആരംഭിച്ചു. ക്രിസ്ത്യാനികളുടെ ഇടയിൽത്തന്നെ പുതിയചിന്തകൾ ഉയർന്നുവരാൻ ഇതുകാരണമായി. പ്ലാറ്റോയുടെയും അരിസ്റ്റോട്ടിലിന്റെയും ഗ്രന്ഥങ്ങൾ ഇറ്റാലിയൻ ഭാഷയിലേക്ക് പരിഭാഷചെയ്യപ്പെട്ടു. ഇത് യുക്തിചിന്ത ഉണർത്താൻ പര്യാപ്തമായി. പ്ലാറ്റോ ഒരു ആശയവാദിയായിരുന്നെങ്കിലും അദ്ദേഹത്തിന്റെ ചിന്തയിൽ ജ്ഞാനത്തിനും നന്മയ്ക്കും സൗന്ദര്യത്തിനും അതീവ പ്രാധാന്യമുണ്ടായിരുന്നു. അതുകൊണ്ടുതന്നെ അവ പുതിയൊരു ലോകം തുറന്നിട്ടു. ഗണിതശാസ്ത്രവും ശാസ്ത്രവും പ്രോത്സാഹിപ്പിക്കപ്പെട്ടു. ഫ്ളോറൻസ് ഒരു വിദ്യാഭ്യാസകേന്ദ്രമായി ഉയർന്നു. അവിടത്തെ അക്കാദമിയിൽ പ്ലാറ്റോയുടെ ചിന്തകൾ പഠിപ്പിക്കാൻ തുടങ്ങി. പ്ലാറ്റോയുടെ നിരവധി ഗ്രന്ഥങ്ങൾ ലാറ്റിൻ ഭാഷയിലേക്കും ഇറ്റാലിയൻ ഭാഷയിലേക്കും വിവർത്തനം ചെയ്യപ്പെട്ടു. അതുപോലെതന്നെ അരിസ്റ്റോട്ടിലിന്റെ ഗ്രന്ഥങ്ങൾക്കും പ്രാധാന്യം കൈവന്നു. ഇറ്റലിയിൽനിന്നും പ്ലാറ്റോയുടെ ചിന്തകൾ മറ്റു യൂറോപ്യൻ രാജ്യങ്ങളിലേക്കും പ്രചരിച്ചു. അതുപോലെതന്നെ മറ്റു ഗ്രീക്ക് ചിന്തകന്മാരുടെ ആശയങ്ങളും പ്രചരിപ്പിക്കപ്പെട്ടു.

വിദ്യാഭ്യാസത്തിന് ഇക്കാലത്ത് ലഭിച്ച പ്രോത്സാഹനം സമൂഹത്തിന്റെ സർവമേഖലകളിലും വെളിച്ചം പരത്തി. അന്ധവിശ്വാസങ്ങളിൽനിന്നും അനാചാരങ്ങളിൽനിന്നും സമൂഹത്തെ മാറ്റിയെടുക്കാൻവേണ്ടിയുള്ള സംരംഭങ്ങൾ ആരംഭിച്ചു. ഇറ്റലിയിൽ ധാരാളം ലൈബ്രറികൾ ഉണ്ടായി. അതിലേറ്റവും പ്രധാനമായിരുന്നു വത്തിക്കാൻ ലൈബ്രറി.

വത്തിക്കാൻ ലൈബ്രറിയിൽ അസംഖ്യം ഗ്രന്ഥങ്ങൾ ഉണ്ടായിരുന്നു. പോപ്പ് നക്കോളാസ് അഞ്ചാമനായിരുന്നു ഈ ഗ്രന്ഥാലയത്തിന്റെ സ്ഥാപകൻ. അദ്ദേഹത്തിന്റെ കാലത്ത് ധാരാളം ഗ്രീക്ക് കൃതികൾ ലാറ്റിൻ ഭാഷയിലേക്ക് പരിഭാഷചെയ്യപ്പെട്ടു. അദ്ദേഹത്തിനു ശേഷംവന്ന പുരോഹിതന്മാർ പുസ്തകങ്ങളെയും ഗ്രന്ഥാലയങ്ങളെയും സ്നേഹിച്ചവരായിരുന്നു. വത്തിക്കാൻ ഗ്രന്ഥാലയം ലോകപ്രശസ്തമാണ്. ഇതുപോലെ ഇറ്റലിയിൽ നിരവധി ലൈബ്രറികൾ ഉണ്ടായിരുന്നു. ഫ്ളോറൻസ് ലൈബ്രറി അതിലൊന്നായിരുന്നു. തത്വശാസ്ത്രം, ശാസ്ത്രം, ചരിത്രം, രാഷ്ട്രതന്ത്രം, ഗണിതശാസ്ത്രം, കല, സാഹിത്യം എന്നീ വിഭിന്നമേഖലകളിലുള്ള ഗ്രന്ഥങ്ങൾ ഇറ്റലിയിലെ ഗ്രന്ഥാലയങ്ങളിലുണ്ടായിരുന്നു. ഇവയെല്ലാം തന്നെ യൂറോപ്യൻ രാജ്യങ്ങൾക്കാകെ പ്രചോദനം നൽകി. നവോത്ഥാനത്തിന്റെ കാറ്റ് ആഞ്ഞ് വീശിയത് ഇറ്റലിയിൽനിന്നുമാകയാൽ ഇറ്റലി യൂറോപ്പിന്റെ മുഴുവൻ ശ്രദ്ധാകേന്ദ്രമായിമാറി. ഇക്കാലത്ത് ഇറ്റാലിയൻ സാഹിത്യകാരന്മാരും കലാകാരന്മാരും യൂറോപ്പിന്റെ മുഴുവൻ വീരനായകന്മാരായി മാറുകയായിരുന്നു. അതുകൊണ്ടുതന്നെ ഇവരെപ്പറ്റിയെല്ലാംപഠിക്കാൻ മറ്റു യൂറോപ്യൻ രാഷ്ട്രങ്ങളിലെ ബുദ്ധിജീവികൾ ഉത്സാഹം കാണിച്ചു. ശാസ്ത്രത്തിലും സാങ്കേതികവിദ്യയിലും ഇറ്റലി കൈവരിച്ച നേട്ടങ്ങൾ മറ്റു ലോകരാഷ്ട്രങ്ങളെ മുഴുവൻ സ്വാധീനിച്ചു. അക്കാലത്ത് ചരിത്രവും ഭൂമിശാസ്ത്രവും എല്ലാം പ്രധാന വിഷയങ്ങളായി യൂറോപ്പിൽ പ്രചരിപ്പിക്കപ്പെട്ടു. റോമാസാമ്രാജ്യത്തിന്റെ കേന്ദ്രമെന്ന നിലയിൽ ഇറ്റലിക്ക് ഒരു പ്രമുഖ സ്ഥാനം ലോകത്തുണ്ടായിരുന്നു. വീരയോദ്ധാക്കളായ ജൂലിയസ് സീസർ, അഗസ്റ്റസ് സീസർ, മാർക്ക് ആന്റണി, തുടങ്ങിയ ഭരണാധികാരികളും സിസറോയെപ്പോലുള്ള പ്രഭാഷകരും ലോകശ്രദ്ധ ആകർഷിച്ചു. ഇംഗ്ലീഷ് നവോത്ഥാനകാലത്തെ വസന്തമായിരുന്ന വില്യം ഷേക്സ്പിയർ മേൽപ്പറഞ്ഞ വീരന്മാരുടെ ജീവിതത്താൽ പ്രചോദിപ്പിക്കപ്പെടുകയും അവരെയെല്ലാം തന്റെ ചില കൃതികളിൽ പുനരാവിഷ്കരിക്കുകയും ചെയ്തു. അങ്ങനെ സൃഷ്ടിക്കപ്പെട്ട ഷേക്സ്പിയർ കൃതികളാണ് *ജൂലിയസ് സീസറും ആന്റണിയും ക്ലിയോപാട്ര*യുമെല്ലാം. യൂറോപ്പിൽമുഴുവൻ പ്രചരിപ്പിക്കപ്പെട്ട കലണ്ടർ 'ജൂലിയൻ കലണ്ടർ' ആയിരുന്നു. ജൂലിയസ് സീസറുടെ പേരിൽനിന്നാണ് ഇതുണ്ടായത്.

ആധുനിക സമൂഹം രൂപപ്പെടുന്നതിന്റെ ഏറ്റവും പ്രധാനപ്പെട്ട മുന്നുപാധിയാണ് വിദ്യാഭ്യാസം. കേവലമായ ഔപചാരികവിദ്യാഭ്യാസത്തിനപ്പുറം മതനിരപേക്ഷവും ശാസ്ത്രീയവുമായ വിദ്യാഭ്യാസമാണ് ആധുനിക സമൂഹത്തിന്റെ നിലനിൽപ്പിന് അത്യാവശ്യമായിട്ടുള്ളത്. വിദ്യാഭ്യാസമില്ലാത്ത ഒരു അടിമസമൂഹത്തിന് ജനാധിപത്യബോധം വികസിപ്പിക്കുക എന്നത് വളരെ വിഷമമുള്ള കാര്യമാണ്. പൊതുക്ഷേമത്തിന് അത്യന്താപേക്ഷിതമാണ് വിദ്യാഭ്യാസം. ലൈബ്രറികൾ വായനശാലകൾ ചരിത്രമ്യൂസിയങ്ങൾ എന്നിവയെല്ലാം വിദ്യാഭ്യാസത്തിന്റെ അടിസ്ഥാന

ഡാന്റെ

ഘടകങ്ങളാണ്. സാഹിത്യ കൃതികളും കലാസൃഷ്ടികളും വളരാൻ അനുകൂലമായ ഒരു സാമൂഹ്യവ്യവസ്ഥയിൽ മാത്രമേ ഉയർന്ന വിദ്യാഭ്യാസം സാധ്യമാവുകയുള്ളൂ. എന്നാൽ അതേ സമയംതന്നെ ഇത്തരം സാഹിത്യകൃതികളും മറ്റു സാംസ്കാരിക സൃഷ്ടികളും ഒരു ന്യൂനപക്ഷത്തിന്റെ മാത്രം സ്വത്തായിരിക്കാൻ പാടില്ല. നവോത്ഥാനകാലത്ത് യൂറോപ്പിൽ സംഭവിച്ചത് സാഹിത്യ കൃതികളുടെ വമ്പിച്ച ജനകീയവൽക്കരണമാണ്. നിരവധി ദേശീയ ഭാഷകളിലേക്ക് ക്ലാസിക് കൃതികൾ വിവർത്തനം ചെയ്യപ്പെട്ടത് നവോത്ഥാനകാലത്തെ വിദ്യാഭ്യാസത്തെ ശക്തിപ്പെടുത്തി.

നവോത്ഥാനകാലത്ത് വൈജ്ഞാനികമേഖലകളിലും സാഹിത്യത്തിലും പുതിയൊരു കുതിച്ചുചാട്ടം തന്നെ ഉണ്ടായി. പ്രസിദ്ധരായ കവികളും മറ്റ് എഴുത്തുകാരും നവോത്ഥാനകാലത്തെ സമ്പന്നമാക്കി. ഫ്രാൻസിസ്കൊ പെട്രാർക്ക്, ഡാന്റെ, ബൊക്കാച്ചിയോ തുടങ്ങിയവർ ഇറ്റാലിയൻ കവിതയെ സമ്പുഷ്ടമാക്കിയ ഏറ്റവും പ്രസിദ്ധരായ ഇറ്റാലിയൻ കവികളായിരുന്നു. ഡാന്റെയുടെ ക്ലാസിക് രചനയാണ് *ഡിവൈൻ കോമഡി.* ഇറ്റാലിയൻ ഭാഷയിലാണ് ഇത് രചിച്ചിട്ടുള്ളത്. മധ്യകാലഘട്ടത്തിൽ പ്രധാനപ്പെട്ട സാഹിത്യകൃതികളെല്ലാംതന്നെ രചിക്കപ്പെട്ടത് ലാറ്റിൻഭാഷയിലായിരുന്നു. ഇന്ത്യയിൽ സംസ്കൃത ഭാഷയ്ക്കുണ്ടായിരുന്ന സ്ഥാനമായിരുന്നു ഇറ്റലിയിൽ ലാറ്റിൻഭാഷയ്ക്കുണ്ടായിരുന്നത്. സമൂഹത്തിലെ പുരോഹിതന്മാരും വരേണ്യരും ഉപയോഗിച്ചിരുന്ന ഭാഷയായിരുന്നു ഇത്. എന്നാൽ നവോത്ഥാനകാലത്തോടുകൂടി ലാറ്റിൻ ഭാഷയ്ക്കുപകരം ദേശീയഭാഷകൾ കേന്ദ്രസ്ഥാനത്തേക്കുവരാൻ തുടങ്ങി. പാശ്ചാത്യ രാജ്യങ്ങളിലെല്ലാംതന്നെ അതതുദേശീയ ഭാഷകൾ വികാസം പ്രാപിക്കാൻ ഇത് കാരണമായി. ദേശീയഭാഷകൾ വികാസം പ്രാപിച്ചതോടെ ദേശീയസാഹിത്യവും ദേശീയബോധവും ദേശീയസംസ്കാരവും വികാസം പ്രാപിക്കാൻ തുടങ്ങി. ഇറ്റലിയിൽ ഇതിന് തുടക്കം കുറിച്ചത് ഡാന്റെ ഉൾപ്പെടെയുള്ള വിശ്രുതകവികളും സാഹിത്യകാരന്മാരുമായിരുന്നു. അദ്ദേഹത്തിന്റെ *ഡിവൈൻകോമഡി* എന്ന കൃതി പ്രകൃതി വർണനയും ദേശീയവികാരവും പ്രതിഫലിപ്പിക്കുന്നതാണ്. ഹോമറിന്റെയും

വെർജിലിന്റെയും ക്ലാസിക് രചനാശൈലിയായിരുന്നു നവോത്ഥാന കവികളെ പ്രചോദിപ്പിച്ചത്.

ഡാന്റെ കഴിഞ്ഞാൽ ഇറ്റലിയിലെ ഏറ്റവും പ്രതിഭാശാലിയായ കവിയായി അറിയപ്പെട്ടത് പെട്രാർക് ആയിരുന്നു. അദ്ദേഹത്തിന്റെ ഗീതകങ്ങൾ വളരെ പ്രസിദ്ധമാണ്. അദ്ദേഹം ഫ്ളോറൻസിലാണ് ജനിച്ചത്. തന്റെ കാമുകിയായിരുന്ന ലോറയെക്കുറിച്ച് അദ്ദേഹമെഴുതിയ സങ്കീർത്തനങ്ങൾ പ്രസിദ്ധമാണ്. അവ അന്യാദൃശമായ കാൽപ്പനികഭാവം തുളുമ്പുന്ന പ്രണയസങ്കീർത്തനങ്ങളാണ്. *സത്യവേദ പുസ്തക*'ത്തിലെ 'ഉത്തമഗീതങ്ങ'ളോട് സാദൃശമുള്ള ഗീതകങ്ങളാണിത്. പെട്രാർക്കും ഇറ്റാലിയൻ ഭാഷയിലാണ് കവിതകൾ എഴുതിയത്.

ബൊക്കാച്ചിയോ ആയിരുന്നു നവോത്ഥാന ഇറ്റലിയിലെ മറ്റൊരു പ്രതിഭാധനൻ. അദ്ദേഹത്തിന്റെ ഏറ്റവും പ്രശസ്തരചനയാണ് *ഡെക്കാമെറോൺ കഥകൾ*. നൂറുകഥകളുടെ സമാഹാരമാണിത്. ആക്ഷേപഹാസ്യത്തിന്റെ ശൈലിയിൽ ആണ് ഇവ രചിക്കപ്പെട്ടിട്ടുള്ളത്. സമൂഹത്തിലെ കാപട്യങ്ങളെയും മറ്റും പരിഹസിക്കുന്ന ഈകഥകൾ ലക്ഷക്കണക്കിന് വായനക്കാരെ ഇന്നും ആകർഷിക്കുന്നു. ധാരാളം കവിതകളും വൈജ്ഞാനിക ഗ്രന്ഥങ്ങളും ബൊക്കാച്ചിയോ രചിച്ചിട്ടുണ്ട്. ക്രൈസ്തവപുരോഹിതന്മാരുടെ ജീവിതത്തെ രൂക്ഷമായി വിമർശിക്കുന്ന കഥകളാണ് *ഡെക്കാമറോൺ കഥകൾ*. ക്രിസ്തീയപൗരോഹിത്യത്തിന്റെ ജീർണതകളെ അദ്ദേഹം തൊലിയുരിച്ച് കാണിക്കുന്നു. അതുപോലെതന്നെ ചിന്തോദ്ദീപകമാണ് ബോക്കാച്ചിയോയുടെ രചനകൾ. അദ്ദേഹം തയാറാക്കിയ *ഡാന്റെയുടെ ജീവചരിത്രം* വളരെ പ്രസിദ്ധമാണ്. നവോത്ഥാനകാലത്തെ ഹ്യൂമനിസ്റ്റ് സാഹിത്യകാരന്മാരായിട്ടാണ് ബോക്കാച്ചിയോയും പെട്രാർക്കും അറിയപ്പെട്ടത്. ഇവരെല്ലാവരും തന്നെ ആധുനിക സാഹിത്യത്തെ വളരെയധികം സ്വാധീനിച്ചിട്ടുണ്ട്. ആത്മഭാവങ്ങൾ പ്രകടമാവുന്നതാണ് ഇവരുടെയെല്ലാം രചനകൾ. ഈ കാലഘട്ടം മനുഷ്യരുടെ ആത്മാന്വേഷണങ്ങൾക്ക് മുഖ്യസ്ഥാനം കൊടുത്തിരുന്നു. പിൽക്കാലത്ത് ആധുനികസാഹിത്യപ്രസ്ഥാനത്തിൽ പ്രകടമായ പലപ്രവണതകളുടെയും ആദ്യകിരണങ്ങൾ ഈ എഴുത്തുകാരിൽ കണ്ടെത്താവുന്നതാണ്. ധാരാളം മഹാകാവ്യങ്ങളും നാടകങ്ങളും ഹൃദയഗീതങ്ങളും ഇക്കാലത്തുണ്ടായി.

കേരളത്തിൽ 19-ാം നൂറ്റാണ്ടിൽ ആരംഭിച്ച മിഷനറിമാരുടെ പള്ളിക്കൂടങ്ങൾ ഇവിടത്തെ വിദ്യാഭ്യാസത്തെ വളരെയധികം സഹായിച്ചു. 20-ാം നൂറ്റാണ്ടോടുകൂടി കേരളീയ പൊതുസമൂഹത്തിൽ നല്ലൊരുവിഭാഗത്തിന് സാക്ഷരത കൈവരിക്കാൻ കഴിഞ്ഞു. എന്നാൽ സ്ത്രീകളെ സംബന്ധിച്ചിടത്തോളം വിദ്യാഭ്യാസം ലഭിച്ചിരുന്നവർക്കുപോലും തൊഴിലെടുക്കാനുള്ള അവകാശം ഉണ്ടായിരുന്നില്ല. ഉന്നത വിദ്യാഭ്യാസം നേടിയ സ്ത്രീകൾക്കുപോലും വിദ്യാഭ്യാസത്തിനുള്ള അവകാശം ഉണ്ടായിരുന്നില്ല.

19-ാം നൂറ്റാണ്ടിനു മുമ്പുതന്നെ കേരളത്തിൽ നിലത്തെഴുത്തു പള്ളികൾ ഉണ്ടായിരുന്നു. ആശാൻമാരെ വീട്ടിൽവരുത്തി കുട്ടികളെ പഠിപ്പിക്കുന്ന രീതിയായിരുന്നു കൂടുതലും. 2001 ൽ കേരളത്തിൽ 87 ശതമാനത്തിലധികം സ്ത്രീകൾക്കും സാക്ഷരത കൈവരിക്കാൻ സാധിച്ചിരിക്കുന്നു എന്നാണ് കണക്ക്. പെൺകുട്ടികളുടെ സാക്ഷരതാ നിരക്കും ഉയർന്നിരിക്കുന്നു. ഇന്ന് ഉന്നതവിദ്യാഭ്യാസരംഗത്ത് സ്ത്രീ പ്രാതിനിധ്യം വളരെയധികം വർധിച്ചിട്ടുണ്ട്. സ്ത്രീ വിദ്യാഭ്യാസത്തിനുവേണ്ടിയുള്ള പ്രവർത്തനങ്ങൾ കേരളത്തിലെ നവോത്ഥാന-മതപരിഷ്കരണ പ്രവർത്തനങ്ങളുടെ അഭേദ്യഭാഗമായിരുന്നു. സ്ത്രീകൾ വിദ്യ അഭ്യസിക്കുന്നതും തൊഴിൽ ചെയ്യുന്നതും വിലക്കുന്ന സമീപനമായിരുന്നു ഇവിടത്തെ ഉയർന്ന ജാതിക്കാർക്കുണ്ടായിരുന്നത്. അതുകൊണ്ടുതന്നെ അവർ സ്ത്രീവിദ്യാഭ്യാസത്തെ എതിർത്തു. എന്നാൽ തിരുവിതാംകൂറിലും മറ്റും സ്ത്രീകളുടെ വിദ്യാഭ്യാസത്തിനുവേണ്ടി നിരവധി പ്രവർത്തനങ്ങൾ നടന്നിരുന്നു. നമ്പൂതിരി സമുദായത്തിൽ സ്ത്രീവിദ്യാഭ്യാസത്തിനുവേണ്ടിയുള്ള പ്രവർത്തനം ശക്തിപ്പെട്ടത് നവോത്ഥാനപ്രസ്ഥാനത്തിന്റെ ആരംഭത്തോടുകൂടിയാണ്. ഇ എം എസ്, പ്രേംജി, വി ടി ഭട്ടതിരിപ്പാട് തുടങ്ങിയവർ നമ്പൂതിരി സമുദായത്തിലെ സ്ത്രീവിദ്യാഭ്യാസത്തിനുവേണ്ടി അങ്ങേയറ്റം പ്രവർത്തിച്ചവരാണ്.

ഇന്ത്യൻ ഭരണഘടന വിദ്യാഭ്യാസപരമായ അവകാശങ്ങൾക്ക് വളരെയധികം പ്രാധാന്യം നൽകുന്നുണ്ട്. ഇന്ത്യൻ ഭരണഘടനയുടെ 29,30 വകുപ്പുകൾ സാംസ്കാരികവും വിദ്യാഭ്യാസപരവുമായ അവകാശങ്ങളെക്കുറിച്ചാണ് പറയുന്നത്. 29-ാം വകുപ്പിലെ ഒന്നാം ഉപവകുപ്പിൽ പൗരന്മാരുടെ പ്രത്യേകമായ ഭാഷയും ലിപിയും സംസ്കാരവും സംരക്ഷിക്കാനുള്ള അവകാശം ഉൾപ്പെടുത്തിയിട്ടുണ്ട്. രണ്ടാം ഉപവകുപ്പ് അനുസരിച്ച് സർക്കാർ സ്ഥാപനങ്ങളിൽ ജാതിമത ഭാഷാവർഗങ്ങളുടെയോ അവയിലേതെങ്കിലുമൊന്നിന്റെയോ അടിസ്ഥാനത്തിൽ ആർക്കുംതന്നെ വിവേചനം പാടില്ലെന്ന് അനുശാസിക്കുന്നുണ്ട്. 30-ാം വകുപ്പനുസരിച്ച് എല്ലാ നൂനപക്ഷങ്ങൾക്കും വിദ്യാഭ്യാസസ്ഥാപനങ്ങൾ സ്ഥാപിക്കാനും ഭരിക്കാനുമുള്ള അവകാശമുണ്ട്. ജാതിമത ഭാഷാ ന്യൂനപക്ഷങ്ങളുടെ മൗലികാവകാശങ്ങൾ സംരക്ഷിക്കുന്നതിൽ ഇന്ത്യൻ ഭരണഘടന അതീവ ശ്രദ്ധചെലുത്തുന്നുണ്ട്. മതസ്വാതന്ത്ര്യത്തിനുള്ള അവകാശവുമായി ബന്ധപ്പെട്ടതാണ് വിദ്യാഭ്യാസസ്ഥാപനങ്ങൾ നടത്താനുള്ള അവകാശങ്ങളും.

ഇന്ത്യൻ ഭരണഘടനയുടെ മുപ്പതാം ഉപവകുപ്പ് വിദ്യാഭ്യാസ അവകാശങ്ങളെ സംരക്ഷിക്കുന്നതിന് പ്രാധാന്യംകൊടുക്കുന്നു. ഭാഷാ-മത നൂനപക്ഷങ്ങൾക്ക് വിദ്യാഭ്യാസ സ്ഥാപനങ്ങൾ ഏർപ്പെടുത്താനും ഭരിക്കാനുമുള്ള അവകാശം നൂനപക്ഷ ജനവിഭാഗങ്ങൾക്കിടിയിൽ പൊതുവിദ്യാഭ്യാസം ഉയരുന്നതിന് കാരണമായിട്ടുണ്ട്.

ആരാധനാ സ്വാതന്ത്ര്യം

ആധുനിക ജനാധിപത്യത്തിന്റെ കെട്ടുറപ്പിന് ഏറ്റവും അത്യന്താപേക്ഷിതമാണ് പൗരന്മാരുടെ ആരാധനാ സ്വാതന്ത്ര്യം. മതേതരമായ ഒരു സാമൂഹ്യവ്യവസ്ഥയുടെ അടിത്തറ എന്നുപറയുന്നത് വിവിധ മതവിഭാഗങ്ങൾക്ക് അവരുടെ മതപരമായ വിശ്വാസങ്ങൾ നിലനിർത്താനുള്ള സ്വാതന്ത്ര്യമാണ്. ഇന്ത്യയെപ്പോലുള്ള നിരവധി മതവിഭാഗങ്ങൾ ഇടകലർന്നുജീവിക്കുന്ന സമൂഹങ്ങളിൽ ആരാധനാ സ്വാതന്ത്ര്യത്തിന് വളരെയധികം പ്രാധാന്യമുണ്ട്. 2001 ലെ സെൻസസ് അനുസരിച്ച് ഇന്ത്യയിലെ മതവിശ്വാസികളുടെ പട്ടിക ഇങ്ങനെയാണ്

മതം	ശതമാനം
ഹിന്ദുക്കൾ	80.5
മുസ്ലീങ്ങൾ	13.4
ക്രിസ്ത്യാനികൾ	2.3
സിഖുകാർ	1.9
ബുദ്ധമതക്കാർ	0.8
ജൈനമതക്കാർ	0.4
മറ്റുമതക്കാർ	0.6
ഒരു മതത്തിലും പെടാത്തവർ	0.1

ഇന്ത്യ മതവൈവിധ്യങ്ങളുടെ നാടാണ്. പ്രാചീനകാലം മുതൽ വ്യത്യസ്ത ആരാധനാ രീതികളും വിശ്വാസപ്രമാണങ്ങളും മതാചാരങ്ങളും ഇന്ത്യയിൽ നിലനിന്നിരുന്നു. കാലക്രമത്തിൽ ബ്രാഹ്മണമതത്തിന് ഇന്ത്യൻ സാമൂഹ്യവ്യവസ്ഥയിൽ മേധാവിത്വം കൈവന്നു. ബ്രാഹ്മണമതവും ഇതര മതവിഭാഗങ്ങളും തമ്മിലുള്ള സംഘർഷം ഇന്ത്യൻ ചരിത്രത്തിന്റെ ഭാഗമാണ്. ഡോ. അംബേദ്കർ പറയുന്നു;

> ഇന്ത്യയിൽ പ്രാചീനകാലം മുതൽതന്നെ ഗ്രാമദേവത, പ്രദേശദേവത, വനദേവി, നദീദേവിമാർ തുടങ്ങിയവരെ പൂജിച്ചുപോന്നു; അതുപോലെ കുലദേവതമാരും ഉണ്ടായിരുന്നു. രാജാക്കന്മാരും ധനികരും അവരുടെ കൊട്ടാരങ്ങളിൽ കുലദേവതമാരെ പൂജിച്ചിരുന്നത് ബ്രാഹ്മണർ വഴിയാണ്. ഇപ്രകാരം കൊട്ടാരങ്ങളിൽ പൂജിക്കാൻ ചെന്ന ബ്രാഹ്മണർ, റാണിമാർ മുഖാന്തരം ഭരണകൂടത്തിൽ അവരുടെ ശക്തി ഉപയോഗിച്ചു. ഈ സ്വാധീനതവഴി തങ്ങളുടെ

പ്രഭാവത്തിന് വിഘാതമായ ബുദ്ധമതത്തെ വേരോടെ പറിച്ചുകളയാൻ അവർ ശ്രമിച്ചു. അശോകചക്രവർത്തിയുടെ കാലത്ത് കുലദേവതാപൂജ നിന്ദിക്കപ്പെട്ടിരുന്നു. അശോകൻ പറഞ്ഞു: “ഞാൻ ബുദ്ധമതം അനുസരിക്കുന്നതുകൊണ്ട് എനിക്ക് വേറെ ഏതൊരു ദേവീദേവന്മാരെയും പൂജിക്കേണ്ട ആവശ്യമില്ല.” അദ്ദേഹം തന്റെ ഭരണാധികാരികൾവഴി കുലദേവതമാരുടെ വിഗ്രഹങ്ങൾ എടുത്തുനീക്കി. ഇത് ബ്രാഹ്മണർക്ക് വലിയ അടിയായി. കാരണം, അതുമൂലം അവരുടെ ഉപജീവനവും ധൂർത്തും അപകടത്തിലായി; അവരതിന് പ്രതികാരം ചെയ്യാൻ തയാറായി. ബ്രാഹ്മണ പുരോഹിതന്മാരുടെ മുമ്പത്തെ ധാരണ രാജാക്കന്മാർ മരണാനന്തരം നരകത്തിൽ പോകുമെന്നായിരുന്നു. കാരണം രാജ്യകാര്യങ്ങൾ നിർവഹിക്കുന്നതിനിടയിൽ അവർക്ക് പല പാപകൃത്യങ്ങളും ചെയ്യേണ്ടതായിവരും. അതുകൊണ്ട് അവസരം കിട്ടിയാലും ബ്രാഹ്മണർ രാജ്യകാര്യങ്ങൾ കൈയിലെടുക്കാറില്ല. സിംഹാസനത്തിലിരിക്കാൻ തയാറല്ലെങ്കിലും മന്ത്രിയും പുരോഹിതനും എന്ന നിലകളിൽ അവർ രാജാക്കന്മാരെ ഉപദേശിക്കാറുണ്ട്. നിയമങ്ങൾ തയാറാക്കുകയും ചെയ്തിരുന്നു. പക്ഷേ, കുലദേവതാപൂജ ഇല്ലാതായതിനെത്തുടർന്നുണ്ടായ വലിയ നഷ്ടത്തിനുശേഷം രാജ്യഭരണം നടത്തുകയില്ലെന്ന സിദ്ധാന്തം ത്യജിച്ചു. രാജ്യവും സിംഹാസനവും കൈക്കലാക്കാൻ അവർ ശ്രമിച്ചുതുടങ്ങി. ഇപ്രകാരമുള്ള എണ്ണമില്ലാത്ത സംഭവങ്ങൾ ഇന്ത്യൻ സാഹിത്യത്തിൽ കാണാം. സ്വന്തം ബലത്തിൽ രാജ്യം ഭരിക്കാൻ സാധ്യമല്ലെങ്കിൽ കിട്ടിയ ക്ഷത്രിയരെ കൂട്ടുപിടിച്ച് അവരെ കൈപ്പാവകളെന്നപോലെ മുന്നോട്ടുവെച്ചു രാജ്യം ഭരിക്കാൻ അവർ തയാറായിരുന്നെന്ന് ചില സ്ഥലങ്ങളിൽ കാണുന്നുണ്ട്. ഇപ്രകാരം ബ്രാഹ്മണവാദം വീണ്ടും ഉയർന്നപ്പോൾ അത് ബുദ്ധമതത്തിന് അപായകരമായി. ഇന്ത്യയിൽ ബുദ്ധമതം ലോപിക്കാൻ ഇതാണ് കാരണം (*ഡോ. അംബേദ്കർ സമ്പൂർണ കൃതികൾ,* വാല്യം 40).

എല്ലാ മതങ്ങളും നിലനിൽക്കുന്നത് മനുഷ്യനന്മയ്ക്കുവേണ്ടിയും സാഹോദര്യത്തിനുവേണ്ടിയുമാണ് എന്ന കാര്യത്തിൽ സംശയിക്കേണ്ടതില്ല. സമൂഹം അപകടഭീഷണിയിൽനിന്നും സംരക്ഷിക്കപ്പെടാൻ വേണ്ടിയും മനുഷ്യസമൂഹം നന്മയിൽ അധിഷ്ഠിതമായി ജീവിക്കാൻവേണ്ടിയുമാണ് എല്ലാ മതങ്ങളും പരിശ്രമിക്കുന്നത്. എന്നാൽ അതേസമയം തന്നെ അടിസ്ഥാനപരമായി ഒരേ ആശയങ്ങൾക്കുവേണ്ടി നിലകൊള്ളുന്ന മതവിഭാഗങ്ങൾ തമ്മിൽ അതിശക്തമായ സംഘട്ടനങ്ങൾ നൂറ്റാണ്ടുകളായി തുടർന്നുവരുന്നു. ലോകത്തിലെ ഏറ്റവും ദീർഘമായ യുദ്ധങ്ങൾ

നടന്നത് മതത്തിന്റെ പേരിലാണ്. ഇന്നും മതപരമായ സംഘട്ടനങ്ങളും വർഗീയതയും ഭീകരവാദപ്രവണതകളും ലോകത്തിൽ നിലനിൽക്കുന്നു. ഇതെല്ലാം ജനാധിപത്യവ്യവസ്ഥയെ മാത്രമല്ല മതങ്ങളുടെതന്നെ വിശ്വാസ്യതയെയും അപകടപ്പെടുത്തുന്നതാണ് എന്ന് എടുത്തുപറയേണ്ടതില്ലല്ലോ. ഒരേ സമയത്ത് മനുഷ്യനന്മയ്ക്കുവേണ്ടി നിലകൊള്ളുന്നു എന്നു പറയുമ്പോൾത്തന്നെ മതവിഭാഗങ്ങൾ തമ്മിൽ ശക്തമായ സംഘട്ടനങ്ങളിൽ ഏർപ്പെടുകയും ചെയ്യുന്നു എന്നത് ഏറ്റവും വലിയ വിരോധാഭാസമാണ്. എന്തുകൊണ്ട് ഇത് സംഭവിക്കുന്നു. ഇവിടെയാണ് സമൂഹത്തിലെ വർഗവൈരുധ്യം എന്ന വിഷയം പ്രസക്തമാവുന്നത്. മത-വിശ്വാസികൾക്കെതിരായി നടത്തുന്ന സമരമോ യുദ്ധങ്ങളോ അല്ല ചരിത്രത്തിൽ നടന്നതും നടന്നുകൊണ്ടിരിക്കുന്നതും. മറിച്ച് മതപുരോഹിതന്മാരും പൗരോഹിത്യ സമ്പ്രദായങ്ങളും തങ്ങളുടെ സങ്കുചിത താൽപ്പര്യങ്ങൾക്കുവേണ്ടി മതവിശ്വാസപ്രമാണങ്ങളെ ദുർവ്യാഖ്യാനിക്കുകയും അതിനനുസൃതമായി അന്ധവിശ്വാസങ്ങളും അനാചാരങ്ങളും നിലനിർത്തുകയും ചെയ്തതിന്റെ ഭാഗമായിട്ടാണ് മതവൈരങ്ങൾ ശക്തിപ്പെട്ടത്.

അങ്ങനെ മതാടിസ്ഥാനത്തിൽ രാഷ്ട്രങ്ങൾതന്നെ രൂപം കൊള്ളുന്ന അവസ്ഥയുണ്ടായി. ഇന്ത്യ രണ്ടായി വിഭജിക്കപ്പെട്ടു. ഇന്ത്യൻ ഭരണഘടന ഒരു മതേതര ഭരണഘടനയാണ്. രാഷ്ട്രം മതങ്ങൾക്കെതിരല്ല. അത് മതവിരുദ്ധമല്ല. എന്നാൽ അതേ സമയംതന്നെ മതവിശ്വാസം നിലനിർത്താനുള്ള മതവിഭാഗങ്ങളുടെ അവകാശങ്ങളെ സംരക്ഷിക്കാൻ ബാധ്യസ്ഥമാണ്. മതത്തെ ഒഴിവാക്കാനോ ഏതെങ്കിലും മതത്തിന് മുൻഗണന കൊടുക്കാനോ ഉള്ള അധികാരാവകാശങ്ങൾ ഭരണകൂടത്തിനില്ല. മതത്തിന്റെ പേരിൽ യാതൊരു വിവേചനത്തെയും പ്രോത്സാഹിപ്പിച്ചുകൂട. ഒരു മതത്തെയും മറ്റുള്ള ജനങ്ങളുടെമേൽ അടിച്ചേൽപ്പിക്കാൻ ഭരണകൂടത്തിന് അധികാരമില്ല. ഇന്ത്യയുടെ മതേതരസങ്കൽപ്പത്തെക്കുറിച്ച് മുൻരാഷ്ട്രപതി ഡോ. എസ് രാധാകൃഷ്ണൻ ഇങ്ങനെ പറയുന്നു:

> ഇന്ത്യ ഒരു മതേതരരാഷ്ട്രമായിരിക്കണമെന്നു പറയുമ്പോൾ അദൃശ്യമായ ഒരാത്മാവിന്റെ യാഥാർഥ്യത്തെയോ ജീവിതത്തിൽ മതത്തിന്റെ പ്രസക്തിയെയോ നാം നിരാകരിക്കുകയോ മതരഹിതത്വത്തെ മാനിക്കുകയോ ചെയ്യുകയാണെന്ന് അതിനർഥമില്ല. മതനിരപേക്ഷത തന്നെ വാസ്തവിക മതമായിത്തീരുന്നുവെന്നോ രാഷ്ട്രം ദിവ്യമായ പ്രത്യേകാധികാരങ്ങൾ ഏറ്റെടുക്കുന്നുവെന്നോ ഉള്ള അർഥവും അതിനില്ല. ഇന്ത്യൻ പാരമ്പര്യത്തിന്റെ അടിസ്ഥാനതത്വം ഈശ്വരവിശ്വാസമാണെങ്കിലും ഇന്ത്യാരാഷ്ട്രം ഏതെങ്കിലുമൊരു മതവുമായി ഇണങ്ങിച്ചേരുകയോ അതിന്റെ നിയന്ത്രണത്തിന് വിധേയമാവുകയോ ചെയ്യില്ല. ഒരു മതത്തിനും മുൻഗണ

> നാപദവിയോ പ്രശസ്തനിലയോ അനുവദിച്ചുകൂടാ. ദേശീയജീവിതത്തിലോ അന്താരാഷ്ട്രീയ ബന്ധങ്ങളിലോ ഒരു മതത്തിലും പ്രത്യേകാവകാശങ്ങൾക്കനുമതിയുണ്ടായിക്കൂടാ; അത് ജനാധിപത്യത്തിന്റെ മൗലിക തത്വങ്ങളുടെ ലംഘനവും മതത്തിന്റെയും ഗവൺമെന്റിന്റെയും ഉത്തമ താൽപ്പര്യങ്ങൾക്ക് വിരുദ്ധവുമായിരിക്കും. ഇതൊക്കെയാണ് നമ്മുടെ നിലപാട്. സഹിഷ്ണുതയുടെയും അച്ചടക്കത്തിന്റേതുമായ മതനിഷ്പക്ഷതയുടെ ഈ കാഴ്ചപ്പാടിന് ദേശീയവും അന്താരാഷ്ട്രീയവുമായ ജീവിതത്തിന്റെ ദീർഘവീക്ഷണപരമായ ഒരു പങ്ക് വഹിക്കാനുണ്ട്. മറ്റുള്ളവർക്ക് നിഷേധിക്കുന്ന അവകാശങ്ങളും പ്രത്യേകാനുകൂല്യങ്ങളും കൊണ്ട് ഒരു പൗരസംഘത്തിനും സ്വയം അഹങ്കരിക്കാനിടയായിക്കൂടാത്തതാണ്. യാതൊരാളും അയാളുടെ മതം നിമിത്തം ഏതെങ്കിലും വിധത്തിലുള്ള അവശതയോ വിവേചനമോ അനുഭവിച്ചുകൂടാ. എല്ലാവരെയും പോലെ പൊതുജീവിതത്തിൽ പൂർണമായി പങ്കുവഹിക്കുന്നതിന് സ്വതന്ത്രനായിരിക്കണം. സ്റ്റേറ്റിന്റെയും ക്രൈസ്തവ സഭയുടെയും വ്യതിരിക്തഭാവത്തിൽ ഉൾക്കൊണ്ട അടിസ്ഥാനതത്വമാണത്. ഇന്ത്യാരാഷ്ട്രത്തിന്റെ മതനിഷ്പക്ഷതയെ മതനിരപേക്ഷതയോടോ നിരീശ്വരത്വത്തോടോ കൂട്ടിക്കുഴച്ചു കൂടാ. ഇവിടെ നിർവചിക്കപ്പെട്ട മതേതരത്വം ഇന്ത്യയുടെ പൗരാണിക മതപാരമ്പര്യത്തിനനുസൃതമാണ്. വ്യക്തിപരമായ ഗുണങ്ങളെ സംഘബോധത്തിന് അടിയറവെയ്ക്കാതെ ഏവരെയും 'പരസ്പര രഞ്ജിപ്പിലേക്ക് നയിച്ചുകൊണ്ട് വിശ്വാസികളുടെ ഒരു പരസ്പര സംസർഗം' കെട്ടിപ്പടുക്കാനാണ് അതു ശ്രമിക്കുന്നത് (*വിശ്വാസത്തിന്റെ വീണ്ടെടുപ്പ്*, ഹാർപ്പർ ബ്രോസ്).

മതപരമായ വിശ്വാസങ്ങൾ സമൂഹത്തിന്റെ സമത്വത്തിനുള്ള അവകാശങ്ങളുമായി അഭേദ്യമായി ബന്ധപ്പെട്ടിരിക്കുന്നു. ഈ വിഷയവുമായി ബന്ധപ്പെട്ട് ഡോ. എം വി പൈലി അദ്ദേഹത്തിന്റെ *ഇന്ത്യൻ ഭരണഘടന* (കേരള ഭാഷാ ഇൻസ്റ്റിറ്റ്യൂട്ട്) എന്ന ഗ്രന്ഥത്തിൽ വിശദീകരിക്കുന്നത് നോക്കുക.

> ഇന്ത്യൻ പ്രദേശത്തിനകത്ത് ഒരാൾക്കും നിയമത്തിനുമുമ്പിൽ സമത്വമോ തുല്യമായ നിയമസംരക്ഷണമോ രാഷ്ട്രം നിഷേധിച്ചുകൂടാത്തതാകുന്നു" എന്ന് 14-ാം വകുപ്പ് പ്രഖ്യാപിക്കുന്നു. "നിയമത്തിന് മുമ്പിൽ സമത്വം' എന്ന പ്രയോഗം മൗലികാവകാശങ്ങൾക്ക് ഉറപ്പുനൽകുന്ന എല്ലാ ലിഖിതഭരണഘടനകളിലും കാണാം. 'ഇംഗ്ലീഷ് കോമൺലോ' യിലെ ഒരു പ്രയോഗമാണ് നിയമത്തിനു

മുമ്പിൽ സമത്വമെന്നത്. 'തുല്യമായ നിയമസംരക്ഷണ' മെന്ന പ്രയോഗത്തിന്റെ ഉത്ഭവം അമേരിക്കൻ ഭരണഘടനയിൽ നിന്നുമാണ്. ഈ രണ്ടു പ്രയോഗങ്ങളും അമേരിക്കൻ ഭരണഘടനയുടെ ആമുഖത്തിൽ ഉൾപ്പെടുത്തിയ വിധത്തിൽ 'പദവിസമത്വവും അവസരസമത്വ'വും എന്നു വിവരിക്കുന്നതിനെയാണ് ലക്ഷ്യമാക്കുന്നത്. നിയമത്തിന് മുമ്പിലുള്ള സമത്വം, യാതൊരു വ്യക്തിക്കും യാതൊരു പ്രത്യേകാനുകൂല്യത്തിനും അവകാശമില്ലെന്നും സാധാരണ നിയമത്തിന് എല്ലാ വിഭാഗക്കാരും തുല്യവിധേയരാണെന്നും ധ്വനിപ്പിച്ചുകൊണ്ടുള്ള ഏതാണ്ട് നിഷേധാത്മകമായ ഒരു സങ്കൽപ്പമാണെങ്കിൽ, തുല്യനിയമസംരക്ഷണം തുല്യസാഹചര്യങ്ങളിൽ തുല്യമായ പെരുമാറ്റം ധ്വനിപ്പിക്കുന്ന കൂടുതൽ വ്യക്തമായ ഒരു സങ്കൽപ്പമാണ്. അങ്ങനെ നിയമങ്ങളാൽ തന്നെയോ അവയുടെ പ്രയോഗത്താലോ സ്വേച്ഛാപരമായ പക്ഷപാതം അശ്ലേഷം ഉണ്ടാകാത്ത ഒരു സ്ഥിതിവിശേഷം സ്ഥാപിക്കുവാൻ 14-ാം വകുപ്പ് നിലകൊള്ളുന്നു.

ഈ വകുപ്പിന്റെ പരിധി വ്യാഖ്യാനിച്ചുകൊണ്ട്, ചിരഞ്ജിത്ലാൽ ചൗധരിയും യൂണിയൻ ഓഫ് ഇന്ത്യയും തമ്മിലുണ്ടായ കേസിൽ സുപ്രീംകോടതി നൽകിയ തീർപ്പുകൾ ഇതാണ്: (എ) തുല്യസംരക്ഷണമെന്നതിനർഥം തുല്യസാഹചര്യങ്ങളിൽ തുല്യസംരക്ഷണമെന്നതാണ്. (ബി) നിയമനിർമാണോദ്ദേശ്യങ്ങൾക്കായി സ്റ്റേറ്റിന് യുക്തിപൂർവം വർഗീകരണം നടത്താവുന്നതാണ്. (സി) യുക്തതയെ സംബന്ധിച്ച സങ്കൽപ്പം നിയമനിർമാണത്തിനനുകൂലമാകുന്നു. (ഡി) തെളിവു നൽകാനുള്ള ഭാരം നിയമനിർമാണത്തെ എതിർക്കുന്നവർക്കാകുന്നു.

ഓരോ കോർപ്പറേഷനും അല്ലെങ്കിൽ വ്യക്തികളുടെ ഗ്രൂപ്പും നിയമനിർമാണത്തിനുവേണ്ടി സ്വയം ഒരു വർഗമായി പരിഗണിക്കാമെന്നും എന്നാൽ അതിനു മതിയായ അടിസ്ഥാനമോ യുക്തിയോ ഉണ്ടാകണമെന്നും യുക്തിപൂർവമായ വർഗീകരണത്തെ വിശദീകരിച്ചുകൊണ്ട് കോടതി അഭിപ്രായപ്പെട്ടു. "ഇതുപോലെ വേറെ കമ്പനികളുണ്ടെന്നും ഈ കമ്പനിമാത്രമേ പക്ഷപാതത്തിനിരയായിട്ടുള്ളൂവെന്നും തെളിയിക്കേണ്ട ഭാരം ഹർജിക്കാരനാണ്."

സാമൂഹ്യ-രാഷ്ട്രീയ സ്വാതന്ത്ര്യത്തിനു വേണ്ടിയുള്ള സമരത്തിൽ മാനവസമുദായം എപ്പോഴും സർവജനസമത്വാദർശത്തിലേക്ക് നീങ്ങാൻ ശ്രമിച്ചിട്ടുണ്ട്. സമത്വത്തിനും സ്വാതന്ത്ര്യത്തിനുമുള്ള ഉൾപ്രേരണയാണ് മിക്ക വിപ്ലവങ്ങളുടെയും ലക്ഷ്യശക്തിയായിരുന്നിട്ടുള്ളത്. സ്ത്രീകൾക്കും പുരുഷന്മാർക്കുമുള്ള തുല്യാവകാ

ശത്തിൽ തങ്ങൾക്കുള്ള വിശ്വാസം ഊട്ടിയുറപ്പിക്കുന്നതിന് അംഗരാഷ്ട്രങ്ങൾ സ്വീകരിച്ച തീരുമാനം ഐക്യരാഷ്ട്രപ്രമാണം രേഖപ്പെടുത്തുന്നു. അതെ, എല്ലാ രംഗങ്ങളിലും സമത്വം പൂർണമായി നേടാനാവുന്നില്ലെങ്കിൽ യഥാർഥവും ഫലപ്രദവുമായ ജനാധിപത്യം നിലവിൽവരുത്താൻ സാധ്യമല്ല. എന്നാലും സാമ്പത്തിക-സാമൂഹിക-രാഷ്ട്രീയ പുരോഗതിയുടെ ദീർഘവും വിഷമകരവുമായ മാർഗത്തിലൂടെയുള്ള മാനവലോകത്തിന്റെ മുന്നേറ്റം കൊണ്ട് മാത്രം നേടാവുന്ന വിദൂരസ്ഥമായ ഒരാദർശമാണ് എല്ലാരംഗങ്ങളിലുമുള്ള പൂർണമായ സ്ത്രീപുരുഷസമത്വം. ഒരു രാജ്യത്തിന്റെ ഭരണഘടനയ്ക്കും നിയമങ്ങൾക്കും അതിലെ പൗരന്മാർക്ക് പരമാവധി ഉറപ്പുനൽകാവുന്നത് പരിമിതമായ തോതിലുള്ള സമത്വം ഒന്നുമാത്രമാണ്. ഇന്ത്യൻ ഭരണഘടനാ നിർമാതാക്കൾക്ക് ഇക്കാര്യം നല്ലപോലെ അറിയാമായിരുന്നു. അതുകൊണ്ടാണ് അവർ രാഷ്ട്രീയവും നിയമപരവുമായ സമത്വം നൽകിയതോടൊപ്പം ഒരു മൗലികാവകാശത്തിന്റെ — സാമ്പത്തികവും സാമൂഹികവുമായ സമത്വം — പദവി കൂടുതലായും നിർദേശകതത്വങ്ങളുടെ പരിധിയിൽ പെടുത്തിയത്.

സമത്വത്തിനുള്ള അവകാശം നിയമസഭകൾ പാസ്സാക്കുന്ന പക്ഷപാതപരമായ നിയമങ്ങൾക്കെതിരെ സംരക്ഷണം നൽകുന്നതു കൂടാതെ എക്സിക്യൂട്ടീവ് നിക്ഷിപ്തമാക്കുന്ന സ്വേച്ഛാപരമായ വിവേചനാധികാരങ്ങളെ നിരോധിക്കുകയും ചെയ്യുന്നു. ആധുനിക രാഷ്ട്രത്തിൽ ഉപനിയമങ്ങളും ചട്ടങ്ങളും നടപ്പാക്കുന്നതിലും എണ്ണമറ്റ മറ്റു പ്രവർത്തനത്തിലും എക്സിക്യൂട്ടീവിന് വിപുലമായ അധികാരങ്ങൾ നൽകപ്പെടുന്നു. സമത്വത്തെക്കുറിച്ച് പരാമർശിക്കുന്ന വകുപ്പ് ഇത്തരം അധികാരങ്ങൾ പക്ഷപാതപരമായി വിനിയോഗിക്കുന്നതിനെ നിരോധിക്കുന്നു. ഉദാഹരണമായി, വിവിധ വ്യാപാരങ്ങളും ബിസിനസ് പ്രവർത്തനങ്ങളും ക്രമവൽക്കരിച്ചുകൊണ്ട് ലൈസൻസുകൾ നൽകുന്ന ഏർപ്പാട് ലൈസൻസിങ് അധികാരിയുടെ നിരുപാധികമായ യുക്തിക്ക് വിട്ടുകൊടുക്കുവാൻ പാടില്ലാത്തതാകുന്നു. അത്തരം പ്രവർത്തനങ്ങളെ നിയന്ത്രിക്കുന്ന നിയമത്തിൽ ലൈസൻസുകൾ അനുവദിക്കുന്നതിന് ലൈസൻസിങ് അധികാരി അനുസരിക്കേണ്ട തത്വങ്ങൾ ഉൾക്കൊള്ളിച്ചിരിക്കണം.

14-ാം വകുപ്പ് സ്റ്റേറ്റിന്റെ പക്ഷപാതപരമായ നടപടികളെ മാത്രമേ നിരോധിക്കുന്നുള്ളൂ. വ്യക്തികളുടെ അത്തരം നടപടികൾ അതിൽ ഉൾപ്പെടുന്നില്ല. ഉദാഹരണമായി, ഒരു സ്വകാര്യ ബിസിനസ് സ്ഥാപനത്തിന്റെ ഉടമ തന്റെ ജീവനക്കാരെ തിരഞ്ഞെടുക്കുന്നതിൽ പക്ഷപാതം കാട്ടുകയോ ജീവനക്കാരോട് പക്ഷപാതപരമായി പെരുമാ

റുകയോ ചെയ്യുകയാണെങ്കിൽ പക്ഷപാതത്തിന് വിധേയനായ വ്യക്തിക്ക് നീതിന്യായകോടതിയിൽ നിന്ന് പരിഹാരം ലഭിക്കുകയില്ല. സ്വകാര്യവ്യക്തികൾക്കുകൂടി ബാധകമാകത്തക്കവിധം ഈ അവകാശത്തിന്റെ പരിധി ഭരണഘടന എന്തുകൊണ്ട് വ്യാപിപ്പിക്കേണ്ടെന്നുവെച്ചു എന്നാരെങ്കിലും ചോദിച്ചേക്കാം. എന്നാൽ, അങ്ങനെ ചെയ്യാതിരിക്കാൻ മതിയായ കാരണമുണ്ട്. വ്യക്തികളുടെ പ്രവർത്തനങ്ങൾക്കുകൂടി ബാധകമാക്കിയാൽ അത് വ്യക്തികളുടെ സ്വാതന്ത്ര്യത്തിലുള്ള ഗുരുതരമായ ഇടപെടലായി പരിണമിക്കുകയും ആ പ്രക്രിയയിൽ മൗലികാവകാശങ്ങൾതന്നെ അർഥശൂന്യമാവുകയും ചെയ്യും. ചുരുക്കത്തിൽ, വ്യക്തിയുടെ സ്വാതന്ത്ര്യത്തിനും സമൂഹത്തിന്റെ താൽപ്പര്യങ്ങൾക്കും വേണ്ടി അതിന്മേൽ ഏർപ്പെടുത്തുന്ന നിയന്ത്രണങ്ങൾക്കും തമ്മിൽ ശരിയായ ഒരു സമതുലിതാവസ്ഥ പാലിക്കുന്നതുകൊണ്ടു മാത്രമേ യഥാർഥ ജനാധിപത്യം നേടാനാവുകയുള്ളൂ. എന്നാലും ചില രംഗങ്ങളിൽ വ്യക്തികളുടെ പ്രവർത്തനങ്ങൾപോലും നിയന്ത്രിച്ചിട്ടുണ്ട്. അയിത്തം നിർത്തലാക്കിയതും ഏതെങ്കിലും വിധത്തിൽ അതാചരിക്കുന്നതു കുറ്റകരമാക്കുന്നതും ഇതിനുദാഹരണമാണ്. ആകെക്കൂടി പതിനാലാം വകുപ്പ്, സൂക്ഷ്മമായും ജാഗ്രതയോടും കൂടിയും പരിരക്ഷിക്കേണ്ട സുപ്രധാനമായ ഒരു മൗലികാവകാശമാണ് വ്യവസ്ഥപ്പെടുത്തിയിട്ടുള്ളത്.

ജനാധിപത്യത്തിലെ പൗരസമൂഹ നിർമിതി

വർഗരൂപവൽക്കരണം നടക്കുന്നതിനുമുമ്പുള്ള പ്രിമിറ്റീവ് കമ്യൂണിസ്റ്റ് കാലഘട്ടത്തിൽത്തന്നെ സമൂഹമായി ജീവിക്കാനുള്ള അന്തർപ്രേരണയോടൊപ്പം സമൂഹത്തിൽനിന്ന് വേറിട്ട ശബ്ദംകേൾപ്പിക്കാനുള്ള വ്യക്തിമനഃശാസ്ത്രവും മനുഷ്യരിൽ രൂപംകൊള്ളുന്നുണ്ട്. ഇങ്ങനെ വേറിട്ടശബ്ദം കേൾപ്പിക്കാനും സമൂഹത്തിന്റെ നേതൃസ്ഥാനം കൈവരിക്കാനുമുള്ള ആന്തരികപ്രേരണ എല്ലാ വ്യക്തികളിലും ഒരു കലക്ടീവ് അൺകോഷ്യസ് ആയി വികസിക്കുന്നു. സാമൂഹികതയുടെ ഈ സംഘമനസും സാമൂഹികതയ്ക്കുമേലുള്ള അധികാരത്തിന്റെ ഈ സംഘമനസും തമ്മിലുള്ള സംഘർഷങ്ങളുടെ ചരിത്രമാണ് പ്രാചീനകമ്യൂണിസത്തിന്റെ ചരിത്രം. ഈ സംഘർഷത്തിൽ സമൂഹത്തിൽ മേധാശക്തി പ്രയോഗിക്കാനുള്ള ആന്തരികപ്രേരണ മേൽക്കൈ നേടുന്നതോടെ ശ്രമത്തിൽ പ്രാചീനകമ്യൂണിസ്റ്റ് ഘട്ടം അവസാനിക്കുകയും വർഗസമരം രൂപം കൊള്ളുകയും ചെയ്യുന്നു.

പ്രാചീനകമ്യൂണിസത്തിന്റെ തകർച്ചയ്ക്കുശേഷവും ഈ സംഘർഷങ്ങൾ തുടങ്ങുന്നു. സംഘവിരുദ്ധമനോഭാവം ഒന്നുകൊണ്ടുമാത്രം സാമൂ

ഹികോൽപ്പാദനം നടക്കുകയില്ല എന്നതുകൊണ്ട് അധീശത്വവർഗം ജനങ്ങളിൽ പരിമിതമായ സംഘബോധം ഉത്തേജിപ്പിക്കുന്നു. എന്നാൽ മുതലാളിത്തഘട്ടത്തിൽ ഈ സംഘബോധത്തെ മെരുക്കിയെടുക്കുന്നത് സവിശേഷരീതിയിലാണ്. മുതലാളിത്ത ഉൽപ്പാദനത്തെ ത്വരിതപ്പെടുത്താൻ മത്സരബോധത്തെ കൃത്രിമമായി നിർമിച്ചെടുത്തതുകൊണ്ട് മത്സരാർഥികളുടെ ഒരു വിപുലസഞ്ചയം സാധ്യമാക്കുന്നു. മുതലാളിത്ത വിദ്യാഭ്യാസരീതിയിലൂടെ വ്യക്തികളുടെ സംഘവിരുദ്ധമനസിനെ വികസിപ്പിക്കുന്നു. തൊഴിൽ കമ്പോളത്തിലും ഇത് തുടരുന്നു. എന്നാൽ ഉൽപ്പാദനം കൊണ്ടുമാത്രം മുതലാളിത്തവ്യവസ്ഥ ഘടനാപരമായി നിലനിൽക്കുന്നില്ല. മുതലാളിത്ത വിപണിയുടെയും ആശയവിനിമയ രൂപങ്ങളുടെയും സാംസ്കാരികവ്യവസായത്തിന്റെയും ബൃഹദ്ശൃംഖലകൾ നിലനിൽക്കണമെങ്കിൽ സമൂഹത്തിന്റെ വിപുലമായ കൂടിച്ചേരലുകളും കാർണിവെലുകളും ശാശ്വതമായി നിലനിൽക്കണം. ഇതിന് സംഘബോധത്തെത്തന്നെ വളർത്തിയെടുക്കാതെ സാധ്യമല്ല. വിനോദവ്യവസായങ്ങൾ, പ്രദർശന നഗരികൾ, സ്പോർട്സ്, കലാമേളകൾ, ഭക്ഷ്യപുഷ്പഫലാദി പ്രദർശനങ്ങൾ തുടങ്ങി വിപുലമായ കാർണിവെൽ സംഘാതങ്ങളിലൂടെയാണ് മുതലാളിത്തം സമൂഹത്തിന്റെ സംഘബോധത്തെ വികസിപ്പിക്കുന്നത്. ഇങ്ങനെ വികസിപ്പിക്കപ്പെടുന്ന സംഘാത്മകതയെ യഥാർഥ ജനകീയത (Populism)യായി ചിലർ തെറ്റിദ്ധരിക്കുന്നു. ഈ തെറ്റിദ്ധാരണ സൃഷ്ടിക്കുകയാണ് മുതലാളിത്തവിജയം. ലൂയി അൽത്തൂസർ നിരീക്ഷിച്ചതുപോലെ മുതലാളിത്ത വിപണിയിലെ 'ഉപഭോക്താവ്-രാജാവ്' ആണെന്നുള്ള ധാരണ സൃഷ്ടിക്കപ്പെടുന്നു. വിപണിയിൽ തെരഞ്ഞെടുപ്പിനുള്ള ഉപഭോക്താവിന്റെ സ്വാതന്ത്ര്യമെന്നത് മുതലാളിയുടെ സ്വാതന്ത്ര്യത്തെ പിൻപറ്റലാണ്. മുതലാളി തെരഞ്ഞെടുത്ത നിറങ്ങളിൽനിന്നും ഒന്ന് തെരഞ്ഞെടുക്കാനുള്ള സ്വാതന്ത്ര്യം മാത്രമേ ഉപഭോക്താക്കൾക്കുള്ളൂ.

മുതലാളിത്ത സമൂഹത്തിലെ ഈ സംഘാത്മകത വളർന്നത്, യഥാർഥ ജനാധിപത്യ സംഘാത്മകതയായി വളരാതിരിക്കാനുള്ള യത്നങ്ങൾ ഇന്ന് സൂക്ഷ്മമായി നടക്കുന്നത് രാഷ്ട്രീയരംഗത്താണ്. മുതലാളിത്ത വ്യവസ്ഥ ഘടനാപരമായി നിലനിൽക്കാൻ ജനങ്ങളിൽ കാർണിവൽ മനസിനെ ശാശ്വതവൽക്കരിക്കുകയെന്ന മുതലാളിത്തം രൂപകൽപ്പനചെയ്യുന്ന വർഗമനസിന്റെ സാങ്കേതികവിദ്യ ഏറ്റവും കൂടുതൽ പ്രകടമാവുന്നത്, ജനാധിപത്യ വിരുദ്ധതയെ ഒരു സംഘബോധമായി രൂപപ്പെടുത്തുന്നതിലാണ്. ജനാധിപത്യ വിരുദ്ധതയെ സംസ്കാരവ്യവസായത്തിന്റെ അടിസ്ഥാനസ്രോതസാക്കി മാറ്റുന്നതിന് മുന്നുപാധിയെന്ന നിലയ്ക്കാണ് മുതലാളിത്ത വ്യക്തികളുടെയും സമൂഹത്തിന്റെയും കർതൃത്വത്തെ (subjectivity) സ്ഥാപിക്കുന്നത്. ജനാധിപത്യ വിരുദ്ധതയുടെ

ഈ ശാശ്വതീകരണം വളരെ പ്രച്ഛന്നമായ രൂപത്തിലാണ് സമൂഹത്തിൽ നടക്കുന്നത്. ജനാധിപത്യ വിരുദ്ധതയെന്നതുകൊണ്ട് ഉദ്ദേശിക്കുന്നത് കേവലം ജനാധിപത്യ പാർട്ടികളോടുള്ള വിരുദ്ധതയല്ല. കമ്യൂണിസ്റ്റ് പ്രത്യയശാസ്ത്രത്തോടും നേരത്തെ വിശദീകരിച്ച സമൂഹത്തിന്റെ സംഘബോധത്തോടും മുതലാളിത്തം നിലനിർത്തുന്ന സൂക്ഷ്മ ജാഗ്രതകളാണ് ജനാധിപത്യ വിരുദ്ധതയുടെ രസതന്ത്രം രൂപപ്പെടുത്തുന്നത്.

പൗരസമൂഹവും രാഷ്ട്രീയ സമൂഹവും

പൗരസമൂഹത്തെയും രാഷ്ട്രസമൂഹത്തെയും കുറിച്ച് അന്റോണിയോ ഗ്രാംഷി നൽകിയ ദീർഘവിശദീകരണങ്ങൾ സമൂഹമനസിനെ മുതലാളിത്തം പരിചരിക്കുന്ന ദ്വിമുഖസാങ്കേതികവിദ്യ സ്പഷ്ടമാക്കുന്നതാണ്. ജനങ്ങളുടെ സംഘമനസിനെയും സംഘവിരുദ്ധമനസിനെയും അത്ഭുതകരമായി സമന്വയിപ്പിച്ച് രാഷ്ട്രീയഘടനയിൽ വിന്യസിപ്പിക്കുന്ന സാങ്കേതികവിദ്യയാണിത്. ജനങ്ങൾ നേരത്തെപറഞ്ഞ രീതിയിൽ സംഘബോധത്തോടെ ജീവിക്കണം. എന്നാൽ അവർ രാഷ്ട്രീയകർതൃത്വത്തിലേക്ക് വരരുത്. ജനങ്ങൾ രാഷ്ട്രീയാധികാരം കൈയാളരുത്. അതിന് രാഷ്ട്രീയസമൂഹമുണ്ട്. “ജനങ്ങൾക്കുവേണ്ടി ജനങ്ങളാൽ ഭരിക്കുന്ന ജനങ്ങളുടെ” ഭരണമെന്ന ജനാധിപത്യ നിർവചനം വെറും അലങ്കാരം മാത്രമാണ്. ജനങ്ങളിൽ ചരിത്രപരമായി സഞ്ജയിക്കപ്പെട്ട സംഘമനസ്സ് സ്ഫോടനാത്മകമായ ഒരു വിപ്ലവശക്തിയാണെന്ന് ലോകചരിത്രത്തിലെ വിപ്ലവങ്ങൾ സ്പഷ്ടമാക്കുന്നു. ജനങ്ങളുടെ ഈ സംഘബോധത്തെ ഭരണരൂപം ഭയപ്പെടുന്നു. ജനങ്ങൾ രാഷ്ട്രീയകർതൃത്വത്തിലേക്ക് വരാതിരിക്കാൻവേണ്ടിയുള്ള ഈ ഭരണരൂപജാഗ്രതയുടെ ഉറവിടം ഭീതിയാണ്. ജനകീയാധികാരം എന്ന സങ്കൽപ്പനത്തെ ഭരണകൂടം ഭയപ്പെടുന്നതുകൊണ്ട്, അത് ജനകീയാവകാശം എന്ന ആശയത്തെ പകരം വെക്കുന്നു. അധികാരവും അവകാശവും തമ്മിലുള്ള വ്യത്യാസത്തിലാണ് ഭരണകൂട പ്രത്യയശാസ്ത്രത്തിന്റെ സൂക്ഷ്മജാഗ്രത വ്യക്തമാക്കുന്നത്. എബ്രഹാം ലിങ്കൺ നിർവചിച്ചതും ലോകമെങ്ങും ഘോഷിക്കപ്പെട്ടതുമായ ജനാധിപത്യത്തിന്റെ ‘ജനങ്ങളാലുള്ള ജനങ്ങളുടെ’ ഭരണസങ്കൽപ്പനത്തിൽ ജനങ്ങളാണ് അധികാരികൾ. അവകാശം എന്നാൽ അതീതത്വകേന്ദ്രിത (logocentric)മാണ്. മുകളിൽനിന്ന് ഒരു രക്ഷാകർതൃകേന്ദ്രം താഴേക്ക് നൽകുന്ന ഔദാര്യമാണ് ‘അവകാശ’ സങ്കൽപ്പത്തിലുള്ളത്. ഈ ജനകീയാവകാശ സങ്കൽപ്പം നേരത്തെ പറഞ്ഞ മുതലാളിത്ത വിപണിയിലെ ‘consumer is the king' എന്ന ആപ്തവാക്യംപോലെ കപടമാണ്. ‘ജനാധിപത്യ-ജനകീയ പരമാധികാര’ സിദ്ധാന്തം ഈ അവകാശസങ്കൽപ്പനത്തെ പൊളിച്ചെഴുതുന്നിടത്താണ് വിപ്ലവപരമായ വിച്ഛേദം ചരിത്രത്തിൽ

സംഭവിക്കുന്നത്. ജനകീയാധികാരത്തിന്റെ മുന്നുപാധിയെന്ന നിലയിൽ ജനകീയ പരമാധികാര സിദ്ധാന്തം മുന്നോട്ടുവെക്കുന്ന ആശയം 'ജന കീയാവകാശ' സങ്കൽപ്പത്തിലെ കാപട്യത്തെ തുറന്നുകാണിക്കുന്നു. ജന ങ്ങൾ അധികാരകർതൃത്വത്തിലേക്കുവരുന്ന വിധ്വംസകതയെ തടയിട്ട് അവരെ അവകാശങ്ങളുടെ ഗുണഭോക്തൃ സംഘങ്ങളായി മെരുക്കി നിർത്തുന്ന മുതലാളിത്ത ഭരണരൂപത്തിന്റെ അധികാരബലതന്ത്രമാണ് പൗരസമൂഹത്തെ നിലനിർത്തുന്നത്. പൗരസമൂഹം രാഷ്ട്രീയ സമൂഹ ത്തിന്റെ കോട്ടയാണെന്നുള്ള ഗ്രാംഷിയൻ സങ്കൽപ്പനത്തിന്റെ പൊരുളി താണ്. എന്നാൽ മൂലധനത്തിന്റെ സമ്പൂർണ ആവാഹനഘട്ടത്തിൽ സിവിൽസമൂഹമെന്നും രാഷ്ട്രീയസമൂഹമെന്നുമുള്ള വിഭജനം അപ്രസ ക്തമാവുകയും പ്രായ-ലിംഗ-ദേശ വ്യത്യാസമില്ലാതെ ജനസഞ്ചയം (multitude)വർഗഘടനയിലേക്കു വലിച്ചടുപ്പിക്കപ്പെടുകയും അവശേഷി പ്പിച്ചവർ ഉന്മൂലനം ചെയ്യപ്പെടുകയും ചെയ്യുന്നു. ഇങ്ങനെ ജനസഞ്ചയം മൂലധനാവാഹനഘട്ടത്തിൽ വർഗഘടനയിലേക്ക് വലിച്ചടുപ്പിക്കപ്പെടു ന്നുവെന്നതിനർഥം അവരുടെ ദേശ-ഭാഷാ വംശ സവിശേഷതകളും സ്വത്വങ്ങളും അപ്രസക്തമാവുന്നുവെന്നല്ല, മറിച്ച് ആഗോളവൽക്കരണ കാലഘട്ടത്തിൽ ഗത്താരിയൻ പരികൽപ്പനയനുസരിച്ചുള്ള ഒരു ഗ്ലോബൽ സമൂഹമായി നിരന്തരം പരിണമിച്ചുകൊണ്ടിരിക്കുന്ന കമ്യൂണിറ്റിയായി രൂപാന്തരപ്പെടുന്നുവെന്നാണ്. ആദിവാസികൾ, ദളിതർ, ഭാഷാന്യൂനപക്ഷ ങ്ങൾ തുടങ്ങിയ പ്രാന്തീയസമൂഹങ്ങളും ദരിദ്രജനവിഭാഗങ്ങളുമെല്ലാം ഈ ഉന്മൂലനത്തെ ഇന്ന് അഭിമുഖീകരിക്കുകയാണ്.

ഇത്തരമൊരു രാഷ്ട്രീയസാഹചര്യത്തിൽ സിവിൽസമൂഹം ശിഥി ലമാവുന്ന പുതിയ രാഷ്ട്രീയ പ്രതിഭാസം ആവിർഭവിക്കുന്നു. സിവിൽ സമൂഹത്തിന്റെ അധികാരകർതൃത്വത്തിനുവേണ്ടിയുള്ള നിരന്തര സമ്മർദ ങ്ങൾ ഇന്ത്യയിൽ സിവിൽ സമൂഹ/രാഷ്ട്രീയ സമൂഹദ്വന്ദ്വത്തെ അപ്ര സക്തമാക്കുന്നതിന്റെ ഒടുവിലത്തെ ഉദാഹരണമാണ് അണ്ണാഹസാരെ യുടെ സമരം. പൗരസമൂഹം എന്ന പരമ്പരാഗത സങ്കൽപ്പത്തിന് ആഗോ ളവൽകൃത മൂലധനവ്യവസ്ഥയിൽ സംഭവിക്കുന്ന പരിണാമമാണിത്. പൗര സമൂഹത്തെ നിലനിർത്താനുള്ള ഭരണകൂട വ്യഗ്രതയെ നിർവീര്യമാക്കു ന്നത് മൂലധനത്തിന്റെ അനിവാര്യ വൈരുധ്യം തന്നെയാണ്. പൗരസമൂഹം ഇന്ന് നിശ്ശബ്ദ രാഷ്ട്രീയ സമൂഹമാണ്. ആ നിശ്ശബ്ദതയുടെ സ്ഫോട നമാണ് ഹസാരെ സമരത്തിൽ കണ്ടത്. ഹസാരെയുടെ നേതൃത്വത്തിൽ അണിനിരന്ന സമൂഹങ്ങൾ യഥാർഥത്തിൽ പ്രകടമായ രാഷ്ട്രീയസമൂ ഹസ്വഭാവം തന്നെയാണ്. തങ്ങളുടെ മധ്യവർഗ-സവർണ ഹിന്ദുത്വബോ ധവും ഒത്തുചേർന്ന നിശ്ശബ്ദമാക്കപ്പെട്ട ഈ സമൂഹം, പക്ഷേ, നിർണായ കരാഷ്ട്രീയ ഘട്ടങ്ങളിലെല്ലാം അതിന്റെ രാഷ്ട്രീയ നിലപാട് പ്രകടമാ

ക്കിയിട്ടുണ്ട്. അടിയന്തരാവസ്ഥ കാലഘട്ടത്തിനുശേഷം ഹിന്ദുത്വരാഷ്ട്രീയ ചായ്‌വ് ഇന്ദിരാഗാന്ധിക്കെതിരായ വിധിയായും തുടർന്നുള്ള ഘട്ടങ്ങളിൽ ബി ജെ പിയുടെ വിശ്വസ്ത അനുചരവൃന്ദമായും അനുധാവനം ചെയ്ത ഈ സമൂഹം സംവരണ വിരുദ്ധ പ്രക്ഷോഭങ്ങളിൽ ശബ്ദസാന്നിധ്യമായും ഗുജറാത്ത്-ഒറീസ സംഭവങ്ങളിൽ ഹിന്ദുത്വത്തിന്റെ നരഹത്യക്ക് നിശ്ശബ്ദമായി പിന്തുണനൽകിയും അതിന്റെ രാഷ്ട്രീയ ഇടപെടൽ നടത്തി. അങ്ങനെ സംഘബോധത്തെ ശാശ്വതവൽക്കരിക്കാനുള്ള ഭരണവർഗ ഇച്ഛയെ സഫലമാക്കി ഈ പൗരസമൂഹം സംഘവിരുദ്ധസാമൂഹിക മനസിനെ സാക്ഷാൽക്കരിക്കുന്ന അതിനിർണായക ശക്തിയായ രാഷ്ട്രീയ സമൂഹമായി ഇന്നുമാറിക്കഴിഞ്ഞിരിക്കുന്നു. ഈ നിർണായക രാഷ്ട്രീയ അടിയൊഴുക്കിനെ മറിച്ചുവെക്കുന്ന പൊയ്മുഖമായി 'ജനാധിപത്യ'ത്തെ ഉപയോഗിക്കുകയാണ് ഈ രാഷ്ട്രീയശക്തി ഇന്ന്. അപ്പോൾ ഒരു ചോദ്യം ഇവിടെ ഉയർന്നുവരുന്നു. സംഘബോധത്തെ ശാശ്വതവൽക്കരിക്കാനുള്ള രാഷ്ട്രീയലക്ഷ്യം എങ്ങനെ ഈ പൗരസമൂഹം സാക്ഷാൽക്കരിക്കും എന്നതാണിത്. ഈ രാഷ്ട്രീയ ലക്ഷ്യം സാക്ഷാൽക്കരിക്കാനുള്ള ഭരണവർഗതാൽപ്പര്യത്തിന്റെ ഭാഗമായിട്ടു കാണണം, അഴിമതിവിരുദ്ധ സമരത്തിനു കീഴടങ്ങാനുള്ള ഭരണകൂട യന്ത്രങ്ങൾ.

പൗരസമൂഹത്തെ രാഷ്ട്രീയ സമൂഹമാക്കി പരിവർത്തിപ്പിക്കാതെ മെരുക്കി നിർത്തുകയെന്ന ഭരണവർഗ താൽപ്പര്യവും മൂലധനാവാഹന ഘട്ടത്തിൽ അത് അസാധ്യമാവുമെന്നതും അഥവാ പൗരസമൂഹം കൊഴിഞ്ഞുവീഴുകയാണെന്നതും ഇന്നു മുതലാളിത്തം നേരിടുന്ന ഒരു പ്രതിസന്ധിയാണ്. പൗരസമൂഹത്തെ ശാശ്വതവൽക്കരിച്ചുകൊണ്ടുതന്നെ സംഘവിരുദ്ധ സാമൂഹിക മനസിനെ ശക്തിപ്പെടുത്തുകയെന്ന ഭരണകൂടശ്രമങ്ങളാണ് ഇന്നു നടന്നുകൊണ്ടിരിക്കുന്നത്. സംഘവിരുദ്ധത അഥവാ പൗരസമൂഹത്തിന്റെ ജനാധിപത്യ വിരുദ്ധതയുടെ മൂലധനവൽക്കരണശ്രമങ്ങൾ സാക്ഷാൽക്കരിക്കപ്പെടുന്നത് പ്രധാനമായും ബൗദ്ധിക സമൂഹത്തിലൂടെയാണ്. ഓരോ വ്യക്തിയിലും പ്രകടമാവുന്ന സംഘവിരുദ്ധമനസിന് ഗൂഢാനന്ദം നൽകുന്ന സാംസ്കാരിക പരിചരണങ്ങൾ നിർമിച്ചെടുക്കുകയാണ് ഇന്ന് മുതലാളിത്ത സംസ്കാര വ്യവസായം ചെയ്യുന്നത്.

കമ്യൂണിസ്റ്റ് വിരുദ്ധവികാരത്തെ ശാശ്വതവൽക്കരിക്കുന്നതിനായി മുതലാളിത്തം നടത്തുന്ന ബഹുമുഖസാംസ്കാരിക നിർമിതികളിൽ പ്രധാനമാണ് കേവലവാദങ്ങളുടെ രൂപവൽക്കരണ ശ്രമങ്ങൾ. ജനാധിപത്യം, ചരിത്രം, പരിസ്ഥിതി, മനുഷ്യാവകാശങ്ങൾ തുടങ്ങി പ്രമുഖമായ വിഷയങ്ങളെ വർഗനിരപേക്ഷമായി ഉയർത്തിക്കൊണ്ടുവരികയെന്ന അരാഷ്

ട്രീയ പ്രവണതയുടെ ഭാഗമാണിത്. *റീഡിങ് ക്യാപിറ്റൽ* എന്ന തന്റെ സുപ്രസിദ്ധ രചനയിൽ പ്രശസ്ത ഫ്രഞ്ചുമാർക്സിസ്റ്റു ചിന്തകനായ ലൂയി അൽത്തൂസർ പാശ്ചാത്യ അതീതത്വശാസ്ത്രത്തിന്റെയും ഹെഗലിയൻ ദർശനത്തിന്റെയും സ്വാധീനഫലമായി മാർക്സിസത്തിലേക്കു കടന്നുവന്ന 'ഹിസ്റ്റോറിസിസ' ത്തെ നിശിതമായി വിമർശിക്കുന്നുണ്ട്. ചരിത്രവാദ സങ്കൽപ്പനമാണ് ബൂർഷ്വാ ഹ്യൂമനിസത്തെ അഥവാ മനുഷ്യകേന്ദ്രിതവാദത്തെ മാർക്സിസത്തിലേക്കു കടത്തിവിട്ടതെന്നും ഈ ഹ്യൂമനിസം സോഷ്യലിസ്റ്റു രാഷ്ട്രങ്ങളിലും കമ്യൂണിസ്റ്റുപ്രസ്ഥാനങ്ങൾക്കകത്തും വ്യക്തിപൂജയ്ക്കു കാരണമായെന്നും അൽത്തൂസർ നിരീക്ഷിക്കുന്നു. മാത്രമല്ല, ഈ ചരിത്രവാദം ഭൂതകാലാരാധനയ്ക്കും വഴിതെളിച്ചു. സമൂഹത്തിലും ചരിത്രത്തിൽത്തന്നെയും വന്നുകൊണ്ടിരിക്കുന്ന പുതിയമാറ്റങ്ങളെയും പ്രവണതകളെയും തിരസ്കരിക്കുന്നതിലേക്കെത്തിക്കുകയായിരുന്നു ഇത്. സോഷ്യലിസ്റ്റ് രാഷ്ട്രങ്ങളിൽ നടന്നുകൊണ്ടിരുന്ന മുതലാളിത്ത പുനഃസ്ഥാപന പ്രക്രിയയെ മാർക്സിസ്റ്റ് ധൈഷണികലോകം കാണാതിരുന്നതിൽ ചരിത്രവാദം മുഖ്യപങ്കുവഹിച്ചു. ചരിത്രവാദം ഭൂതകാലാരാധനയിലേക്കും ഭൂതകാലാരാധന വർത്തമാനപരിവർത്തനങ്ങളെ അവഗണിക്കുന്നതിലേക്കും വർത്തമാന തിരസ്കരണം ഭൂതകാലപ്രവണതകളെ ശാശ്വതവൽക്കരിക്കുന്നതിലേക്കും കമ്യൂണിസ്റ്റ് ധൈഷണികതയെ നയിക്കുകയായിരുന്നു.

ചരിത്രവാദം അഥവാ കേവലചരിത്രവാദം സൃഷ്ടിച്ച ചരിത്രഗവേഷകരും ചരിത്രകാരന്മാരും തങ്ങളുടെ പ്രവൃത്തിമണ്ഡലം വിട്ട് ദാർശനികരും സൈദ്ധാന്തികരുമായി മാറുന്നതോടെ ചിത്രം പൂർത്തിയായി. സമൂഹത്തിന്റെ ചരിത്രവികാസത്തെ അപഗ്രഥിച്ച ചരിത്രകാരന്മാർ പിൻതുടർന്ന ചരിത്രത്തെ സംബന്ധിച്ച പരിണാമസങ്കൽപ്പങ്ങളും, ചരിത്രഘട്ട സംവർഗങ്ങ (stage catagories)ളും, അതീതത്വപരികൽപ്പനകളും (logo-centric concepts) വർഗന്യൂനീകരണങ്ങ (class reductionsim) ളും മറ്റും സൃഷ്ടിച്ച വികൃതവൽക്കരണങ്ങൾ, ലോകത്തിലെ ജനാധിപത്യ-കമ്യൂണിസ്റ്റ് പ്രസ്ഥാനങ്ങളുമായി ബന്ധപ്പെട്ട ദാർശനിക പ്രതിസന്ധികളെ ഉറപ്പിക്കുന്നതിലേക്ക് നയിച്ചു.

കേവല വാദങ്ങളുടെ ഘോഷയാത്രയിൽ പ്രധാനപ്പെട്ട ഒന്നാണ് കേവലജനാധിപത്യവാദവും. ജനാധിപത്യത്തെ കേവലം ഒരു ഭരണരീതിയായി കാണുന്നതുപോലെ ഏകപക്ഷീയമാണ് വർഗസമരനിരപേക്ഷമായി കാണുന്നതും. ജനങ്ങളുടെ ഭരണമാണ് ജനാധിപത്യം. പ്രാതിനിധ്യജനാധിപത്യം അതിനുള്ള മാർഗം മാത്രമാണ്. ജനങ്ങൾക്ക് ഉൽപ്പാദനോപകരണങ്ങളിലും മൂലധനത്തിലും അധികാരബാഹുല്യതകളിലുള്ള ആധിപത്യമാണ് ജനാധിപത്യം. മൂലധനത്തിന്റെ സ്വകാര്യസമാഹരണ

അന്റോണിയോ നെഗ്രി

ത്തെയും അതു പരിരക്ഷിക്കുന്ന അധികാരത്തിന്റെ ആഗോളവൽക്കരണഘട്ടത്തിലെ അധീശത്വപ്രവണതകളെയും തകർക്കാതെ (വർഗസമരനിരപേക്ഷമായി) ജനാധിപത്യം സ്ഥാപിക്കാമെന്ന വ്യാമോഹമാണ് കേവലജനാധിപത്യവാദികളെ നയിക്കുന്നത്. ഫ്രാൻസ്ഫാനൻ അഭിപ്രായപ്പെടുന്നതുപോലെ ഹിംസാത്മകമായ നിയമങ്ങളെ ഹിംസാത്മകമായി ചെറുക്കാതെ ജനങ്ങളുടെ ജനാധിപത്യം സ്ഥാപിക്കാനാവില്ല. അന്റോണിയോ നെഗ്രി തന്റെ "The time for Revolution" എന്ന കൃതിയിൽ മുതലാളിത്തഘട്ടത്തിൽ നിലനിൽക്കുന്ന 'സമാധാന'മാണ് ഏറ്റവും വലിയ ഹിംസയെന്ന് നിരീക്ഷിക്കുന്നുണ്ട്. അഴിമതി നിറഞ്ഞ ഭരണത്തോടുപുലർത്തുന്ന നിസ്സംഗതയും നിശ്ശബ്ദതയും അതിനെതിരായി നടത്തുന്ന ഏതൊരു ഹിംസയെക്കാളും വലിയ ഹിംസയാണ്. എന്നിട്ടും ഹിംസയില്ലാതെ നടത്തിയ സമരത്തിൽ ഭരണകൂടം പ്രകോപിതരാവുന്നതാണ് നാം കാണുന്നത്. മുകളിൽനിന്ന് താഴോട്ട് രക്ഷാകർതൃത്വഭാവങ്ങളിൽ ഇറങ്ങിവരുന്ന ജുഡീഷ്യറിയുടെയും പാർലമെന്റിന്റെയും ഭരണഘടനയുടെയും ക്രമീകരണങ്ങളായി ജനാധിപത്യത്തെ ചുരുക്കുന്ന പാർലമെന്ററി വ്യാമോഹത്തിൽനിന്നും വിഛേദിക്കുന്ന അടിത്തട്ടിൽനിന്നും ജനസഞ്ചയം പ്രതിരോധങ്ങളിലൂടെ വളർത്തിയെടുക്കുന്ന പുതിയ രാഷ്ട്രീയപ്രയോഗമായി ജനാധിപത്യത്തെ കാണുന്ന ഒരു പുതിയ സങ്കൽപ്പമാണ് ഇതിനുപ്രതിവിധി. ഇത്തരത്തിലുള്ള പ്രയോഗത്തെ തടഞ്ഞുനിർത്തുകയും അഴിമതിയെന്ന ഒരു കേവലവാദമാക്കി ഉയർത്തിക്കൊണ്ടുവരികയും ചെയ്യുകയെന്നാൽ നേരത്തെ പറഞ്ഞ ഭരണകൂടത്തിന്റെ പ്രതിസംഘാത്മകതയുടെ സങ്കീർണബലതന്ത്രത്തിന്റെ ഭാഗമാണ്. മൂലധനവ്യവസ്ഥയുടെ ശാശ്വതീകരണത്തിനുവേണ്ടി സംഘ-സാമൂഹികബോധത്തെയും ജനപ്രിയസംസ്കാരത്തെയും അതിന്റെ ഭാഗമായ സിവിൽസൊസൈറ്റിയെയും ക്രോഡീകരിക്കുന്ന ഭരണകൂടം, ഈ സിവിൽസമൂഹം രാഷ്ട്രീയസമൂഹമായി മാറുന്നതിനെയും അടിസ്ഥാനവർഗങ്ങൾ രാഷ്ട്രീയാധികാരശക്തിയായി മാറുന്നതിനെയും ഭയപ്പെടുന്നു. അതിന്റെ മുന്നുപാധി

യെന്നനിലയിലാണ് കമ്യൂണിസ്റ്റ് വിരുദ്ധതയും കമ്യൂണിസ്റ്റ് വിരോധധൈഷണികതയെയും സംസ്കാരവ്യവസായമാക്കി മാറ്റുന്നത്.

ഗ്രാംഷി ചൂണ്ടിക്കാട്ടിയപോലെ. പൊതുസമ്മതി, പൊതുബോധം, പൗരസമൂഹം തുടങ്ങിയ രാഷ്ട്രീയപ്രതിഭാസങ്ങളുടെയെല്ലാം അന്തർധാര ജനകീയാധികാരത്തിന്റെ മൂർത്തരാഷ്ട്രീയ പ്രയോഗമായ വർഗസമരത്തെ അതിജീവിക്കാനുള്ള ഭരണകൂടയത്നങ്ങളുടെ നിർമിതിയാണ്. അധിനിവേശപ്രത്യയശാസ്ത്രത്തിലൂടെയും അധികാരരൂപങ്ങളിലൂടെയും നിർമിച്ചെടുത്ത് ശാശ്വതവൽക്കരിക്കുന്ന ഈ മൂന്നുസംവർഗങ്ങളും ചേർന്ന് കമ്യൂണിസ്റ്റ് ജനകീയതക്കെതിരായ പ്രതിജനകീയത സമാന്തരമായി അങ്ങനെ നിർമിക്കപ്പെടുന്നു. ഈ പ്രതിജനകീയതയാണ് മുതലാളിത്ത കാലഘട്ടത്തിലെ ജനാധിപത്യത്തെ പരീക്ഷിക്കാൻ വിനിയോഗിക്കുന്നത്. എന്നാൽ ഇതേ പ്രതിജനകീയതയെ അഥവാ ജനങ്ങൾക്കെതിരെ ജനങ്ങളെ തിരിച്ചുവിടുന്ന രാഷ്ട്രീയനിർമിതിയെ മറികടക്കുകയെന്നത് അത്യന്തം വിഷമകരമായ ഒരു പ്രശ്നമാണ്. കാരണം ജനങ്ങളുടെ സൂക്ഷ്മബോധങ്ങളെ അപമാനവീകരിച്ചുകൊണ്ടാണ് പൊതുബോധനിർമിതി നടക്കുന്നത്. സംഘവിരുദ്ധമായ സംഘബോധത്തെ പൊലിപ്പിച്ചെടുക്കുന്ന വിദ്യയാണിത്. ഉദാഹരണത്തിന് വിദ്യാലയങ്ങളിലെ വിദ്യാർഥികൂട്ടായ്മയെടുക്കാം. പഠിക്കുക, കളിക്കുക, മത്സരങ്ങളിൽ ഏർപ്പെടുക, യാത്രചെയ്യുക, ആഘോഷങ്ങൾ നടത്തുക എന്ന എല്ലാ ആവിഷ്കാരങ്ങളിലും വിദ്യാർഥിസമൂഹം സംഘാത്മകത നിലനിർത്തുന്നുണ്ട്. എന്നാൽ എല്ലാറ്റിന്റെയും അന്തർധാരയായി നിലനിൽക്കുന്നത് തികഞ്ഞ മത്സരബുദ്ധിയും വ്യക്തിത്വമേധാവിത്വ വാസനയുമാണ്. പക്ഷേ, ഇതെല്ലാം നിലനിർത്തിക്കൊണ്ടുതന്നെ കൃത്രിമമായ ഒരുതരം കൂട്ടായ്മയിൽ അവർ പങ്കുചേരുന്നു. ഈ സംഘവിരുദ്ധതയിൽ അധിഷ്ഠിതമായ സംഘാത്മകതയെ മറികടക്കാനുള്ള ഒരേയൊരു മാർഗം ഭരണകൂടവിരുദ്ധതയായതിനാൽ, വിദ്യാർഥിക്കൂട്ടായ്മയെ പ്രോത്സാഹിപ്പിക്കുന്ന ഭരണകൂടം സമരപരിപാടികളിലേക്ക് തിരിയുമ്പോൾ അതിനെ അടിച്ചമർത്തുന്നു. നിരുപദ്രവകരമായ വിദ്യാർഥിക്കൂട്ടായ്മയെ പ്രോത്സാഹിപ്പിക്കുന്ന ഭരണകൂടശ്രമങ്ങൾക്കു സമാനമാണ് ജനപ്രിയതയെ നിർമിച്ചെടുക്കുന്നതും. ജനപ്രിയതയും പൊതുബോധവും വർഗരാഷ്ട്രീയബോധമായി പരിഗണിപ്പിക്കാതിരിക്കാൻ കമ്യൂണിസ്റ്റ് വിരുദ്ധതയെ സാംസ്കാരികാന്തരീക്ഷത്തിൽ പരിപാലിക്കുന്നു. സാമാന്യതയെ സവിശേഷതയായും സവിശേഷതയെ സാമാന്യമായും സ്ഥാനംമാറ്റി കേവലയുക്തിയുടെ സഹായത്തോടെ വൈരുധ്യാത്മക യുക്തിവിചാരത്തെ മറികടക്കാൻ ബുദ്ധിജീവികൾ കാണിക്കുന്ന വ്യഗ്രത ശ്രദ്ധേയമാണ്. സാമാന്യമായി കാണേണ്ട സാമൂ

ഹികപ്രതിഭാസങ്ങളെ സവിശേഷമായി കണ്ട് വിധിനിർണയിക്കുന്നത് പൊതുബോധത്തിന്റെ സവിശേഷതയാണ്.

ബുദ്ധിജീവികളുടേതായ ഒരു ആവാസവ്യവസ്ഥ (habitat) ഇന്ന് സമൂഹത്തിൽ നിർമിക്കപ്പെട്ടിരിക്കുന്നു. അതിവിപുലമായ ആശയവിനിമയരൂപങ്ങളിലൂടെയും പ്രചാരണങ്ങളിലൂടെയും നുണകളിലൂടെയുമാണ് ഈ ബൗദ്ധികാവാസവ്യവസ്ഥ മാധ്യമങ്ങളുടെ മുഖ്യകാർമികത്വത്തിൽ രൂപം കൊള്ളുന്നത്. ഇറാഖിനെതിരായ അമേരിക്കൻ അധിനിവേശയുദ്ധം നടക്കുന്നതിനുമുമ്പ് അമേരിക്കയിലെ 50 ലീഡിങ് പത്രങ്ങളിൽ ഒന്നുപോലും യുദ്ധവിരുദ്ധ മുഖപ്രസംഗം എഴുതുകയുണ്ടായില്ല. അമേരിക്കൻ ജനങ്ങളിൽ മൂന്നുശതമാനം മാത്രമാണ് ഇറാഖിനെതിരായ യുദ്ധത്തെ എതിർത്തത്. *ന്യൂയോർക്ക് ടൈംസ്, വാഷിങ്ടൺ പോസ്റ്റ്, വാൾസ്ട്രീറ്റ് ജേണൽ, യു എസ് എ ടുഡേ* തുടങ്ങിയ പ്രധാനപത്രങ്ങളും; NBC, ABC, CBS, PBS,CNN തുടങ്ങിയ ചാനലുകളിലെ യുദ്ധകാലവിശകലനങ്ങളും തെളിയിക്കുന്നത് അമേരിക്കൻ ജനങ്ങൾക്കിടയിൽ യുദ്ധാനുകൂലമനോഭാവം ശക്തിപ്പെടുകയായിരുന്നു എന്നാണ്. സ്പാനിഷ്-അമേരിക്കൻ യുദ്ധത്തിലും ഒന്നാംലോകയുദ്ധത്തിലും കൊറിയൻ യുദ്ധത്തിലും വിയറ്റ്നാം യുദ്ധത്തിലും ഒന്നാം ഗൾഫ് യുദ്ധത്തിലും വിപുലമായ യുദ്ധാനുകൂല പൊതുബോധം നിർമിച്ചെടുക്കുകയായിരുന്നു അമേരിക്ക. വാർത്താ ഏജൻസികളുടെയും ബൗദ്ധികസമൂഹങ്ങളുടെയും സഹായത്തോടെ ക്യൂബയ്ക്കും മറ്റു സോഷ്യലിസ്റ്റ് രാഷ്ട്രങ്ങൾക്കെതിരായും നടന്നതും ഇന്ന് ലോകമെങ്ങും ജനാധിപത്യപ്രസ്ഥാനങ്ങൾക്കെതിരായി അമേരിക്ക നടത്തിക്കൊണ്ടിരിക്കുന്നതും തികഞ്ഞ മനുഷ്യാവകാശ ലംഘനങ്ങളാണ്.

ഫാസിസവും പൗരസമൂഹവും

ഒന്നാം ലോകയുദ്ധകാലഘട്ടത്തിലാരംഭിച്ച ലോകമുതലാളിത്തത്തിന്റെ അതിരൂക്ഷമായ സാമ്പത്തികപ്രതിസന്ധി ഇറ്റലിയെയും ശക്തമായി ഗ്രസിച്ചിരുന്നു. ഈ പ്രതിസന്ധിയിൽനിന്നും ഇറ്റലിയെ രക്ഷിക്കാൻ ഫാസിസ്റ്റുകൾക്ക് കഴിഞ്ഞില്ല. ഫാസിസം അതിന്റെ രാഷ്ട്രീയമർദകസംവിധാനങ്ങളുപയോഗിച്ചുകൊണ്ട് മുതലാളിത്തപ്രതിസന്ധിയുടെ രാഷ്ട്രീയ ബഹിർസ്ഫുരണങ്ങളെ മറച്ചുവെക്കുകയായിരുന്നു. എന്തുതന്നെയായിരുന്നാലും മുതലാളിത്തപ്രതിസന്ധിയെ തടുത്തുനിർത്താൻ അവർക്കു കഴിഞ്ഞില്ല എന്നുമാത്രമല്ല, ദേശീയ സമ്പദ്വ്യവസ്ഥയെ നവീകരിക്കുന്നതിലും വികസിപ്പിക്കുന്നതിലും അവർ പരാജയപ്പെട്ടു. സാധാരണനിലയിൽ കമ്യൂണിസ്റ്റുകാർ പോലും ഇറ്റാലിയൻ പ്രതിസന്ധി അവിടത്തെ മധ്യവർഗത്തിന്റെ തകർച്ചയുമായി ബന്ധപ്പെടുത്തിയാണ് സംസാരിക്കുന്നത്. ഇത് ശരിയാണ്. പക്ഷേ, അത് അതിന്റെ മുഴുവൻ അർഥത്തിലും പരിശോധിക്കപ്പെടേണ്ടതാണ്. മധ്യവർഗം ക്ഷയിക്കുകയാണ്.

എന്നാൽ മുതലാളിത്തവ്യവസ്ഥ വികസിക്കുകയല്ല, മറിച്ച് ദുർബലമാവുകയാണ് ചെയ്യുന്നത്. ഇത് വേറിട്ടൊരു പ്രതിഭാസമല്ല.

ലോകമുതലാളിത്തത്തിന്റെ പ്രതിസന്ധിയുമായി ബന്ധപ്പെട്ടുകൊണ്ടു മാത്രമേ ഇത് പരിശോധിക്കാൻ കഴിയൂ. ഇറ്റാലിയൻ ജനതയുടെ താൽപ്പര്യങ്ങൾ പരിഹരിക്കാൻ കഴിയാത്ത മുതലാളിത്തത്തിന് ഇവിടത്തെ പ്രതിസന്ധിയെ അതിജീവിക്കാൻ സാധിക്കുന്നതല്ല. ഇറ്റലിയിൽ നിർണായകമായ ഒന്നാണിത്, പക്ഷേ, ഇത് വെറും താൽക്കാലികമായ ഒരു രാഷ്ട്രീയപ്രതിഭാസമാണ്. ഇത് ഒരു കാലഘട്ടത്തിന്റെ സൃഷ്ടിയാണ്. അതുകൊണ്ടാണ് കൃത്യമായും നാമതിനെ 'ഫാസിസ്റ്റ്' എന്നു വിളിക്കുന്നത്.

എന്തുകൊണ്ട്? കാരണം, ഈ പ്രതിസന്ധിയുടെ പ്രക്ഷുബ്ധ ഭൂമികളിൽനിന്നാണ് ഫാസിസത്തിന്റെ ഉത്ഭവവും വികാസവും. കാരണം ഫാസിസം തൊഴിലാളിവർഗത്തിനെതിരെ അടരാടുകയും പെറ്റി ബൂർഷാസിയുടെ ആത്മവീര്യരാഹിത്യത്തെയും ആത്മബോധമില്ലായ്മയെയും ചൂഷണം ചെയ്തുകൊണ്ട് അധികാരം പിടിച്ചടക്കുകയും ചെയ്തു. തൊഴിലാളിവർഗത്തിനെതിരായ വിദ്വേഷം നുരഞ്ഞുപൊന്തുന്ന ലഹരിയാണതിന്റെ മുഖമുദ്ര. എന്നാൽ മുതലാളിത്തപ്രതിസന്ധി തങ്ങളിലേൽപ്പിക്കുന്ന പ്രഹരങ്ങളെ തങ്ങളുടെ സംഘടനാബലംകൊണ്ട് മയപ്പെടുത്തുന്നതിൽ ഫാസിസം വിജയിക്കുന്നുണ്ട്.

ഫാസിസം അപചയിക്കുകയും കൃത്യമായും മരിക്കുകയും ചെയ്യുകയാണ്, കാരണം, അത് ജനങ്ങൾക്ക് നൽകിയ വാഗ്ദാനങ്ങൾ സാക്ഷാൽക്കരിക്കുകയോ ജനകീയാഭിലാഷങ്ങൾ സഫലമാക്കുകയോ, അവരുടെ ദുരിതങ്ങൾ ലഘൂകരിക്കുകയോ ചെയ്തിട്ടില്ല. അത് തൊഴിലാളിവർഗത്തിന്റെ വിപ്ലവകാമനയെ ശിഥിലമാക്കി, വർഗൈക്യത്തെ ചിതറിത്തെറിപ്പിച്ചു. കൂലി കുറച്ചു. ജോലി സമയം വർധിപ്പിച്ചു. പക്ഷേ, മുതലാളിത്തത്തിന് പരിമിതമായ ജീവചൈതന്യം പകരാൻപോലും ഇതൊന്നും സഹായകമായില്ല. മുതലാളിത്തത്തിന് പിടിച്ചുനിൽക്കാൻ മധ്യവർഗത്തിന്റെ ജീവിതനിലവാരം കുറക്കേണ്ടത് അനിവാര്യമായിരുന്നു. അതോടൊപ്പം പെറ്റിബൂർഷ്വാസിയുടെ സമ്പത്ത് കവർന്നെടുത്തും കൊള്ളയടിച്ചും എല്ലാവിധ സ്വാതന്ത്ര്യങ്ങളും ഹനിച്ചും, തൊഴിലാളിവർഗമടക്കമുള്ള ഫാസിസ്റ്റ് ഇതരപാർട്ടികളോടും ജനവിഭാഗങ്ങളോടും സംഘടനകളോടും കടന്നാക്രമണം നടത്തുകയും ചെയ്യേണ്ടതും മുതലാളിത്തത്തെ സംബന്ധിച്ചിടത്തോളം അനിവാര്യമായിരുന്നു.

ജനാധിപത്യവും മാക്യവെല്ലിയുടെ രാഷ്ട്രസങ്കൽപ്പവും

നവോത്ഥാന ഇറ്റലിയിലെ ഏറ്റവും പ്രമുഖനായ ഒരു പ്രതിഭയായിരുന്നു മാക്യവെല്ലി. രാഷ്ട്രീയരംഗത്ത് നവോത്ഥാനം സൃഷ്ടിച്ച ഏറ്റവും

മാക്യവല്ലി

പ്രധാനവ്യക്തിത്വമായിരുന്നു മാക്യവെല്ലി. ആധുനിക രാഷ്ട്രീയ ആശയങ്ങൾ യൂറോപ്പിൽ പ്രചരിപ്പിക്കപ്പെടുന്നത് മാക്യവെല്ലിയോട് കൂടിയാണ്. പ്രാചീനകാലഘട്ടത്തിൽ ഇന്ത്യൻ രാഷ്ട്രീയ ചിന്തകളെഏറ്റവും കൂടുതൽ സ്വാധീനിച്ചത് കൗടില്യൻ എന്ന ചാണക്യന്റെ ആശയങ്ങളായിരുന്നെങ്കിൽ ആധുനികയൂറോപ്പിൽ രാഷ്ട്രീയ ചിന്തകളെ ഏറ്റവും ആഴത്തിൽ സ്വാധീനിച്ചത് നിക്കോളോസ് മാക്യവല്ലിയുടെ ആശയങ്ങളായിരുന്നു. അദ്ദേഹത്തിന്റെ ഏറ്റവും വിഖ്യാതകൃതിയാണ് *ദ പ്രിൻസ്*. അദ്ദേഹത്തിന്റെ മറ്റ് പ്രധാനപ്പെട്ട ഗ്രന്ഥങ്ങളാണ് *ഫ്ളോറൻസിന്റെ ചരിത്രം, യുദ്ധമെന്ന കല* എന്നിവ. എന്നാൽ *ദ പ്രിൻസ്* എന്ന കൃതിയാണ് അദ്ദേഹത്തിന്റെ മാസ്റ്റർപീസ് ആയി അറിയപ്പെടുന്നത്. 'സ്വേച്ഛാധിപതികളുടെ ബൈബിൾ' എന്നാണ് ഈ കൃതി വിശേഷിപ്പിക്കപ്പെടുന്നത്. 1469 ൽ ഫ്ളോറൻസിലാണ് അദ്ദേഹം ജനിച്ചത്. അദ്ദേഹത്തിന്റെ മാസ്റ്റർപീസായി അറിയപ്പെടുന്ന *ദ പ്രിൻസ്* എന്ന ഗ്രന്ഥം അദ്ദേഹത്തിന്റെ മരണശേഷമാണ് പ്രസിദ്ധീകരിക്കപ്പെട്ടത്. അധികാരഘടനയെ സംബന്ധിച്ച സൈദ്ധാന്തിക കൃതിയാണിത്. ചാണക്യനെപ്പോലെ തന്നെ സ്വേച്ഛാധിപത്യത്തെ ന്യായീകരിക്കുന്ന കൃതിയാണ് അദ്ദേഹത്തിന്റേത്. പ്രാചീന ഇന്ത്യയിലെ വർണാശ്രമ വ്യവസ്ഥയിലധിഷ്ഠിതമായ നാടുവാഴിത്തഭരണത്തെയും രാജഭരണത്തെയും നീതീകരിക്കുന്ന കൃതിയാണ് ചാണക്യൻ രചിച്ച *അർഥശാസ്ത്രം*. അതുപോലെതന്നെ മാക്യവല്ലിയും സ്വേച്ഛാധിപത്യത്തിന്റെ അധികാരഘടനകളെയും അതിന്റെ തന്ത്രങ്ങളെയും ആദർശവൽക്കരിക്കുന്നു. ക്രിസ്തുമതത്തിന്റെ അടിസ്ഥാന ആശയങ്ങളെ അദ്ദേഹം ചോദ്യം ചെയ്യുന്നു. അവയെല്ലാംതന്നെ മനുഷ്യനെ കൂടുതൽ ദുർബലനാക്കാൻ മാത്രമേ ഉപകരിക്കുകയുള്ളൂ എന്നാണ് അദ്ദേഹത്തിന്റെ അഭിപ്രായം. ക്രൈസ്തവാശയങ്ങൾക്കുപകരം പ്രാചീന ഗ്രീസിലെയും റോമിലെയും വീരയോദ്ധാക്കളുടെ സ്വഭാവസവിശേഷതകളെയാണ് അദ്ദേഹം മാതൃകയായി കണ്ടത്.

പ്രാചീന ഇന്ത്യയിലെ മൗര്യചക്രവർത്തിയായിരുന്ന ചന്ദ്രഗുപ്തന്റെ മന്ത്രിയായിരുന്നു കൗടില്യൻ. ബ്രാഹ്മണനായിരുന്ന അദ്ദേഹം ചാതുർവർണ്യവ്യവസ്ഥയെയും അടിമവ്യവസ്ഥയെയും ന്യായീകരിച്ചു. അദ്ദേഹം ജാതി അനുസരിച്ചുള്ള ദണ്ഡനീതി ആവിഷ്കരിച്ചു. അതുപോലെതന്നെ പുരുഷാധിഷ്ഠിതമായ മൂല്യങ്ങളാണ് അദ്ദേഹം പിൻതുടർന്നത്. ഫ്യൂഡൽവ്യവസ്ഥയുടെയും സവർണതയുടെയും പ്രത്യയശാസ്ത്രമാണ് ചാണക്യൻ പിന്തുടർന്നത്. രാജാക്കന്മാർ ഏതുരീതിയിലാണ് ഭരണം നടത്തേണ്ടത് എന്നാണ് മാക്യവല്ലി തന്റെ കൃതിയിൽ നിർദേശിക്കുന്നത്. മുതലാളിത്തവ്യവസ്ഥയും ബൂർഷ്വാജനാധിപത്യവും ഉടലെടുക്കുന്നതിനു മുമ്പ് നിലനിന്ന ഫ്യൂഡൽ രാജവാഴ്ചയെ അരക്കിട്ടുറപ്പിക്കാൻ ലക്ഷ്യമാക്കിയതാണ് *ദ പ്രിൻസ്*. എന്നാൽ അദ്ദേഹം രാജാക്കന്മാർ ക്രൂരന്മാരായിരിക്കരുതെന്ന് നിർദേശിക്കുന്നുണ്ട്. രാജാവ് സ്നേഹിക്കുകയും സ്നേഹിക്കപ്പെടുകയും ചെയ്യുന്നവനാകണം. അതുപോലെതന്നെ രാജാവ് ജനങ്ങളുടെ സംരക്ഷകനാവണം. അദ്ദേഹം ഉദാരമതികളായ രാജാക്കന്മാരെയാണ് ആദർശവൽക്കരിക്കുന്നതെങ്കിലും ഫലത്തിൽ അദ്ദേഹത്തിന്റെ ആശയങ്ങൾ എല്ലാ സ്വേച്ഛാധിപതികൾക്കും ബൈബിൾ ആയി മാറുകയായിരുന്നു. *ദ പ്രിൻസ്* എന്ന ഗ്രന്ഥത്തിൽ അദ്ദേഹം പറയുന്നു:

> ഒരു രാജകുമാരന് മൃഗസമാനമായ സ്വഭാവം അവലംബിക്കേണ്ടത് ആവശ്യമായതിനാൽ അദ്ദേഹം കുറുക്കന്റെയും സിംഹത്തിന്റെയും സ്വഭാവം സ്വായത്തമാക്കണം. കാരണം കെണികൾക്കെതിരെ സിംഹം നിസ്സഹായനാണ്. ചെന്നായ്ക്കൾക്കെതിരെ കുറുക്കൻ. അതിനാൽ രാജകുമാരൻ കെണികൾ കണ്ടറിയുന്നതിനും ഒരു കുറുക്കനും ചെന്നായ്ക്കളെ തുരത്തുന്നതിൽ ഒരു സിംഹവുമായിത്തീരണം. സിംഹത്തിന്റെ പെരുമാറ്റരീതി മാത്രം സ്വീകരിക്കുന്നവർ കാര്യങ്ങൾ വേണ്ടത്ര മനസിലാക്കാത്തവരാണ്. ഇതിൽ നിന്ന് ഉരുത്തിരിയുന്ന ഒരു കാര്യമുണ്ട്. സ്വകീയ താൽപ്പര്യത്തിനെതിരാകുമ്പോഴും വാക്കുപാലിക്കുന്നതിനുള്ള കാരണങ്ങൾ നിലനിൽക്കാതിരിക്കുകയും ചെയ്യുന്ന സാഹചര്യങ്ങളിൽ ബുദ്ധിയുള്ള രാജകുമാരന് തന്റെ വാക്കുപാലിക്കാൻ കഴിയുകയില്ല. അതിന്റെ ആവശ്യമൊട്ടില്ലതാനും. മനുഷ്യർ നല്ലവരായിരുന്നുവെങ്കിൽ ഇതൊരു ചീത്ത ഉപദേശമാകുമായിരുന്നു. എന്നാൽ അവർ തിന്മ നിറഞ്ഞവരും നിങ്ങൾക്ക് നൽകുന്ന വാക്ക് പാലിക്കാത്തവരുമാകയാൽ നിങ്ങൾ അവർക്ക് കൊടുത്ത വാഗ്ദാനവും പാലിക്കേണ്ടതില്ല. തന്റെ അവിശ്വാസത്തിന് നിറം കലർത്താൻ ഒരു രാജകുമാ

രനും ഒരിക്കലും നീതിയുക്തമായ കാരണങ്ങൾക്ക് ദൗർലഭ്യം ഉണ്ടാവുകയില്ല. ഒരാൾക്ക് അസംഖ്യം ആധുനിക ഉദാഹരണങ്ങളും സമാധാനസന്ധികളും എടുത്തുപറയാം. ഇതോടൊപ്പം വിശ്വാസ വഞ്ചനചെയ്ത രാജകുമാരന്മാർ നിയമപ്രകാരം അസാധുവാക്കിയ അനവധി വാഗ്ദാനങ്ങളും നമുക്കുപറയാം. ഇവയുടെ കാര്യത്തിൽ ഏറ്റവും നന്നായി കുറുക്കന്റെ വേഷം കെട്ടാനറിയുന്നവർക്കാണ് ആനുകൂല്യം കിട്ടിയത്. പക്ഷേ, ഈ സ്വഭാവത്തെ സമർഥമായി മൂടിവെച്ച് ഒരു വലിയ വഞ്ചകനാകാൻ കൂടി അദ്ദേഹത്തിന് അറിയണം. മനുഷ്യർ മൊത്തത്തിൽ ലളിതമനസ്കരും അടിയന്തരാവശ്യങ്ങളെ അനുസരിക്കാൻ പ്രവണതയുള്ള മനസോടുകൂടിയവരുമാണ്. അതിനാൽ ഒരു വഞ്ചകന് തന്റെ വഞ്ചന പ്രയോഗിക്കാൻ ഇരകൾക്ക് ക്ഷാമമുണ്ടാകുകയില്ല. ഇതുതെളിയിക്കുന്ന സമീപകാല ഉദാഹരണങ്ങളിൽ വെച്ച് വിട്ടുകളയാനാവാത്ത ഒന്നുണ്ട്. പോപ്പ് അലക്സാണ്ടർ ആറാമന് ചതിയിലല്ലാതെ മറ്റൊന്നിലും ശ്രദ്ധയുണ്ടായിരുന്നില്ല എന്നുതന്നെയല്ല അതു പ്രാവർത്തികമാക്കാൻ വേണ്ടി ആളെ കിട്ടാനായി പ്രയാസപ്പെട്ടുമില്ല. അദ്ദേഹത്തെക്കാളേറെ വാഗ്ദാനങ്ങൾ കൂടുതൽ പ്രേരണാശക്തിയോടെ നൽകുകയും ഗൗരവത്തോടെ പരിപാലിക്കുമെന്ന് ഉറപ്പും നൽകട്ടെ. അങ്ങനെ ചെയ്യാതിരുന്നയാൾ വേറെ ഉണ്ടാകുമെന്ന് തോന്നുന്നില്ല. എന്നാലും അദ്ദേഹം ആഗ്രഹിച്ച ഫലങ്ങൾ നേടിക്കൊടുക്കുന്നതിന് അദ്ദേഹത്തിന്റെ അടവുകൾ ഫലിച്ചു. കാരണം ലോകരീതികളെക്കുറിച്ച് അദ്ദേഹത്തിന് നല്ല അറിവുണ്ടായിരുന്നു എന്നതുതന്നെ.

(പി ഗോവിന്ദപ്പിള്ള *വൈജ്ഞാനിക വിപ്ലവം ഒരു സാംസ്കാരിക ചരിത്രം* എന്ന ഗ്രന്ഥത്തിൽ ഉദ്ധരിച്ചത്.)

ജനാധിപത്യത്തെക്കുറിച്ചും അതിന്റെ പ്രയോഗരീതികളെക്കുറിച്ചും അറിവില്ലാതിരുന്ന ഒരു കാലഘട്ടത്തിൽ മാക്യവല്ലി ഇങ്ങനെയൊക്കെ എഴുതിയതിൽ അത്ഭുതമില്ല. പ്രാചീനഗ്രീസിൽ ജനാധിപത്യസമ്പ്രദായം പരീക്ഷിച്ചിരുന്നു എന്നതിന് സംശയമില്ല. ക്ലൈസ്തനീസും പെരിക്ലിസും പ്രാചീനഗ്രീസിൽ ജനാധിപത്യസമ്പ്രദായം പരീക്ഷിച്ചിരുന്നു. അതുപോലെതന്നെ റോമാസാമ്രാജ്യത്തിലും റിപ്പബ്ലിക്കൻ ഭരണം കുറേക്കാലം നിലനിന്നിരുന്നു. ഇംഗ്ലണ്ടിൽ ജോൺ രാജാവിന്റെ കാലത്ത് അവിടത്തെ പ്രഭുക്കൾ മാഗ്നാക്കാർട്ട എന്നപേരിൽ ഒരു പൗരാവകാശ പ്രമാണം തയാ

റാക്കിയിരുന്നു. മാഗ്നാക്കാർട്ടയെ അതുകൊണ്ട് ഭരണഘടനകളുടെ മാതാവ് എന്നു വിശേഷിപ്പിക്കാറുണ്ട്. എന്നാൽ സമൂഹത്തിലും രാഷ്ട്രീയത്തിലും ജനാധിപത്യവൽക്കരണത്തിനുവേണ്ടിയുള്ള വിപുലമായ പ്രസ്ഥാനം ഇക്കാലത്തൊന്നും രൂപംകൊണ്ടിരുന്നില്ല. അതുകൊണ്ടു തന്നെ ലോകത്തിൽ പ്രബലമായി നിലനിന്നിരുന്നത് ഫ്യൂഡലിസവും രാജവാഴ്ചയും സ്വേച്ഛാധിപത്യഭരണവുമാണ്. ആധുനികജനാധിപത്യത്തിന്റെ അഭാവത്തിൽ ഭരണാധികാരികളെ പരമാവധി ഉദാരമതികളും എന്നാൽ തന്ത്രശാലികളും ആക്കിമാറ്റുക എന്നതല്ലാതെ ചാണക്യനും മാക്യവല്ലിക്കും മറ്റു മാർഗങ്ങളൊന്നും ഉണ്ടായിരുന്നില്ല. പ്രാചീന ഗ്രീസിലെ അടിമത്തത്തിലധിഷ്ഠിതമായ ഭരണവ്യവസ്ഥയെ ന്യായീകരിക്കുകയും ഭരണാധികാരികളെ കൂടുതൽ ഉദാരമതികളാക്കുകയും ചെയ്യുകയല്ലാതെ പ്ലാറ്റോ, അരിസ്റ്റോട്ടിൽ തുടങ്ങിയ രാഷ്ട്രീയചിന്തകന്മാർക്കും മറ്റു മാർഗങ്ങളൊന്നും ഉണ്ടായിരുന്നില്ല. പ്ലാറ്റോയുടെ *റിപ്പബ്ലിക്*, അരിസ്റ്റോട്ടിലിന്റെ *പൊളിറ്റിക്സ്* തുടങ്ങിയ ഗ്രന്ഥങ്ങൾ ഇവിടെ സ്മരണീയമാണ്. പ്ലാറ്റോയുടെ *റിപ്പബ്ലിക്കിൽ* തത്വചിന്തകനായ വ്യക്തിയായിരിക്കണം ഭരണാധികാരി എന്നുപറയുന്നുണ്ട്. ഇത്തരം പാശ്ചാത്യ പാരമ്പര്യത്തെ പിൻതുടർന്നുകൊണ്ടുമാത്രമേ മാക്യവല്ലിക്കും മുന്നോട്ടുപോകാൻ കഴിയുമായിരുന്നുള്ളൂ.

പ്രസിദ്ധ മാർക്സിസ്റ്റ് ചിന്തകനായിരുന്ന അന്റോണിയോ ഗ്രാംഷി തന്റെ *മോഡേൺ പ്രിൻസ്* എന്ന ഗ്രന്ഥത്തിൽ വിശകലനം ചെയ്യുന്നുണ്ട്. ഈ കൃതിയിൽ ചരിത്രയാഥാർഥ്യങ്ങൾക്കനുസരിച്ചല്ല മാക്യവല്ലി ഭരണാധികാരിയെ അഥവാ പ്രിൻസിനെ അവതരിപ്പിച്ചതെന്നും തീർത്തും സൈദ്ധാന്തികമായിട്ടാണെന്നും അത് അമൂർത്തമാണെന്നും ഗ്രാംഷി നിരീക്ഷിക്കുന്നു. നാടകീയവും വൈകാരികപരവും മിത്തിക്കലുമാണ് മാക്യവല്ലിയുടെ ഭരണാധികാരി. ആത്മനിഷ്ഠമാണ് മാക്യവല്ലിയുടെ രാഷ്ട്രീയസങ്കൽപ്പം. ഒരു ആദർശരാഷ്ട്രത്തിനുവേണ്ടിയുള്ള അടങ്ങാത്ത ഇച്ഛാശക്തി പക്ഷേ, മാക്യവല്ലിക്കുണ്ട്. എന്നാൽ ഈ കൃതിക്ക് സമകാലിക പ്രാധാന്യമുണ്ടെന്ന് ഗ്രാംഷി അഭിപ്രായപ്പെടുന്നു. ഏതൊരു രാഷ്ട്രീയ ചിന്തയ്ക്കും അതിന്റേതായ ചരിത്രസന്ദർഭങ്ങളും പ്രാധാന്യവും ഉണ്ട് എന്ന അർഥത്തിൽ മാത്രമേ ഗ്രാംഷിയുടെ മാക്യവല്ലി വായനയെ നാം വിലയിരുത്തേണ്ടതുള്ളൂ. ഗ്രാംഷി തന്റെ *ജയിൽക്കുറിപ്പുകളിൽ* ആവിഷ്കരിച്ച 'സീസറിസം' എന്ന പരികൽപ്പനയ്ക്ക് മാക്യവല്ലിയോട് കടപ്പാടുണ്ട്. ഏതൊരു സമൂഹവും രാഷ്ട്രവും ആന്തരിക പ്രതിസന്ധി അഭിമുഖീകരിക്കുമ്പോൾ അവിടെ സീസറിസം ഉടലെടുക്കുന്നു. ഇതിന് ചരിത്രത്തിൽ ധാരാളം ഉദാഹരണങ്ങളുണ്ട്. ഇറ്റലിയിലും ജർമനിയിലും

അന്റോണിയോ ഗ്രാംഷി

ഫാസിസം ഉടലെടുക്കുന്നത് ഈ പശ്ചാത്തലത്തിലാണെന്ന് നമുക്ക് മനസിലാക്കാൻ കഴിയും. മുസ്സോളിനിയും ഹിറ്റ്ലറുമെല്ലാം ആ അർഥത്തിൽ ആധുനിക സീസർമാരാണ്. 'സീസറിസ' ത്തെ തന്റെ മേൽപ്പറഞ്ഞ ഗ്രന്ഥത്തിൽ ഗ്രാംഷി തിരസ്കരിക്കുകയോ അംഗീകരിക്കുകയോ ചെയ്യുന്നില്ല. എന്നാൽ അദ്ദേഹം ഒരു കടുത്ത ഫാസിസ്റ്റ് വിരോധിയായിരുന്നു എന്നുള്ളത് ചരിത്രസത്യമാണ്. മുസ്സോളിനിയുടെ ഫാസിസ്റ്റ് ജയിലിൽ കിടന്നാണ് ഗ്രാംഷി മൃതപ്രായനായത്. തടവറയിൽനിന്ന് മോചിപ്പിക്കപ്പെട്ട് അധികം നാൾ കഴിയുന്നതിനുമുമ്പ് അദ്ദേഹം മരിച്ചു. സീസറിസം എത്രമാത്രം ന്യായീകരിക്കപ്പെട്ടാലും അത് ജനാധിപത്യവിരുദ്ധമായ ഒരു ഭരണമാണെന്നു മാത്രമല്ല ഏതൊരവസ്ഥയിലും അത് ക്രൂരസ്വേച്ഛാധിപത്യമായും ഫാസിസമായും മാറാനുള്ള സാധ്യതയുണ്ടെന്നും മനസിലാക്കേണ്ടതുണ്ട്. അതുകൊണ്ടുതന്നെ ആധുനിക ജനാധിപത്യവ്യവസ്ഥയുടെ സന്ദർഭത്തിൽനിന്നുകൊണ്ട് മാത്രമേ നമുക്ക് മാക്യവല്ലിയെയും വിലയിരുത്താൻ കഴിയുകയുള്ളൂ. ഒരു ചരിത്രസാഹചര്യത്തിൽ സ്വേച്ഛാധിപത്യംപോലും അനിവാര്യമായിരുന്നു എന്ന് പറയാവുന്നതാണ്. എന്നാൽ ഇവയെല്ലാം നാം വിശകലനം ചെയ്യുന്നത് പുതിയ കാലഘട്ടത്തിൽനിന്നുകൊണ്ടാണ്. മാർക്സും എംഗൽസും അങ്ങനെയാണ് ചെയ്തത്. വർഗാധിഷ്ഠിതമായ ഒരു സാമൂഹ്യവ്യവസ്ഥയിൽനിന്നുകൊണ്ട് വിശകലനംചെയ്യുമ്പോൾ ഭരണാധികാരി എന്നത് ഒരു വ്യക്തിയല്ലെന്നും മറിച്ച് ഭരണകൂടത്തിന്റെ പ്രതിനിധിയാണെന്നും നാം മനസിലാക്കേണ്ടതുണ്ട്.

ഒന്നാം ലോകമഹായുദ്ധകാലത്തെ ഇറ്റാലിയൻ സാഹചര്യത്തിൽനിന്നുമാണ് അന്റോണിയോ ഗ്രാംഷി മാക്യവല്ലിയുടെ *ദ പ്രിൻസി*നെ അപഗ്രഥിക്കുന്നത്. ഇക്കാലത്ത് ഇറ്റലി രൂക്ഷമായ സാമ്പത്തികപ്രതിസന്ധിയെ അഭിമുഖീകരിക്കുകയായിരുന്നു. പിൽക്കാലത്ത് അധികാരത്തിൽവന്ന

ഫാസിസ്റ്റുകൾ ഇറ്റാലിയൻ പ്രതിസന്ധിയെ കൂടുതൽ രൂക്ഷമാക്കുകയാണ് ചെയ്തത്. ജനങ്ങൾക്ക് നൽകിയ വാഗ്ദാനങ്ങൾ സാക്ഷാൽക്കരിക്കാനോ ജനാഭിലാഷങ്ങൾ സഫലമാക്കാനോ അവർക്ക് കഴിഞ്ഞില്ല. മാത്രമല്ല ഇറ്റാലിയൻ തൊഴിലാളിവർഗ ഐക്യത്തെ ഫാസിസം ശിഥിലമാക്കുകയും ചെയ്തു. ഇതിന്റെ കാരണങ്ങളെല്ലാം ഗ്രാംഷി വിശകലനം ചെയ്യുന്നുണ്ട്. ഇറ്റാലിയൻ പ്രതിസന്ധികാലത്തെ ഉൽക്കണ്ഠകളിൽനിന്നുമാണ് ഗ്രാംഷി *മോഡേൺ പ്രിൻസ്* എഴുതുന്നത്. അക്കാലത്ത് ബുദ്ധിമാനും കാര്യശേഷിയുമുള്ള ഒരു നേതാവിൽ കേന്ദ്രീകരിക്കപ്പെട്ട ഭരണാധികാരിയെ ഗ്രാംഷി വിഭാവനം ചെയ്തതിൽ അത്ഭുതമില്ല. അദ്ദേഹം എഴുതുന്നു:

> ഓരോ ഭരണകൂടവും ഓരോ സർവാധിപത്യമാണ്. കുശാഗ്രബുദ്ധിയും ബൃഹത്ശേഷിയുമുള്ള ഒരു വ്യക്തിയിൽ കേന്ദ്രീകരിച്ചുനിൽക്കുന്ന സംഘടിതരായ ചെറുന്യൂനപക്ഷത്താൽ സൃഷ്ടിക്കപ്പെട്ട സർക്കാറില്ലാതെ ഒരു ഭരണത്തിനും അസ്തിത്വമില്ല. ഭരണകൂടം അനിവാര്യമായിരിക്കുന്നിടത്തോളം കാലം മനുഷ്യനെ ഭരിക്കാൻ ഭരണവർഗം ഏതായിരുന്നാലും ശരിയായ നേതാക്കളുണ്ടായിരിക്കുക എന്നതും മുഖ്യമായ പ്രശ്നമാണ്. സോഷ്യലിസ്റ്റുകളെന്നും മാർക്സിസ്റ്റുകളെന്നും വിപ്ലവകാരികളെന്നും സ്വയം വിശേഷിപ്പിക്കുന്നവരും യഥാർഥത്തിൽ നേതാക്കളുടെ സർവാധിപത്യമല്ല, തൊഴിലാളിവർഗത്തിന്റെ സർവാധിപത്യമാണ് തങ്ങളുടെ ലക്ഷ്യമെന്ന് പ്രഖ്യാപിക്കുകയാണ്. വ്യക്തിയുടെ സർവാധിപത്യമല്ല അവർ ആഗ്രഹിക്കുന്നത്. അവർ ചരിത്രപരമായി സാധ്യമായ സർവാധിപത്യമാണ് ലക്ഷ്യം വെക്കുന്നത്. സമഗ്രമായ വിപ്ലവസിദ്ധാന്തത്തിന്റെ ഘടനാപരമായ സവിശേഷതയുള്ള സർവാധിപത്യമാണ് അവർ ഉന്നം വെക്കുന്നത്.
>
> (*ഫാസിസത്തെപ്പറ്റി,* അന്റോണിയോ ഗ്രാംഷി)

ഗ്രാംഷി തന്റെ *ജയിൽക്കുറിപ്പുകളിൽ* ആണ് മേൽപ്പറഞ്ഞ അഭിപ്രായപ്രകടനങ്ങൾ നടത്തിയിട്ടുള്ളത്. അദ്ദേഹം നേതാവിനെക്കുറിച്ചും ഭരണാധികാരിയെക്കുറിച്ചും സവിശേഷം വിശകലനം ചെയ്യാനുള്ള സാഹചര്യം മുമ്പ് സൂചിപ്പിച്ചുകഴിഞ്ഞു. എന്നാൽ ഫാസിസത്തിന്റെ നേതൃസങ്കൽപ്പത്തെ ഗ്രാംഷി വിശദമായി വിമർശിക്കുന്നുണ്ട്. അദ്ദേഹം തുടരുന്നു;

> ഫാസിസ്റ്റ് നേതാവെന്ന നിലയിൽ നമുക്കു ബെനിറ്റോ മുസ്സോളിനിയുണ്ട്. ഔദ്യോഗികമായ ഒരു പ്രത്യയശാസ്ത്രമുണ്ട്. അതനു

സരിച്ച് നേതാവ് അപ്രമാദിത്വമുള്ള ആളാണ്. പുനർജനിക്കപ്പെട്ട വിശുദ്ധ റോമാ സാമ്രാജ്യത്തിന്റെ സംഘാടകനും പ്രചോദകനുമാണയാൾ. അസംഖ്യം പ്രാദേശിക ഗോത്രവർഗങ്ങളിൽനിന്നും ആദരവ് പ്രകടിപ്പിച്ചുകൊണ്ടുള്ള ആയിരക്കണക്കിന് ടെലഗ്രാമുകൾ ഈ നേതാവിന് വരുന്നതായുള്ള പത്രറിപ്പോർട്ടുകൾ നാം കാണുന്നു. നാം അതിന്റെ ഫോട്ടോകൾ കാണുന്നു. സോഷ്യലിസ്റ്റുസമ്മേളനങ്ങളിൽ നാം അതിന്റെ കഠോരമായ ആവരണമണിഞ്ഞ മുഖം കാണുന്നു. ആ മുഖം നമുക്കറിയാം. ആ നേത്രഗോളങ്ങൾ ഇളകിമറിയുന്നത് നാം കാണുന്നു.

www.ingramcontent.com/pod-product-compliance
Lightning Source LLC
LaVergne TN
LVHW100840051026
849519LV00006B/2377
* 9 7 8 9 3 8 3 4 3 2 8 0 6 *